శ్రీరస్తు శుభమస్తు

పొత్తూరి విజయలక్ష్మి

సాహితి

శ్రీరస్తు శుభమస్తు

పొత్తూరి విజయలక్ష్మి

ఫ్లాట్ నెం.201, 'వికాసిని' అపార్ట్‌మెంట్స్,
2-2-112 1/3-3A, న్యూ నల్లకుంట,
హైదరాబాద్-44
ఫోన్ : 99490 59007

ముద్రణ : మార్చి, 2013

మూల్యం : **60/-**

ప్రచురణ :

సాహితి ప్రచురణలు
29-13-53, కాళేశ్వరరావు రోడ్డు,
సూర్యారావుపేట, విజయవాడ -520 002
ఫోన్: 0866 - 2436643
e-mail : sahithi.vja@gmail.com

శ్రీరస్తు శుభమస్తు

అదో పల్లెటూరు. పేరు రామాపురం.

ఉద్యోగరీత్యా కొంతమంది యువకులు ఆ ఊరొదిలి పట్నాలకు వెళ్ళారు. అంతే! అందరూ తండోపతండాలుగా వలసలు పోలేదు. కాబట్టి ఊరు కళకళ్ళాడుతూనే వుంది. పాడీపంటా, పిల్లాజెల్లా సందడిగా వుంటుంది.

ఆ ఊళ్ళో ఒక చిన్న పెంకుటిల్లు. ఇంటిచుట్టూ ఖాళీస్థలం. పూలమొక్కలూ చెట్లూ వున్నాయి. వరండాలో కూర్చుని వున్నాడు నరసింహం. ఆయనే ఆ ఇంటియజమాని. నాలుగెకరాల పొలం వుంది. గతంలో చిన్నాచితకా ఉద్యోగాలు చేసినా అవన్నీ మానేసి తండ్రి దగ్గరికి వచ్చేశాడు చాలాకాలం క్రిందటే!

ఆయనకి ఇద్దరు పిల్లలు. రవి, శ్యామల.

పొద్దున్నే స్నానం వగైరా కార్యక్రమాలన్నీ ముగించి వరండాలో కూర్చుని ప్రశాంతంగా భాగవతమో రామాయణమో చదువుకుంటాడు.

ప్రస్తుతం ఆయన మనసు ప్రశాంతంగా లేదు సరికదా అల్లకల్లోలంగా వుంది. ఆయనకా స్థితి కలిగించిన పెద్దమనిషి ఆయనెదురుగా కూర్చుని గంటనించీ బుర్ర తింటున్నాడు.

పొద్దున్నే ఇల్లు వెతుక్కుంటూ వచ్చాడు. "నా పేరు సుబ్బయ్య. మాది గుండుపాలెం" అని ఊరూ పేరూ చెప్పుకున్నాడు. వచ్చిన అభ్యాగతిని కూర్చోమని చెప్పి లోపల్నించి కూతుర్ని పిలిచి "మంచినీళ్ళివ్వమ్మా!" అన్నాడు నరసింహం.

మంచినీళ్ళూ, కాఫీ పట్టుకొచ్చి ఇచ్చింది శ్యామల.

"మీ అమ్మాయా?" అడిగాడాయన.

"అవునండీ!"

"వివాహం అయిందా?" మరోప్రశ్న.

"లేదు. వచ్చే ఏడాది చెయ్యాలి!"

"మీకేం అదృష్టవంతులు. వచ్చే ఏడాది కాకపోతే ఈ ఏడాదే చేస్తారు" అంటూ నిట్టూర్చాడు సుబ్బయ్య.

నరసింహం కూడా నిట్టూర్చాడు. "నా అదృష్టం మాట అలా వుంచండి. ఇంతకీ మీరెవరో, ఎందుకొచ్చారో శెలవియ్యండి" అన్నాడు.

"అయ్యా! నాకు ముగ్గురు కుమార్తెలు. ఏదో నానాగడ్డీ కరిచి పెద్దవాళ్ళిద్దరికీ పెళ్ళిళ్లు చేశాను. మూడోదానికి చెయ్యాలి. అందుకే మీ దగ్గరికి వచ్చాను. అమ్మాయి పేరు మీనాక్షి. బంగారుబొమ్మలా వుంటుంది. నావంటి పేదవాడి కడుపున పుట్టబట్టి దాని ఖర్మ అలా కాలింది గానీ మహారాణిలా వుంటుంది. ఇంటరుదాకా చదివింది. వంటా వార్పూ అన్నీ వచ్చు. లలితా సహస్రం, విష్ణుసహస్రం చదువుతుంది" అన్నాడు.

"వింటూంటేనే ఎంతో సంతోషంగా వుంది. ఎవరైనా కళ్లకద్దుకుని పెళ్లి చేసుకుంటారు. కానీ నా ఎరుకలో ఎవరూ పెళ్ళికొడుకులు లేరే! ఈ విషయంలో నేను మీకేం సాయం చెయ్యగలను?" అడిగాడు నరసింహం.

నవ్వేశాడాయన. "అదేంటండీ? ఉయ్యాల్లో పిల్లాడిని పెట్టుకుని ఊరంతా వెతికినట్లూ? నేనొచ్చింది మీ అబ్బాయి విషయం మాట్లాడాలనే" అన్నాడు.

ఆశ్చర్యపోయాడు నరసింహం. "మా వాడికా? పెళ్ళా? అసలు మా వాడిగురించి మీకెవరు చెప్పారు?"

"ఒకరు చెప్పాలా? ఆడపిల్ల తండ్రిని. నేనే ఆరా తీశాను."

"ఆడపిల్ల తండ్రిగా మీ ప్రయత్నం మీరు చెయ్యాలనుకోండి. కానీ కాస్త పూర్వాపరాలు ఆలోచించాలి కదా!" అన్నాడు నరసింహం.

"అయ్యో! ఆలోచించకపోవడం ఏమిటండీ? అందర్నీ అడిగాను. మీరు చాలా మంచివారనీ, మర్యాదస్థులనీ చెప్పారు. అందుకే వచ్చాను" చెప్పాడాయన.

"నా మంచీ మర్యాదా సరేలేండి. కానీ ఇప్పుడు వివాహం మా అబ్బాయికి కదా! వాడిగురించి కనుక్కున్నారా?"

"కనుక్కున్నాను. యోగ్యుడైనవాడని చెప్పారు."

"యోగ్యత సరేగానీండీ, మావాడింకా స్థిరపడలేదు. ఉద్యోగం లేదు. వాడికి పెళ్లి చేసే ఉద్దేశ్యం కూడా నాకులేదు" చెప్పాడీయన.

"నాబోటి సామాన్యుడికి ఉద్యోగం చేసే అల్లుడు దొరకాలంటే అత్యాశే కదండీ. ఉద్యోగానిదేముంది ఇవాళ కాకపోతే రేపైనా దొరుకుతుంది. మీరు పెద్దమనసుతో ఈ వివాహానికి అంగీకరిస్తే వెంటనే పెళ్లి చేస్తాను. మీవంటివారు కోడలికి గుప్పెడన్నం పెట్టలేకపోరు కదా!" దీనంగా అడిగాడు సుబ్బయ్య.

బరువుగా నిట్టూర్చాడు నరసింహం. ఏదో చెప్పబోయాడు.

లోపల్నించి వచ్చింది శ్యామల.

"నాన్నగారూ! అన్నయ్య ఉత్తరం రాశాడు" అంది వినయంగా.

ఆయన విసురుగా తల తిప్పేసుకున్నాడు.

"నాన్నగారూ! అన్నయ్య ఉత్తరం రాశాడు. చదివి వినిపించమంటారా?" మరింత వినయంగా ప్రశ్నించింది.

"అయితే మీ అన్నగారు ఊళ్ళో లేరన్నమాట. నాన్నగారు ఏదో ఆలోచనలో వున్నారు. నువ్వు చదువమ్మా!" ఆ తండ్రీ కూతుళ్ళను చూసి తనే కల్పించుకున్నాడు సుబ్బయ్య.

ఆయనవైపు ఓసారి చూసి చదవడం మొదలుపెట్టింది శ్యామల.

"బ్రహ్మశ్రీ వేదమూర్తులైన తండ్రిగారికి అనేకానేక వందనములతో రాయునది.

మీ దర్శనం చేసుకుని వారం రోజులైంది. మీరు ఆరోగ్యంగా వున్నారని ఆశిస్తాను. జీవితం అన్న తరువాత ఆటుపోట్లు తప్పవు. సమస్యలను భూతద్దంలో చూస్తే భూతాల్లా బెదిరిస్తాయి. చూసీ చూడనట్లు వదిలేస్తే దూదిపింజల్లా ఎగిరిపోతాయి. మీకు చెప్పగలిగిన వయసుగానీ, అనుభవం

కానీ లేవు నాకు. కానీ మీమీద వున్న గౌరవం, ప్రేమతో చెప్తున్నాను. మీరేమీ మనసులో పెట్టుకోకండి. అన్నీ అవే చక్కదిద్దుకుంటాయి. మనకు ఉజ్వల భవిష్యత్తు వుందని నాకు ప్రగాఢమైన విశ్వాసం. మీ దీవెనలే నాకు కొండంత బలం. మీ ఆశీస్సులే నాకు శ్రీరామరక్ష.

మరోసారి వందనాలతో,

మీ కుమారుడు,

రవి."

చదవడం ముగించింది శ్యామల.

"ఆహా! ఏం వినయం? ఏం విధేయత? 'ఇది దిక్కుమాలిన కాలం. నీ ఆనందం కోసం నన్నీ భూమ్మీదికి తీసుకొచ్చావు. నన్ను పుట్టించమని నిన్నడిగానా' అని కొడుకులు తండ్రులని నిలదీస్తున్న ఈ రోజుల్లో తండ్రిపట్ల ఇంత గౌరవం వున్న కొడుకుని కన్న మీ జన్మ ధన్యం. మీ పూర్వజన్మ సుకృతం. అటువంటి యోగ్యుడి కాళ్లు కడిగి కన్యాదానం చేసే మహద్భాగ్యం నాకు కలిగించండి" అన్నాడు ఆనందంగా చేతులు జోడించి.

నరసింహానికి దుఃఖం వచ్చింది. 'నా ఏడుపు నేనేడుస్తుంటే నువ్వెక్కడ సంప్రాప్తం అయ్యావయ్యా మగడా? పొద్దున్నే వచ్చి కాల్చుకుతింటున్నావు' అనుకున్నాడు మనసులో. "మహాప్రభో! మీకెలా చెప్పనూ? ఏం చెప్తే అర్థం అవుతుంది" అన్నాడు విసుగును దాచుకునేందుకు విశ్వప్రయత్నం చేస్తూ.

అదే సమయంలో వచ్చాడు చాకలి పిచ్చాయి.

"దండాలయ్యా!" వినయంగా నమస్కరించాడు.

"బావున్నావా పిచ్చాయ్?" అడిగాడు నరసింహం.

"బావున్నానయ్యా! మీరు బావున్నారాయ్యా?"

"బాగానే వున్నాలే! ఏం, పొద్దున్నే వచ్చావు?"

"చిన్నబాబుగారు డబ్బివ్వాలయ్యా! ఇవాళ తెల్లారుతూనే రమ్మన్నారయ్యా!"

"చినబాబా? ఎంతివ్వాలి?"

"వంద రూపాయలివ్వాలయ్యా."

"ఏవిటీ, వంద రూపాయలా? నువ్వు చేసే చెంబిస్త్రీకి వందా?" ఆశ్చర్యపోయాడు నరసింహం.

"ఊరుకోండయ్యగారూ! మీ పరాచికాలూ మీరూనూ! చెంబిస్త్రీ మా నాయన కాలంలో. నాది మాంచి ఇత్తడి పెట్టె ఇస్తిరీ" గర్వంగా చెప్పాడు పిచ్చాయ్.

"సరే పోనీ, ఇత్తడిపెట్టె ఇస్త్రీనే. అయితే మాత్రం వంద రూపాయలంటే ఎన్నిగుడ్డలు ఇస్త్రీ చెయ్యాలి? అసలన్ని గుడ్డలు మా ఇంట్లోనే లేవుగా?" నిలదీశాడు.

"డబ్బు ఇస్త్రీకి కాదండీ."

"ఇస్త్రీకి కాకపోతే ఇంకెందుకు?"

"మొన్న చిన్నయ్యగారు బెమ్మజెవుడు పొదలు తెప్పించారయ్యా. దానికీ!"

"బ్రహ్మజెముడు పొదలా? అవెందుకురా? ఏం చేసుకుంటాడూ?"

"ఏమోనయ్యగారూ! తెమ్మన్నారు. తెచ్చిపడేశా! వంద రూపాయలు" చెప్పాడు పిచ్చాయ్.

"ఏవిటీ? ఊరిబయట వూరికే పడుండే బ్రహ్మజెముడు పొదలకి వందరూపాయలా? ఏం, మతిగానీ పోయిందా నీకు?" మందలించాడు నరసింహం.

"బెమ్మజెముడు వూరికే వచ్చిందండీ. డబ్బు నాకూ, గాడిదకీ. 'పిచ్చాయ్! ఈ పూట నువ్వు రేవెట్టకు. పెట్టె వెయ్యకు. ఆ కూలిడబ్బులు నేనిత్తా' అన్నారండీ. అలాగేనని ఆ పూట పనిమానుకుని గాడిదమీద నాలుగుసార్లు తెచ్చానండి. గాడిదకేబై, నాకేబై" వివరంగా చెప్పాడు పిచ్చాయ్.

తలపట్టుకున్నాడు నరసింహం. "లక్ష్మీ! ఓసారిటురా" అంటూ భార్యని పిలిచాడు.

కొంగుకి చేతులు తుడుచుకుంటూ వచ్చిందావిడ.

"పిలిచారా?" అంది.

"అవును. నిన్న నీకు వందరూపాయలిచ్చాను కదా! అది తెచ్చి పిచ్చాయికివ్వు."

"వందా! ఎందుకూ.. ఎందుకు పిచ్చాయ్?" ఆశ్చర్యంగా అడిగింది లక్ష్మి.

"వందా నాక్కాదమ్మా. నాకేబై, గాడిదకేబై" మళ్ళీ చెప్పాడు పిచ్చాయ్.

"ఏమిటీ లెక్క. నువ్వూ, నీ గాడిదా మాకేం చేశారుటా?" అడిగింది.

నరసింహం కల్పించుకున్నాడు. "అదంతా ఓ పెద్దకథ. నిదానంగా చెప్తాను. ముందు ఆ వందా ఇచ్చి పంపించు"" అన్నాడు.

"ఇంకానయం. ఆ వందా ఇస్తే ఎట్లా? అది కేబుల్ వాడికివ్వాలి. మూడ్రోజుల నుంచి తిరిగిపోతున్నాడు. ఇవ్వాళివ్వకపోతే కనెక్షను పీకేస్తానని ఖచ్చితంగా చెప్పాడు. అన్నంతపనీ చేస్తాడు కూడాను. నేనేమైపోవాలి! సీరియల్స్ అన్నీ మంచి పట్టులో వున్నాయి" అనేసి వెళ్ళిపోయింది.

ఈసురోమంటూ లోపలికెళ్ళి వెతికాడు. యాభైనోటు దొరికింది. అది తెచ్చి పిచ్చాయికిచ్చాడు. "ప్రస్తుతం నా దగ్గరింతే వుంది. ఈ యాభై గాడిద ఖాతాకి జమ వేసుకో. నీ యాభై తర్వాత ఇస్తాలే" అన్నాడు.

బుర్ర గోక్కున్నాడు పిచ్చాయ్. "బట్టలుడకపెట్టాలి. దానికి సామాను కావాలి. అందుకే ఈ యాభై నేను తీసుకుంటానయ్యా. గాడిదకేబై నిదానంగా ఇవ్వండి" అని సర్దుబాటు చేసి వెళ్ళిపోయాడు.

బరువుగా నిట్టూర్చాడు నరసింహం.

"పిచ్చాయి అదృష్టవంతుడు. ముగ్గురు కొడుకులు. ముగ్గురూ ప్రయోజకులయ్యారు. పట్నం వెళ్ళి బోలెడంత సంపాదించుకుంటున్నారు. ముగ్గురూ ఇస్త్రీ పనే. తండ్రిని పని మానేసి తమదగ్గరికి రమ్మంటారు. వీడే వెళ్ళడు. చాకిరేవు పెట్టందే, ఇస్త్రీపెట్టె పట్టందే నాకు తోచదు. అదీగాక ఈ ఊరొదిలి నేను వెళ్ళలేను అంటాడు" అన్నాడు.

"అసలు కొడుకులుండడమే పెద్ద అదృష్టం. కాలుమీద కాలేసుకుని కూర్చోవచ్చు. నాలాటి ఆడపిల్లల తండ్రికే అగచాట్లు" అన్నాడు సుబ్బయ్య.

వెర్రినవ్వు నవ్వాడు నరసింహం.

"మరి నా విషయం ఏంచేశారు? మీ అబ్బాయిగారు వచ్చాక మా ఇంటికి దయచేసి మా మీనాక్షిని చూస్తే" అన్నాడు మళ్ళీ పెళ్ళి ప్రస్తావన తెస్తూ.

నరసింహానికి ఓర్పు నశించిపోయింది.

"ఈ పెళ్ళిచూపులూ అవీ అవసరంలేదు. మీ సంబంధం మాకు అంగీకారమే" అనేశాడు.

నోరావలించాడు సుబ్బయ్య. ఆ పారవశ్యం నుండి బయటపడి చేతులు జోడించాడు. "ధన్యం. నా జన్మ ధన్యమైంది. పెద్దగా కట్నకానుకలిచ్చుకోలేను."

చెప్తుండగానే వారించాడు నరసింహం. "మీరు నాకేమీ ఇవ్వొద్దు. పెళ్ళికూడా నా వాకిట్లో పందిరేసి క్లుప్తంగా జరిపించేస్తాను. కాకపోతే నాదో షరతు" అన్నాడు.

"ఏమిటది? శెలవివ్వండి."

"పెళ్ళి కాగానే మీ అల్లుడిని ఇల్లరికం తీసుకుపోవాలి. ఆ తర్వాత వాడి బాధ్యత అంతా మీరే వహించాలి. మీరుగానీ, మీ అల్లుడుగానీ నా గడప తొక్కడానికి వీల్లేదు."

తెల్లబోయాడు సుబ్బయ్య. "అయ్యా, నాతో పరాచకాలాడుతున్నారా?"

"పరాచికం కాదు నిజమే."

ఆయనకి కాస్త కోపం వచ్చింది. "ఇల్లరికం తెచ్చుకోగలిగిన ఐశ్వర్యమే నాకుంటే ఇలా ఇల్లిల్లూ తిరిగేవాడినే కాదు" అన్నాడు.

"కొడుకు వివాహం చేసే ఐశ్వర్యమే నాకుంటే నేనూ ఇలా అడిగేవాడినే కాదు. కూతురి వివాహం చేసి బరువు దించుకోవాలని మీ తాపత్రయం. ఎదిగి వచ్చిన కొడుకు వాడి కాళ్ళమీద వాడు నిలబడితే చాలని నా తాపత్రయం. ఈ పరిస్థితుల్లో వాడికి పెళ్ళి చేసి ఆ బరువుకూడా తలకెత్తుకోలేను" అనేశాడు.

బరువుగా నిట్టూర్చి లేచి నిలబడ్డాడు సుబ్బయ్య. "అనవసరంగా మిమ్మల్ని ఇబ్బందిపెట్టాను. క్షమించండి" అని లేచి వెనక్కి తిరిగి చూడకుండా వెళ్ళిపోయాడు.

❖ ❖ ❖

దొడ్లో ఒకపక్కగా నాలుగు గుంజలు పాతి పైన గడ్డికప్పి వుంది చిన్న పందిరి. దానికి చాపా దిండూ... వగైరా హంగులన్నీ వున్నాయి. చిన్న ట్రాన్సిస్టరూ, ఆవేళ్టి పేపరూ, గాజుసీసాల్లో వేరుశెనగ పప్పు పాకం, జంతికలూ వున్నాయి. పక్కనే చిన్నకూజా, గ్లాసు. అందులో కూర్చుని వున్నాడు రవి.

తండ్రీకొడుకులకి తరచూ విభేదాలు వస్తూనే వుంటాయి. మాటా మాటా పెరుగుతుంది.

"నా కడుపున చెడబుట్టావు వెధవా! ఫో ఇంట్లోంచి. నీ మొహం నాకు చూపించకు" అంటాడు తండ్రి.

'ఈ ఇల్లు మీ స్వార్జితం కాదు. పిత్రార్జితం. ఇందులో నాకూ హక్కుంది. నేనెందుకు పోవాలి' అనే అధికారం వుంది రవికి. కానీ అలా అనడు. తండ్రి అంటే ఎంతో ప్రేమ, భక్తి, గౌరవం అన్నీ వున్నాయి రవికి. కాలం కలిసిరాక ఆయన మనసు కష్టపెట్టాల్సి వస్తోందిగానీ దశ తిరిగితే ఆయన్ని అందలం ఎక్కించాలని రవి ఆశ, ఆశయం. అందుకే తండ్రి పొమ్మనగానే ఆ పందిట్లో స్థిరపడిపోతాడు.

అక్కడినించే తండ్రికి ఉత్తరాలు రాస్తాడు. రాయబారాలు నడుపుతాడు. పోట్లాట తీవ్రతబట్టి రెండ్రోజులో నాలుగురోజులో నడుస్తుంది ఆ వ్యవహారం. సంధి కుదిరాక మళ్ళీ ఇంట్లోకి వచ్చేస్తాడు.

ప్రస్తుతం చాపమీద పడుకుని వున్నాడు. కాస్త పక్కగా కూర్చుంది శ్యామల.

"నా ఉత్తరం చదివి నాన్నగారేమన్నారే?" అడిగాడు.

"ఏం అనలేదురా! మామూలుగా అయితే తిట్టిపోసేవారే. ఎవరో పెద్దమనిషి వచ్చాడు. కొత్తవాళ్ళముందర తిట్టలేరుగా. అందుకే ఊరుకున్నారు" చెప్పింది.

"కొత్తవాళ్ళా? ఎవరూ?"

"నీ కోసం పెళ్లి సంబంధం మాట్లాడ్డానికొచ్చారు."

చివాల్న లేచి కూర్చున్నాడు రవి. "పెళ్లి సంబంధమా? నాకా? మరి చెప్పవేం? ఎలా వున్నాడూ? డబ్బుందటనా? దర్జాగా వున్నాడా? ధనవంతుడై నాకు అండగా వుంటానంటే నాకేం అభ్యంతరం లేదు. అమ్మాయి సుమారుగా వున్నా సర్దుకుపోతాను" అన్నాడు.

"కాస్త గుర్రాన్ని కట్టెయ్. ఆయన చాలా పేదవాడు. పెళ్లిచేసి బరువు దించుకుందా మనుకుంటున్నాడుట."

నీరుగారిపోయాడు రవి. "ప్చ్! అయితే లాభంలేదు. ఇటు తండ్రి అండా అంతంత మాత్రమే. అటు మామగారి అండ కూడా లేకపోతే అన్యాయం అయిపోతాను. ఈ సంబంధం నాకిష్టంలేదని చెప్పెయ్ నాన్నగారికి" అన్నాడు.

"నీకు అంత శ్రమ అక్కర్లేదు. నాన్నగారే పొమ్మన్నారు."

"మంచిపని చేశారు. మంచి ధనవంతుల సంబంధం వస్తే పెళ్లి చేసుకునేందుకు సిద్ధమే. కానీ ఇలాంటి అల్లాటప్పా వ్యవహారాలు వద్దులే."

నవ్వింది శ్యామల. "చాల్లే వూరుకో! నీ మొహానికి పెళ్ళొకటి తక్కువ. అసలే నాన్నగారు నీమీద చాలా కోపంగా వున్నారు. ఇప్పుడు పెళ్ళిమాటెత్తితే చింతబరికతో చేస్తారు పెళ్లి. అయినా అన్నయ్యా పాపం ఆయన్ని ఎందుకిలా విసిగిస్తావురా?"

"నాకు మాత్రం సరదానా ఆయన్ని బాధపెట్టడం? కానీ ఏంచెయ్యను? నేను ఎన్నివిధాల చెప్పినా అర్థం చేసుకోరు. నన్ను చూడగానే ఒంటికాలిమీద లేస్తారు."

"లేవరా మరి? ఆయన మంచివారు కాబట్టి నీ ఆటలు సాగుతున్నాయి. నువ్వు వ్యర్థంగా శ్రమపడుతున్నావని కోప్పడతారుగానీ ఆయనకి నీమీద చాలా ప్రేమ. శక్తికిమించి సాయం చేస్తూనే వున్నారుగా!"

"నేను కాదన్నానా? కానీ ఏం లాభం? సకాలంలో స్పందించరు కదా! నేను అడిగీ, ఆయన కాదనీ, నేను అలిగీ, ఆయన మెత్తబడీ– ఈ తతంగం అంతా అయ్యేసరికి పుణ్యకాలం కాస్తా దాటిపోతోంది" అన్నాడు దీనంగా.

"ఆయన మాత్రం పాపం ఏంచేస్తార్రా? నువ్వు అడగ్గానే సాయం చేసేయడానికి ఆయన దగ్గర అంత డబ్బేదీ? మూడెకరాల పొలంమీద వచ్చే రాబడి. దాంతో ఇల్లు గడవటమే కష్టంకదా! ఏదో కాస్త సాయంగా వుంటుందనేగా నేను ట్యూషన్లు చెప్తోంది" అంది శ్యామల.

"అదే కదా నా బాధ. తరతరాలుగా ఇదే గానుగెద్దు జీవితం. ఎప్పుడూ సర్దుకోవడం. రూపాయి ఖర్చు చెయ్యాలంటే పదిసార్లు చూసుకోవాలి. ఈ ఆర్థికస్థితి నుంచి బయటపడాలంటే ఏదైనా గొప్పపని చెయ్యాలని నా తాపత్రయం."

"నిజమే అనుకో. పోనీ నాన్నగారు చెప్పినట్లు విని ఏదైనా చిన్న ఉద్యోగం చేసుకుంటూ తీరిక సమయాల్లో గొప్పవాడయ్యే ప్రయత్నాలు చెయ్యచ్చు కదా!"

"అప్పుడు నా పని ఉభయ భ్రష్టత్వం అయిపోతుంది. నేను చదివిన బోడి డిగ్రీ చదువుకి నాకేం గొప్ప ఉద్యోగం రాదు కదా! కాస్తంత జీతం. దానికోసం గంపంత చాకిరీ చెయ్యాలి. అక్కడ అంత శ్రమపడ్డాక ఇంటికొచ్చి నేనేం చెయ్యగలను? అలిసిపోయిన శరీరం పరుగులు పెట్టే నా మెదడుకు సహకరించదు. అందుకే నా సర్వశక్తులూ నా ఆలోచనలకే వినియోగిస్తాను" అన్నాడు.

"ఏమిటోరా? నువ్వు చెప్పేదీ నిజమే. నాన్నగారు చెప్పేదీ నిజమే. మరి నీ ఆశ ఫలించి మనకు మంచిరోజులొచ్చే యోగం ఎప్పుడో!" నిట్టూర్చింది.

"ఆ మధ్య కాస్తలో తప్పిపోయింది. కానుగకాయల్నించి నూనె తీస్తాను నాన్నా, అంటే 'తలతిక్క వెధవా! నిన్ను పిచ్చికుక్క కరిచిందా' అని తిట్టిపోశారు. ఏమైందీ? నాకొచ్చిన ఆలోచనే వేరేవాళ్లకు వచ్చింది. ఫలితం బయోడీజిల్. ఆనాడు నాన్నగారు నా మాటకి విలువ ఇచ్చివుంటే ఇవ్వాళ మనం ఎక్కడో వుండి వుండేవాళ్లం" అన్నాడు ఉక్రోషంగా.

జాలిగా చూసింది శ్యామల. నిజమే పాపం. అప్పట్లో కానుగకాయల్నించి నూనె తీస్తానని నెత్తీ నోరూ మొత్తుకున్నాడు. నాన్నగారు తిట్టిపోశారు.

"పోన్లేరా అన్నయ్యా! గతం గతః నువ్వు నిరాశపడకు."

"నిరాశా! ఆ పదం మన నిఘంటువులోనే లేదు. ప్రస్తుతం బ్రహ్మజెముడు పొదల్నించి ఆయిలొస్తుందని నా నమ్మకం. ఆ దిశగా ప్రయత్నిస్తున్నాను. పిచ్చాయి చేత చెట్లు తెప్పించాను. వాటితో అయిపోదుగా. ఇంకా చాలా సరుకు కావాలి. అవి ఇమ్మని అడిగాననేగా ఆయన తాడెత్తున లేచి నన్ను ఇంట్లోంచి బయటకు పొమ్మన్నారు."

"సర్లే. నేనేమైనా ఆర్థిక సాయం చెయ్యనా? కావలిస్తే చెప్పు. నా ట్యూషను పిల్లలను అడిగి ఫీజు ముందే తీసేసుకుంటాను."

"ప్చ్. అదేం చాలుతుందే! ఈసారి కాస్త పెద్దమొత్తమే ఖర్చు అవుతుంది."

"సర్లే! మనకేంరా! అమ్మేందిగా! ఆవిడకి చెప్దాం" అంది ధైర్యం చెప్తూ.

"సరే, అయితే ఆ పనిమీదుండు నువ్వు. నాకాస్త కాఫీ ఇచ్చి వెళ్ళు" అన్నాడు.

"సర్లే..." అనేసి లోపలికి వెళ్ళింది శ్యామల.

❖ ❖ ❖

లక్ష్మి స్టీలుగ్లాసుతో కమ్మటి కాఫీ తీసుకొచ్చి భర్తపక్కన కూర్చుంది.

ఆ సుబ్బయ్య గొడవతో తలనెప్పి వచ్చింది నరసింహానికి. కాఫీ చూసేసరికి ప్రాణం లేచివచ్చింది. సామాన్యంగా ఆ సమయంలో కాఫీ ఇవ్వదు. అడిగినా విసుక్కుంటుంది. 'ఇప్పుడేగా కాఫీ ఫలహారం అయ్యాయి. మళ్ళీ కాఫీనా? చచ్చిపోతున్నాను మీకు సేవలు చెయ్యలేక' అంటుంది.

అటువంటిది అడక్కుండానే కాఫీ ఇచ్చేసరికి భార్యమీద ప్రేమ కలిగింది.

"కాఫీ కమ్మగా వుంది లక్ష్మీ" అన్నాడు ప్రసన్నంగా. ఆ ప్రసన్నతకోసమే ఎదురుచూస్తున్న లక్ష్మి ఇక ఆలస్యం చెయ్యలేదు.

"ఎన్నాళ్ళండీ ఈ పంతం? బిడ్డ నాల్రోజులనుంచీ ఆ పందిట్లో పడి అఘోరిస్తున్నాడు" అంది.

"ఇదా అసలు విషయం? అడక్కుండా కమ్మటి కాఫీ ఇచ్చి పక్కన కూర్చుంటే ఏమిటా నామీద ఇంత దయ అనుకున్నాను. ఇదంతా పుత్రప్రేమ అన్నమాట" అన్నాడు.

"భలేవారే! మీకంటే ఎక్కువా ఎవరైనా?నాకు ఇహమూ పరమూ అన్నీ మీరే. కాపోతే వాడూ పంతంపట్టి కూర్చున్నాడు. నాన్నగారు నన్ను తిట్టి పొమ్మన్నారు. ఆయనంతట ఆయన నన్ను క్షమించానని చెప్తే తప్ప ఇంట్లోకి రానని భీష్మించుకుని కూర్చున్నాడు."

"రాకపోతే పోనీ... అక్కడే పడి ఏడవనీ వెధవని."

"అంతేలేండి... కన్నతల్లిని కాబట్టి నాకీ బాధగాని మీకేం బాధ? బిడ్డ నిద్రహారాలు మాని అలో లక్ష్మణా అని అఘోరిస్తుంటే నాకూ ముద్ద దిగటం లేదు. ఇవాల్టినుంచీ నేనూ నిరాహారదీక్ష చేస్తాను" బెదిరించింది.

"ఎందుకొచ్చిన అబద్ధాలు? పందిరి దగ్గర పడి వున్నాడు నిజమే. కానీ నిద్రాహారాలు మానేశాడా? మూడుపూటలా తింటున్నాడు. కుంభకర్ణుడిలా నిద్రపోతున్నాడు. వేళ్టికి అన్నీ అందిస్తూనే వున్నారుగా నువ్వూ నీ కూతురూనూ!" అన్నాడు.

గతుక్కుమంది. "అన్నీ అందిస్తున్నామా? ఎవరు చెప్పారు?"

"ఎవరు చెప్పాలి? ఇందాక అరిటాకులో ఆరిడ్లీలు పెట్టి కారప్పొడి, నెయ్యీ వేసి అందించడం నా కళ్ళారా చూశాను" చెప్పేశాడు.

ఇక లాభం లేదని కొంగుతో రాని కన్నీళ్ళొత్తుకుంది. "ఏంచెయ్యను? కన్నప్రాణం. వాడికష్టాలు చూడలేకుండా వున్నాను."

"చాల్లే దొంగేడుపులు. అసలు వాడలా తయారవడానికి నువ్వూ, నీ కూతురూ కాదూ కారణం! నువ్వు చూడబోతే వాడిమీద ఈగ వాలనివ్వవు. అది చూడబోతే అన్నయ్యనేమైనా అంటే అన్నపానీయాలు ముట్టనంటుంది. మీ అలుసు చూసుకునే వాడిలా తయారయ్యాడు. ఇంకేం బాగుపడతాడు?"

"ఇప్పుడు వాడేం చెడిపోయాడుటా? తాగి తందనాలాడుతున్నాడా? చెడు సహవాసాలు చేస్తున్నాడా? ఏం చేశాడని వాడిమీద మీకింత కక్ష! కాపోతే ఉద్యోగం చెయ్యనంటాడు. అంతేగా?" అడిగింది.

"అది చాలదా నా కొంప ముంచడానికి! పాతికేళ్ళు నెత్తికొచ్చాయి. ఉద్యోగంలో జేరి వాడి కాళ్లమీద వాడు నిలబడితే నా బరువు తీరుతుందని నా ఆశ."

"మీకేనా ఆశలు! వాడికుండవా? ఏదైనా ప్రయోగం చేసి కొత్తవస్తువు కనిపెట్టాలని వాడి ఆశ. వాడి ఆశ నెరవేరితే ఇటు డబ్బు, డబ్బుతో పాటు పేరుప్రఖ్యాతులు కూడా వచ్చిపడతాయి."

"ఏమిటే వాడు కనిపెట్టేది! వాడిబొంద! ప్రయోగాలూ కనిపెట్టడాలూ అంటే మాటలా? వాడివల్ల అయ్యే పనేనా? వాడి తలతిక్క ఆలోచనలకు నీ తాళం ఒకటి తోడైంది. వాడిని భ్రష్టు పట్టిస్తున్నావు."

"అలా కొట్టిపారేయకండి. ఏ పుట్టలో ఏ పాముందో ఎవరికి తెలుసు? మొన్న మొన్నటిదాకా పిచ్చిమొక్కలా పెరిగిన కలబందలో అన్ని ఔషధగుణా లున్నాయని ఎవరైనా ఊహించారా? మరిప్పుడు అదే పిచ్చిమొక్కకి అలోవెరా అని పేరెట్టి కోట్లమీద వ్యాపారం జరిపిస్తున్నారు. అందాకా ఎందుకూ నా చిన్నతనంలో నేను పొద్దుతిరుగుడు పువ్వు గింజలు ఒలుచుకుని తింటూంటే 'వికటించి చస్తావు, పిచ్చిపీనుగా' అని తిట్టేది మా అమ్మమ్మ.

మరివ్వాళ పొద్దుతిరుగుడు గింజల నూనె తింటే ఏ రోగాలూ రావని ఢంకామీద దెబ్బకొట్టి మరీ చెప్తున్నారు. బిందుసేద్యం, తుంపర సేద్యం,

పామాయిలూ... ఇవన్నీ కొత్తపద్ధతులు కాదా? ఎవరైనా కనిపెడితేనే వచ్చాయిగానీ ఆకాశం నుంచి వూడిపడలేదుగా? ఎవరిలో ఏ ప్రతిభ దాగుందో ఎవరు చెప్పగలరు! రేపు మన రవి కూడా ఏదైనా కనిపెడతాడేమో" అంది.

"అదికాదు లక్ష్మీ" చెప్పబోయాడాయన.

"ఇంక మీరేం మాట్లాడకండి! పిల్లల్ని చిన్నతనంలో తల్లిదండ్రులు ప్రోత్సహించి, భుజం తట్టాలేగానీ వెనక్కి లాక్కూడదు. బిల్‌గేట్స్ స్కూలు చదువు సగంలో మానేస్తే వాళ్ల నాన్న టెంకెజెల్ల కొట్టి మళ్లీ తీసుకెళ్లి స్కూల్లో పారేసుంటే మనకు ఈ కంప్యూటర్ విజ్ఞానం వుండేదేనా? చీటికీ మాటికీ 'ఇంట్లోంచి ఫో, నీ మొహం నాకు చూపించకూ' అంటే వాడి మనసు బాధపడదూ?

సర్లెండి. ఈ సారికి మీ తరఫున నేనే వాడికి క్షమాపణ చెప్పి ఇంట్లోకి రమ్మంటాను. మీరు మళ్ళీ వాణ్ణి కోప్పడితే నేనూ వాడూ మా ఊరెళ్ళిపోతాం. అక్కడ నాకు అరెకరం పొలం వుంది. ఆ మాట కాస్త గుర్తుంచుకోండి" అనేసి ఘాటుగా చెప్పేసి వెళ్ళిపోయింది.

ఉసూరుమన్నాడు నరసింహం. 'దీని దుంపతెగా! దీనికున్న లోకజ్ఞానం ఇంకెవరికీ వుండదు. ఏం చేస్తాం? అంతా నా ఖర్మ. ఏదెలా జరగాలో అలానే జరుగుతుంది' అనుకున్నాడు. ఆయన మనసు బరువెక్కింది.

బరువెక్కిన మనసు తేలిక పడాలంటే ఒకటే మార్గం. లేచి చొక్కా వేసుకుని, చెప్పులేసుకుని ఇంట్లోంచి బయటపడ్డాడు.

❖ ❖ ❖

ఆ ఊళ్ళో రాజశేఖరంగారని ఓ పెద్దాయన వున్నాడు. జమీందారీలు లేవు కాబట్టి మామూలుగా చెలామణి అవుతున్నాడుగానీ జమీందారు లాంటివాడు. రాజకీయాలలోకి వెళ్ళుంటే గొప్ప పదవిని చేపట్టి ఏ గనులో కొనుక్కుని కోట్లు కోట్లు గడించేవాడు. కానీ ఆయనకలాంటి ఆశలేం లేవు.

దాదాపు వందెకరాల పొలం వుంది. అన్ని పంటలూ పండిస్తారు. పెద్ద దేవిడీలాటి ఇల్లూ, గొడ్డూగోదా, నౌకర్లు చాకర్లూ అంతా రాజభోగం.

ఆస్తికి తోడు అమృతంలాంటి మనసున్నవాడు. ఈ ఊళ్ళోనే కాదు చుట్టుపక్కల మరో నాలుగూళ్ళవాళ్ళు కూడా ప్రత్యక్షంగానో పరోక్షంగానో రాజశేఖరంగారి మీద ఆధారపడి బతుకుతున్నారంటే అతిశయోక్తి కాదు.

రాజశేఖరం తండ్రి, నరసింహం తండ్రి ఆప్తమిత్రులు. ఆర్థికపరమైన వ్యత్యాసం వారి స్నేహానికేం అడ్డురాలేదు. వాళ్ళతరం అయిపోయింది.

"రాజా! నరసింహాన్ని దూరం చేసుకోకు. నీ క్షేమాన్ని కోరే ఏకైక వ్యక్తి వాడే" అని రాజశేఖరం తండ్రి నూరిపోసేవాడు.

"కుచేలుడివైన నీ పాలిట శ్రీకృష్ణభగవానుడు రాజశేఖరం. అతన్ని కనిపెట్టి వుండు. డబ్బున్నవాడికి ఎంతోమంది విరోధులు. ఎవర్నీ దగ్గర చేరనీకుండా అతనికే అపాయమూ తలపెట్టనివ్వకుండా చూసుకో" అని నరసింహం తండ్రి కొడుక్కి చెప్పాడు.

తండ్రిమాట శిరసావహిస్తూ ఆనాటినుండీ ఈనాటిదాకా కలిసిమెలిసి వుంటున్నారు ఇద్దరూ. 'బావా' అంటాడు నరసింహం. ఏరా సింహం అంటాడు రాజశేఖరం. ప్రతీరోజూ కనీసం రెండు మూడు గంటలసేపు కబుర్లు చెప్పుకుంటేగానీ తనివి తీరదు వాళ్ళిద్దరికీ. కష్టసుఖాలు ఇంకెవరితోనూ పంచుకోరు. వాళ్లిద్దరిదీ ఓ రకం.

నరసింహం వాళ్ళింటికి వెళ్ళాడు. గేటుదగ్గర నుండే అందరి నమస్కారాలూ అందుకుంటూ ఇంటిదగ్గరికి వెళ్ళాడు. పెద్ద వరండా. దాన్నిండా కుర్చీలు. కుడివైపున ఓ గది. మెట్లెక్కి వరండాలోకి వెళ్ళాడు. కుడివైపున గదిలోకి వెళ్లాడు. ఆ గదిలో కిటికీ పక్కన ఓ పడక్కుర్చీ. మాంచి టేకు కర్రతో చేయించిన పాతకాలం నాటి పడక్కుర్చీ అది. దాన్లో మెత్తగా బాలీసులు, కాళ్ళు చాపుకునేందుకు వీలుగా కాళ్ళదగ్గర ఓ చిన్న బల్ల. దానిమీద కూడా మెత్తగా దిండు. ఆ కుర్చీలో పడుకుని వున్నాడు చంద్రశేఖరం. చంద్రం అంటారు అందరూ. కన్నయ్యా అంటుంది తల్లి. రాజశేఖరం మహారాజైతే చంద్రం యువరాజు. ఏకైక సంతానం.

చూడ్డానికి చాలా అందంగా వుంటాడు. గడ్డం పెంచబడ్డ చక్రవర్తిలా వున్నాడుగానీ, తీసేస్తే మహేష్‌బాబులా వుంటాడు. గడ్డం పెంచిన చక్రవర్తి మొహంలో ప్రేమో, కోపమో, సంతోషమో ఏదో ఓ భావం వుంటుంది.

చంద్రం మొహంలో మాత్రం ఎప్పుడూ ఒకే భావం. దిగులూ, నిర్లిప్తతా. అదివరకు బాగానే వుండేవాడు. ఈ మధ్యనే మరీ దారుణంగా తయారైంది అతని పరిస్థితి. ప్రస్తుతం పడక్కుర్చీలో పడుకుని కిటికీలోంచి శూన్యంలోకి చూస్తున్నాడు. రెండుచేతులూ గుండెమీదున్నాయి. ఆ రెండుచేతులకీ ఆరు వుంగరాలున్నాయి. లాల్చీ వేసుకోవటం వల్ల కనిపించడంలేదుగానీ మెళ్లో తాయెత్తులూ అవీ వున్నాయి.

చంద్రం దగ్గరకు వెళ్ళాడు నరసింహం. "చంద్రం ఏం చేస్తున్నావ్?" అని అడిగాడు. ఉలిక్కిపడి చూశాడు చంద్రం ఆయనవంక. అతని కళ్ళల్లో నీళ్ళు తిరిగాయి. రుమాలుతో కళ్ళొత్తుకున్నాడు.

"ఏం చేస్తాను మామయ్యా? నేనేం చెయ్యగలనూ?" దీనంగా అడిగాడు. ఏం సమాధానం చెప్పాలో అర్థం కాలేదు ఆయనకి.

"నాన్నగారున్నారా?" అని అడిగి సమాధానం కోసం ఎదురు చూడకుండానే పక్కగదిలోకి వెళ్లాడు. ఆ గది ఇంకా పెద్దగా వుంది. అక్కడా చాలా కుర్చీలున్నాయి. నగిషీలు చెక్కిన సింహాసనంలాంటి కుర్చీలో కూర్చుని వున్నాడు రాజశేఖరం. ఆయన గడ్డం పెంచుకోలేదుగానీ దిగులుగానే వున్నాడు. కానీ మరీ చంద్రం అంత దిగులుగా లేడు. పలకరిస్తే కళ్ళనీళ్లు పెట్టుకోవడం లేదు. పేలవంగా నవ్వేడు.

"ఏమిటి బావా! మన చంద్రంపరిస్థితి రోజు రోజుకీ దిగజారిపోతోంది. నాకెందుకో భయంగా వుంది" అన్నాడు నరసింహం.

"ఏంచేస్తాంరా! నీకు తెలియనిదేముంది? నేను చెయ్యగలిగినదంతా చేస్తూనే వున్నాను. ఇక ఆ దేవుడే వాడికి ఓ దారి చూపాలి" అన్నాడు దీనంగా.

అంతలోనే అక్కడికి వచ్చింది క్రిష్ణవేణి. "బాగున్నావా అన్నయ్యా? లక్ష్మి ఏం చేస్తోంది? శ్యామల నాల్రోజులనించీ కనిపించడంలేదు. దాన్నోసారి రమ్మను" అంది.

"అలాగేలేమ్మా. చూడమ్మా క్రిష్ణవేణీ! మన చంద్రాన్ని చూశావా ఎంత దిగులుగా వున్నాడో?" అన్నాడు.

"అవునన్నయ్యా! నేనూ గమనిస్తున్నాను. సిద్ధాంతిగారిని రమ్మని కబురు పెట్టాను" అంది.

ఆ మాట పక్కగదిలో వున్న చంద్రానికి వినిపించింది. చేతి ఉంగరాలనూ, మెళ్లోని తాయెత్తులనూ తడుముకున్నాడు. కడుపునించీ దుఃఖం తన్నుకొచ్చింది. 'భగవంతుడా! ఈ బాధ పగవాళ్లకు కూడా రాకూడదు' అనుకున్నాడు రుమాలుతో మళ్ళీ కళ్ళు తుడుచుకుంటూ.

అతని బాధ వెనకాల చాలా పెద్దకథే వుంది.

రాజశేఖరం, క్రిష్ణవేణిలది చాలా అన్యోన్యమైన దాంపత్యం. వాళ్ళిద్దరికీ మేనరికం. చిన్నప్పటినుంచే వాళ్ల పెళ్లి నిర్ణయం చేసేశారు ఇరువైపులా పెద్దవాళ్ళు. రాజశేఖరానికి బుద్ధి తెలిసేసరికే కాబోయే భార్య క్రిష్ణవేణి అని తెలిసిపోయింది. అప్పటినుండీ పెంచుకున్న ప్రేమ దినదినాభివృద్ధి చెంది, పెళ్లినాటికి పరాకాష్టకి చేరుకుంది. పెళ్లయ్యాక భార్యని పువ్వుల్లో పెట్టి చూసుకునేవాడు. ఆవిడని ఎవరైనా ఏమైనా అన్నారో వాళ్లకు మూడిందే.

ఇదేం అపురూపం? ఎక్కడా చూళ్ళేదు అని బుగ్గలు నొక్కేసుకునేవాళ్ళు అందరూ. క్రిష్ణవేణికి భర్తంటే పంచప్రాణాలు.

ఆడుతూ పాడుతూ, చిలకాగోరింకల్లా జీవనం సాగిస్తున్న వారి జీవితంలో ఒకటే లోటు. పెళ్ళై ఆరేడేళ్లు గడిచినా పిల్లలు పుట్టలేదు. మొదట్లో పుడతారులే ఏం తొందర అనుకున్నారు. కానీ ఆ తరువాత తోటివారి పిల్లలను చూసి వాళ్లకూ పిల్లలు కావాలనే ఆరాటం మొదలైంది.

డాక్టర్ల పరీక్షలూ, దైవదర్శనాలూ, మొక్కులూ, జపాలూ, హోమాలూ రెండు సంవత్సరాలు గడిచిపోయాయి. ఇక పిల్లలు పుట్టరేమో, ఇంత సంపదకూ వారసులుండరేమో అని దిగులు పడుతున్న సమయంలో క్రిష్ణవేణికి నెల తప్పింది.

డాక్టరు పరీక్ష చేసి ఈ వార్త నిర్ధారించింది. కానీ చాలా జాగ్రత్తగా వుండాలి అని హెచ్చరించింది. విపరీతమైన వేవిళ్ళు. అవి తగ్గాయనుకుంటే ఇంకేవో ఆరోగ్యసమస్యలు. బెడ్‌రెస్ట్. తర్వాత బి.పి వచ్చింది. ఉప్పులేని ఆహారం, అన్ని అవస్థలూ ఆనందంగా భరించింది. తను ఆనందంగా వుంటేనే బిడ్డ ఆరోగ్యం. తనకు ప్రాణంతో సమానమైన భార్య అంత అవస్థ పడుతూ వుంటే చూసి సహించలేకపోయాడు రాజశేఖరం.

"నీ యాతన చూడలేకపోతున్నాను. ఇంత బాధపడతావని ఏమాత్రం ఊహించినా ఇంతదాకా రానిచ్చేవాడినే కాదు. పిల్లలు పుట్టకపోతే ఎవరినో పెంచుకునేవాళ్ళం" అన్నాడు.

ఆవిడకి చాలా కోపం వచ్చింది.

"చాల్లే వూరుకోండి. ఏమిటా మాటలు? పెంచుకున్న బిడ్డ కన్నబిడ్డతో సమానం అవుతాడా? అయినా ఇదేం యాతన? నా బిడ్డకోసం ఇంతకు వెయ్యింతలు బాధైనా భరిస్తాను" అంది నవ్వుతూ. అలా నవ్వడానికి కారణం వుంది.

కోపం తెచ్చుకుంటే ఆ ప్రభావం కడుపులోని బిడ్డమీద పడుతుంది కదా మరి. "ఏడోనెల వచ్చింది. మీరు ఆవిడని హాస్పిటల్లోనైనా చేర్పించండి, లేదా దగ్గరలో ఇల్లు తీసుకుని కాపురమైనా పెట్టండి. ఆవిడ పరిస్థితి కాస్త ఆందోళనకరంగానే వుంది. ఏదైనా తేడా వస్తే ఈ పల్లెటూరినించి ఆఘమేఘాల మీద హాస్పిటల్‌కి తరలించాలి. అంత రిస్క్ తీసుకోవడం మంచిది కాదు" అంది డాక్టరు.

అంతకాలం హాస్పిటల్లో వుండడానికి క్రిష్ణవేణి అంగీకరించలేదు. కాబట్టి హాస్పిటల్‌కి కూతవేటు దూరంలో ఇల్లు అద్దెకి తీసుకున్నారు. సకల సౌకర్యాలు అమర్చారు. అయినవాళ్ళంతా అక్కడే వున్నారు. నెలలు నిండాయి.

"మామూలుగా కాన్పు అవదు, ఆపరేషన్ చెయ్యాలి. ఇద్దరినీ బతికించ డానికే నా ప్రాణాలొడ్డి ప్రయత్నిస్తాను. కానీ అప్పటికప్పుడు నిర్ణయం తీసుకోవాలంటే ఏంచెయ్యను" అని అడిగింది డాక్టరు.

మరో ఆలోచన లేకుండా "నా భార్యను కాపాడండి" అన్నాడు రాజశేఖరం. ససేమిరా అంది క్రిష్ణవేణి. "నా చిట్టినే కాపాడండి" అంది నవ్వుతూనే, ఏడిచి గొడవ చేస్తే కడుపులో వున్న చిట్టికి బాధ కలుగుతుందేమో అనే భయంతో.

అందరూ ప్రాణాలు అరచేతుల్లో పెట్టుకుని ఎదురు చూస్తున్నారు. ఆ సమయం రానే వచ్చింది. ఆపరేషన్ చేశారు. ఆ దేవుడు దయ దలచాడు. పండంటి బిడ్డ పుట్టాడు. తల్లీ బిడ్డా క్షేమంగా వున్నారు అనే శుభవార్తను

చెప్పింది డాక్టరు. అందరి ఆనందం వర్ణనాతీతం. రాజశేఖరం హాస్పిటల్లోని వారందరికీ గుప్పెళ్ళతో నోట్లు తీసి పంచాడు. బుట్టలతో మిఠాయిలు పంచాడు.

ఈ శుభవార్త తెలుసుకుని వాళ్ల ఊళ్ళో సంబరాలు అంబరాన్నంటాయి. గుళ్ళో పూజలూ అభిషేకాలూ చేయించారు.

స్పృహ వచ్చాక బిడ్డను చూసిన క్రిష్ణవేణి తృప్తిగా నవ్వింది. మరుక్షణం ఈ తొమ్మిది మాసాలూ అణచుకున్న బాధంతా తీరిపోయేలా ఏడిచేసింది.

బిడ్డనెత్తుకుని ఇంటికొచ్చింది. మూడవ నెల్లో నామకరణం చేశారు. పెళ్ళంత ఆర్భాటంగా జరిగిన ఆ సంబరంలో ఊరివారంతా పాలుపంచు కున్నారు. తృప్తిగా విందారగించి యువరాజును ఆశీర్వదించారు. చంద్రశేఖరం అని పేరు పెట్టారు.

కలిగినవారింట లేక లేక పుట్టిన బిడ్డ. అందరి దృష్టీ వాడిమీదే. పనులన్నీ పక్కనపెట్టి వాడి చుట్టూరా చేరిపోయి ప్రతిక్షణం వాడి ముద్దుముచ్చటలు చూసుకుంటూ నవ్వులకు నువ్వుండలూ, బోర్లా పడితే బొబ్బట్లూ, గడప దాటితే గారెలూ, పలుకులకు చిలకలూ, అడుగులకు అరిసెలూ పంచుకుంటూ నిత్యకళ్యాణం పచ్చతోరణంలా గడిచిపోయాయి. ఏడాది పుట్టినరోజూ ఘనంగా జరిగిపోయింది.

చంద్రానికి నడక వచ్చేసింది. కాలొచ్చిన పిల్లాడు కుదురుగా ఓ దగ్గర కూచుంటాడా? పరుగులు పెట్టేవాడు. పడేవాడు, ఏడిచేవాడు. ఆటలో దెబ్బ అరటిపండు అన్నట్లు ఓ నిముషం ఏడిచి మళ్ళీ ఆటల్లో పడేవాడు.

కానీ క్రిష్ణవేణి మాత్రం వాడేడుస్తుంటే చూడలేక తనూ ఏడుపు మొదలు పెట్టేది. వాడూరుకున్నా తనూరుకునేది కాదు. ఓ గంటసేపు ఏడుస్తూనే వుండేది.

చంద్రానికి మూడోఏడు నిండి బళ్ళో వెయ్యాలి.

"ఎందుకూ వాడికి చదువూ? అంతగా అయితే ఇంటికే మాష్టర్ని పిలిపించి చదువు చెప్పించండి" అంది క్రిష్ణవేణి.

"ఇంకా నయం. అలా ఇంట్లో కూర్చోబెడితే వాడికి లోకం ఏమిటో తెలియాలా వద్దా! బడికి పంపించాల్సిందే" అన్నాడు రాజశేఖరం. ఊళ్ళోవున్నది గవర్నమెంటు పాఠశాల.

ఇక వాడిని ఏ స్కూల్లో చేర్పించాలి అనే విషయం సమస్యగా మారింది. చాలా కాన్వెంటు స్కూళ్ళు చూశారు కానీ ఏవీ నచ్చలేదు. కొన్ని మరీ ఇరుగ్గా వున్నాయి. పిల్లల్ని కోడిపిల్లల్లా కూరేసి చదువు చెప్పేస్తున్నారు.

కొన్నింటికి పరిసరాలు బాగాలేవు. వెతగ్గా వెతగ్గా చివరికి ఓ కాన్వెంటు స్కూలు అందరికీ నచ్చింది. అందులో నర్సరీ నించీ పన్నెండో తరగతి దాకా వున్నాయి. పెద్ద భవనం. ఆడుకునేందుకు పెద్ద స్థలం. చెట్టూ చేమా అంతా బావుంది.

అది చూసి తృప్తిపడి సరే అంది క్రిష్ణవేణి. కలవారి బిడ్డ కాబట్టి కళ్ళకద్దుకుని సీటిచ్చారు స్కూలువాళ్ళు. వాళ్ళకి విరాళంగా పెద్దమొత్తమే ముట్టజెప్పారు.

ఆ ఊరు వీళ్ళూరికి పదిమైళ్ల దూరంలో వుంది. ఉన్న కారుగాక మరో చిన్నకారు కొన్నారు. మొదటిరోజు పిల్లాడిని వెంటబెట్టుకుని మందీ మార్బలం తోడురాగా స్కూలుకెళ్లారు రాజశేఖరం దంపతులు.

తిరణాలలాగా వుంది అక్కడి వాతావరణం. బుడతలందరూ మొదటిరోజు అమ్మానాన్నల్ని వదల్లేక ఏడుపులు. వాళ్లని చూసి తల్లులూ కళ్ళనీళ్ళు పెట్టుకుంటూ వుంటే, తండ్రులు గంభీరంగా దిక్కులు చూస్తున్నారు. వాళ్లకి ధైర్యం చెప్పి పిల్లలని వూరుకోబెడుతున్నారు టీచర్లు, ఆయాలు.

క్రిష్ణవేణి పరిస్థితి దారుణంగా వుంది. ఆవిడ ఏడుపు చూసి అప్పటిదాకా ఏడుపాపుకుంటున్న వాళ్ళూ ఉగ్గబట్టుకోలేక ఏడవడం మొదలుపెట్టారు. వాళ్ళు సరే, చిన్నతనంలోనే సన్యసించి అన్ని భావాలకూ ఆటుపోట్లకూ అతీతంగా వుండడం అలవరచుకుని టీచరు వృత్తి చేపట్టిన నన్స్‌కూడా కుళ్లి కుళ్లి ఏడిచారు.

ప్రిన్సిపాల్ మేరీపాల్ కూడా హృదయవిదారకంగా ఏడవటం మొదలు పెట్టింది. ఫలితం ఆవేళ రోజూ జరిగే ప్రార్థనా కార్యక్రమం జరగలేదు. పిల్లలు ప్రార్థన పాడకుండానే గదుల్లోకి వెళ్లిపోయారు.

పదిరోజులు గడిచాయి. నర్సరీ పిల్లలంతా స్కూలుకి అలవాటు పడ్డారు. ఏడుపులాపేసి టాటా చెప్పి లోపలికెళ్లిపోతున్నారు. చంద్రంకూడా ఏడుపు మానేశాడు. కానీ క్రిష్ణవేణి మాత్రం ఏడుపు ఆపలేదు. మరో పదిరోజులు

చూసీ చూడనట్లు వూరుకున్న స్కూలువాళ్ళు ఆ తర్వాత "అమ్మా! మీరిలా రోజూ వచ్చి ఏడవడం ఏం బాగాలేదు. పిల్లలు భయపడుతున్నారు. రేపట్నుంచీ రాకండి" అని మెల్లిగానే అయినా ఖచ్చితంగా చెప్పేశారు.

దాంతో స్కూల్లోకి వెళ్లకపోయినా గేటు బయటే ఆగిపోయి పిల్లాడు లోపలికి వెళ్లి కంటికి కనిపించినంతసేపూ కళ్లారా చూసుకుని ఆ తర్వాత కార్లో కూర్చునేది. అలా అయిదోక్లాసుదాకా వెళ్ళింది.

'ఆ తర్వాత నువ్వు నావెంట రావద్దు. అంతా నన్నేడిపిస్తున్నార'ని చంద్రం, 'పిల్లాడి మీద ఎంత ప్రేమైతే మటుకు ఇంత వేలంవెర్రి పనికిరాదు' అని రాజశేఖరం గొడవ చేసి మాన్పించారు.

ఆ తర్వాత స్కూలుకి వెళ్ళడం మానేసినా కొడుకువెంట వెళ్లడం మాత్రం మానలేదు. స్కూలు దగ్గర చంద్రాన్ని దించి చుట్టుపక్కల వున్న గుళ్ళకి వెళ్ళి అక్కడ అర్చనలు చేయించి హారతులు కళ్ళకద్దుకుంటూ కాలక్షేపం చేసేది.

చంద్రం మెరికలాంటి కుర్రాడు. చదువులోనూ, ఆటపాటల్లోనూ అతనే ప్రథముడుగా వుండేవాడు. ఎందుకుండడూ? కలవారి బిడ్డ. అతని తల్లి స్కూలుకి విరాళాలవీ ఇస్తుంది. అతను ఫస్ట్ రాకపోతే మా పిల్లాడొస్తాడా? అని ఆడిపోసుకునేవారు అసూయాపరులు.

వారి మాటలు తన చెవిన పడ్డప్పుడు స్కూల్ ప్రిన్సిపాల్ చాలా బాధపడేది. మెరికలాంటి కుర్రాడు చంద్రం. అటువంటి వాడిమీద బురద జల్లేవారిని ఆ ప్రభువు క్షమించుగాక అనుకునేది.

చంద్రం ఇంటరు పూర్తి చేశాడు. స్కూల్లో ఫస్ట్ రేంక్ అతనిదే. ఇక ఆ స్కూల్ వదిలెయ్యాలి. తల్లీ కొడుకులు ఆ ఊరికి గుడ్‌బై చెప్పేశారు. ఆలోగా క్రిష్ణవేణిగారి పుణ్యమా అని ఆవిడ దర్శించిన గుడులు బాగుపడ్డాయి. దేవుళ్ళకి వెండికిరీటాలు, ఇత్తడి పళ్ళేలూ, కటకటాల తలుపులూ, నేలకి పాలీషు బండలూ వగైరాలన్నీ అమిరాయి.

హమ్మయ్య, వాడి చదువైపోయింది. ఇక నాకు తిప్పట తగ్గుతుంది అనుకుంది క్రిష్ణవేణి. కొడుకు ఇంజనీరింగ్ చదువుతాననేసరికి ఆశ్చర్య పోయింది.

"ఇంకా ఎందుకురా చదువు? నువ్వేం ఉద్యోగాలు చెయ్యాలా?" అంది.

భర్త కోప్పడ్డాడు. "ఏమిటది క్రిష్ణవేణీ! ఈ రోజుల్లో ఆడా మగా తేడా లేకుండా అందరూ పెద్ద పెద్ద చదువులు చదువుతుంటే వీడిని ఇంటరుతో ఆపెయ్యమంటావేం? ఇప్పట్నించీ చదువు మానేసి ఇంట్లో కూర్చుంటే ఏం చేస్తాడు? వాడు కూడా పెద్దచదువు చదవాలి. లేకపోతే అందరూ నవ్వుతారు. వాళ్ళబ్బాయి చదువురాని మొద్దు అంటారు" అని బెదిరించాడు.

"సరే అయితే అలాగే కానివ్వండి" అంది. మళ్ళీ ఓ షరతు పెట్టింది. "మరీ దూరాలు పంపించొద్దు. అటూ ఇటూ తిరగటం నాకు హైరానా అవుతుంది" అంది.

"సర్లే, తెలివిగలవాడికి ఏ కాలేజీ అయినా ఒకటే" అని దగ్గర్లోనే వున్న బాపట్ల ఇంజనీరింగ్ కాలేజీలో జేర్పించాడు.

చుట్టపుచూపుగా వచ్చినవాళ్లెవరో ఈ విషయం విని ఆనందించారు. ఆనందించి వూరుకుంటే బానే వుండేది. అంతటితో ఆగలేదు. బోలెడన్ని వివరాలు చెప్పారు. ఇంజనీరూ, డాక్టరూ చదవడానికి కాలేజీల్లో చేరిన కొత్తపిల్లలని, పాతపిల్లలు రేగింగ్ పేరుపెట్టి నానా అల్లరీ చేస్తారనీ, ఒక్కోసారి ఆ అల్లరి శృతి మించుతుందనీ, ఆ అవమానానికి తట్టుకోలేక కొత్తగా చేరిన పిల్లలు వ్యధ చెంది ఇంటికి పారిపోయొచ్చేస్తారనీ, మరీ సున్నిత మనసు గలవారైతే ఆత్మహత్య కూడా చేసుకుంటారని బోలెడు ఉదాహరణలతో సహా చెప్పుకొచ్చారు.

ఆవిడ గుండెల్లో రాయిపడింది. ఇవన్నీ చెప్పి భర్త మనసు మార్చాలని చాలా ప్రయత్నించింది.

"ఇవన్నీ మామూలే. ఏదో సరదాకి నాలుగురోజులు ఏడిపిస్తారు. అంతే. అందుకు భయపడి చదువుకోవడం మానేస్తారా ఎవరైనా" అని కొట్టిపారేశా డాయన. ఆవిడ మాత్రం అలా వూరుకోలేకపోయింది.

"హాస్టల్లో జేర్పిద్దాం" అన్నాడు రాజశేఖరం.

"ఠఠ్ వీల్లేదు. వాడికేం ఖర్మ హాస్టల్లో వుండడానికి. ఇల్లు చూడండి, కాపరం పెడదాం. నేను అటూ ఇటూ తిరుగుతూ వుంటాను" అంది.

ఇల్లు చూశాడు. పనిమనిషినీ, వంటకి ఓ మనిషిని, ఇంటికి కావలసిన సామాన్లూ తరలించారు. తల్లీకొడుకులూ కూడా వెళ్ళారు. మరో రెండురోజుల్లో కాలేజీ తెరుస్తారనగా ఆ కాలేజీ విద్యార్థుల సంఘం అధ్యక్షుడు, కార్యదర్శి వివరాలు తెలుసుకుని వాళ్ల దగ్గరకెళ్ళింది క్రిష్ణవేణి.

"నాయనా, నాకొక్కడే కొడుకు. లేక లేక పుట్టాడు. వాడిమీదనే పంచప్రాణాలూ పెట్టుకుని బతుకుతున్నాను. వాడిదసలే మెత్తని మనసు. ఎవరైనా ఓ మాటంటే తట్టుకోలేడు. వాడిని రేగింగ్ పేరు చెప్పి హింస పెట్టకండి. మీ తల్లిలాటిదాన్ని. బతిమాలుతున్నాను... ఇవి చేతులు కావు, కాళ్ళు" అంది వాళ్లచేతులు పట్టుకుని.

చూడ్డానికి మహారాణిలా వున్న ఆ ఇల్లాలు అంత దీనాతిదీనంగా ప్రాధేయపడుతుంటే వాళ్ల మనసు కరిగిపోయింది. ఫలితంగా ఆ ఏడాది చంద్రాన్నే కాదు ఇంకెవర్నీ ఏడిపించలేదు. ఊరికే పేర్లు చెప్పించీ, పాటలు పాడించడం వగైరా సరదాలు తీర్చుకుని వదిలేశారు. కాకపోతే చంద్రానికి 'ముద్దుబాలుడు' అని పేరు పెట్టారు.

తన మాట మన్నించినందుకు కృతజ్ఞతగా ఆ పిల్లలని తరచూ ఇంటికి పిలిచి విందులు చేసేది క్రిష్ణవేణి. నేతిలడ్డూలు, పాలకోవా బిళ్ళలు భారీఎత్తున చేయించి డబ్బాలతో డ్రైవరు చేతికిచ్చి కాలేజీకి పంపించేది. సీసాలకు సీసాలు ఊరగాయలు హాస్టలుకి సరఫరా చేసేది.

దాంతో వాళ్ళందరి పాలిటా ఆవిడ అన్నపూర్ణ. ఆ ఇల్లు అందరిదీ. 'అమ్మా అమ్మా!' అంటూ వచ్చిపోతూనే వుండేవాళ్ళు. వస్తుతా మెరికలాంటి చంద్రం హీరో అయిపోయాడు. మొదట్లో వస్తూ పోతూ వుంటాను అందిగానీ నెలకి ఇరవైఅయిదు రోజులు ఇక్కడే వుండేది. ఈవిడ వ్యవహారం చూసి రాజశేఖరానికి విసుగేసింది.

"అప్పుడప్పుడు వెళ్లి చూసొస్తానని ఇప్పుడు ఏకంగా అక్కడే మకాం పెట్టేశావేం? ఇల్లూ సంసారం వద్దా నీకు!" అని నిలదీశాడు.

"ఏం, ఇది నా ఇల్లూ సంసారం కాదా! అయినా నాకు తెలీక అడుగుతాను, మీకు మాత్రం అక్కడేం పని? పనంతా వాళ్లకు అప్పగించి మీరూ ఇక్కడే

వుండొచ్చుగా. నాల్రోజులకి ఓ మాటు వెళ్లొస్తే సరిపోతుంది" అని ఉచితసలహా చెప్పింది.

ఇక ఆ సలహా పాటించక తప్పలేదు ఆయనకి. వారం అంతా ఇక్కడే వుండి శనాదివారాలు దంపతులిద్దరూ ఊరికెళ్ళేవాళ్ళు. చంద్రం వస్తే వచ్చేవాడు లేదా వుండిపోయేవాడు. రెండేళ్ళు గడిచిపోయాయి.

మూడో సంవత్సరంలోకి ప్రవేశించాడు చంద్రం. ఇంజనీరింగ్ విద్యార్థులు మూడో ఏడాదిలోకి వచ్చేసరికి అప్పటిదాకా ఆషామాషీగా వున్న చదువు పట్ల ప్రత్యేక శ్రద్ధ వహిస్తారు. విదేశాలకి పై చదువులకి వెళ్ళాలంటే జీ.ఆర్.ఈ. రాయాలి. అందుకు ప్రయత్నాలు కూడా సంవత్సరంలోనే మొదలుపెట్టాలి.

ఓరోజు సాయంత్రం పిల్లలంతా గదిలో చేరి ఆ విషయాలే మాట్లాడుకుంటు న్నారు. క్రిష్ణవేణి చెవిన పడింది ఆ సంభాషణ.

వాళ్ళు వెళ్ళాక "ఏమిటి కన్నయ్యా! అమెరికా అమెరికా అంటున్నారూ?" అని అడిగింది.

"అవునమ్మా. పై చదువులకు అమెరికా వెళ్ళాలంటే ఇప్పటినుంచే మొదలు పెట్టాలిగా" అని చెప్తుండగానే కాళ్ళూచేతులూ వణికి కుప్ప కూలిపోయింది క్రిష్ణవేణి. తండ్రీ కొడుకులు కంగారుపడిపోయారు. డాక్టర్ని పిలిపించారు. ఆయన వచ్చి చూసి తనూ కంగారుపడిపోయాడు. పరిస్థితి ప్రమాదకరంగా వుంది. వెంటనే గుంటూరు తీసుకెళ్ళాలి అన్నాడు.

అన్ని జాగ్రత్తలతో ఆఘమేఘాల మీద గుంటూరు తరలించారు. అక్కడ డాక్టర్లు కూడా కంగారుపడిపోయి వెంటనే వైద్యం ప్రారంభించారు. ఇరవై నాలుగ్గంటలు గడిస్తేగానీ ఏ విషయం చెప్పలేం అన్నారు. రాజశేఖరం నీరుగారిపోయాడు. నరసింహం పక్కనే కూర్చుని ధైర్యం నూరిపోశాడు.

"ఎలాగైతేనేం ప్రమాదం తప్పింది. మీరు లోపలికి వెళ్ళి చూడండి. ఆవిడని ఏమాత్రం బాధపెట్టకండి" అని తండ్రీ కొడుకులని హెచ్చరించి మరీ పంపించాడు.

ఇద్దరూ లోపలికి వెళ్ళారు. క్రిష్ణవేణి కొడుకుని చూడగానే ఏడిచేసింది. "కన్నయ్యా! నువ్వు అమెరికా వెళ్ళిపోతావా?" అంది దీనంగా.

"లేదమ్మా. ఏదో అందరితోపాటు పరీక్షలు రాస్తానంతే. అయినా అదేం తేలికపని కాదుగా. పరీక్షల్లో మంచి స్కోర్ రావాలి. అక్కడ సీటు దొరకాలి. అప్పుడు ఆలోచిద్దాం. నువ్విప్పటినించీ ఏదేదో ఊహించుకుని కంగారుపడకు" అన్నాడు.

"ఎందుకురా నన్ను బుకాయించాలని చూస్తావు? నువ్వు పరీక్షకి వెళ్తే ప్రథమ స్థానంలో పాసవటమే తప్ప ఫెయిల్ అవడం వుందా? నువ్వు అమెరికా వెళ్తే నా గతి ఏమిటి? నిన్ను వదిలిపెట్టి వుండలేను. అంతదూరం నీవెంట రాగలనా? నేనొచ్చినా పొలం, వ్యవసాయం వదిలిపెట్టి నాన్నగారు రాగలరా? ఎలారా కన్నయ్యా?" అంటూ ఏడవడం మొదలుపెట్టింది.

"ఏమిటి క్రిష్ణవేణీ, నీ వెర్రి? పై చదువులకు అమెరికా వెళ్లినంత మాత్రాన ఇక అక్కడే వుండిపోతాడా? రెండేళ్ళు అవగానే వచ్చేస్తాడు" చెప్పబోయాడు రాజశేఖరం.

"చాల్లే వూరుకోండి. మీ మాటలు నమ్మబట్టే నాకీ దుస్థితి. వాడికి చదువొద్దండీ అంటే విన్నారు కాదు. తర్వాత ఇంజనీరింగ్ అన్నారు. ఇప్పుడేమో అమెరికా అంటున్నారు. ఓ పని చెయ్యండి. నాకింత విషం ఇచ్చెయ్యండి. ఆ తర్వాత మీ ఇష్టం. వాడిని అమెరికానే పంపుతారో, రష్యానే పంపుతారో!" అంటూ పక్కనే వున్న నర్సు చెయ్యి పట్టుకుంది.

"చూడమ్మా! నీకు పుణ్యం వుంటుంది. నాకు ఏదైనా ఇంజక్షనిచ్చి నా ప్రాణాలు తీసెయ్. నాకీ ఉపకారం చేశావంటే నా ఒంటినున్న బంగారం అంతా నీకిచ్చేస్తాను" అని ఏడిచేస్తుంటే ఆ నర్సు కంగారుపడిపోయి పరుగున వెళ్లి డాక్టర్‌ని తీసుకొచ్చింది.

ఆయన ఆవిడ పరిస్థితి చూసి కంగారుపడిపోయి మత్తింజక్షను ఇచ్చేశాడు. "ఇదేమిటో, బి.పి. కాస్త కంట్రోల్లోకి వచ్చిందని సంతోషపడినంతసేపు లేదు. మళ్ళీ పాపంలా పెరిగిపోతోంది. ఇలా అయితే మెదడులో రక్తనాళాలు చిట్లిపోతాయి. చాలా ప్రమాదం జరుగుతుంది" అని మొత్తుకున్నాడు.

మెల్లిగా నిద్రలోకి జారుకుంది క్రిష్ణవేణి.

డాక్టరు తండ్రీకొడుకులని బయటికి తీసుకొచ్చాడు. "చూడండీ! మీ స్వవిషయాలలో కలగజేసుకుంటున్నందుకు క్షమించండి. ఓ డాక్టరుగా చెప్పటం

నా బాధ్యత కాబట్టి చెప్తున్నాను. ఆవిడ పరిస్థితి ఏమీ బాగాలేదు. ఆవిడని మనస్తాపానికి గురిచెయ్యకండి. ఆవిడకి వూరికే బీపీ పెరిగిపోతోంది. డాక్టర్లం మందులివ్వగలం కానీ మనశ్శాంతినివ్వలేం కదా! ఆ బాధ్యత కుటుంబ సభ్యులైన మీదే మరి! మీ మంచికోరి చెప్తున్నాను. చేతులు కాలాక ఆకులు పట్టుకున్నా ఏమీ ప్రయోజనం వుండదు" అని వున్న విషయం దాచకుండా చెప్పేశాడు.

అది విన్న తండ్రీకొడుకులకి గుండె జారిపోయింది.

మర్నాడు తెలివొచ్చింది క్రిష్ణవేణికి. మళ్లీ కొడుకుని పిలిచింది. "ఏం నిర్ణయించుకున్నావు కన్నయ్యా?" అంటూ కళ్లనీళ్లు పెట్టుకుంటూంటే చంద్రం తల్లిచెయ్యి పట్టుకున్నాడు.

"ఆ ఆలోచన విరమించుకున్నానమ్మా. నేనెక్కడికీ వెళ్ళను" అన్నాడు.

ఆవిడ మొహంలోకి కాంతి వచ్చింది. "నిజంగానా! ఏదీ నాకు మాట ఇవ్వు" అంది.

"నీకై నువ్వు పంపిస్తే తప్ప అమెరికానే కాదు హైదరాబాదు కూడా వెళ్ళను" తల్లిచేతిలో చెయ్యేసి మాట ఇచ్చేశాడు.

ఆవిడ అమితానందపడిపోయింది. సంతోషం సగం బలం కాబట్టి త్వరగానే కోలుకుంది. సవాలక్ష జాగ్రత్తలు చెప్పి, మందులిచ్చి ఆవిడని ఆస్పత్రినుంచి వదిలేశారు. మృత్యుముఖంలోకి వెళ్లి తిరిగొచ్చిన క్రిష్ణవేణికి అఖండ స్వాగతం పలికారు ఊరివాళ్ళు.

చంద్రం స్నేహితులు కూడా విషయం తెలుసుకుని సంతోషించారు. అటువంటి అమ్మముందు అమెరికా బలాదూర్. అయినా మామూలు వాళ్ళం మేము అమెరికా వెళ్ళినా అర్థం వుందిగానీ నీకెందుకు? అమెరికా కంటే వెయ్యిరెట్లు మెరుగైన జీవితం నీకుంది అన్నారు. 'సర్లే... చదువు పూర్తి కాగానే ఇక్కడే ఉద్యోగం చేసుకుంటాను' అనుకున్నాడు చంద్రం.

చదువు పూర్తయ్యింది. వెంటనే ఒక మంచి కంపెనీలో మంచి జీతంమీద ఉద్యోగం వచ్చింది ముంబయ్‌లో. అందులో జేరితే ముందు ముందు మంచిస్థాయికి చేరే అవకాశం వుంది.

ఆ ఉద్యోగం వచ్చినందుకు చంద్రం చాలా సరదాపడ్డాడు. రాజశేఖరం పుత్రోత్సాహంతో పొంగిపోయాడు.

క్రిష్ణవేణికి మాత్రం కాస్త దిగులేసింది. ఎంత మంచి ఉద్యోగమైనా అంత దూరానా? వద్దులేరా అందామనుకుంది కానీ తండ్రీ కొడుకుల సంబరం చూసి తటపటాయించింది. "చూశావా క్రిష్ణవేణీ, నీ కొడుక్కి ఎంత మంచి ఉద్యోగం వచ్చిందో!" అని భర్త చెప్తుంటే తనూ సంతోషం ప్రదర్శించింది.

"మధ్యాహ్నం మా బాలాత్రిపురసుందరికి ఫోన్ చేస్తాను" అంది.

"బాలాత్రిపుర సుందరా? ఆవిడెవరు?" అడిగారు ఇద్దరూ ముక్తకంఠంతో.

"మా సుందరం మామయ్య మరదలు. ఆవిడ తమ్ముడు అమరేశ్వర్రావు ముంబాయిలోనే వుంటాడు. ఇప్పుడా! ఎప్పుడో ఇరవై ఏళ్లక్రితమే వెళ్ళాడు. మా బాలాత్రిపురసుందరిని అడిగి అమరేశ్వర్రావు ఫోన్‌నెంబరు తీసుకుంటే సరీ. ఆయన చాలా మంచివాడుట. స్నేహశీలి, బంధుప్రియుడుట. సాయం చేస్తాడు. అబ్బాయి ఆఫీసుకి దగ్గర్లోనే మంచి ఇల్లు చూడమందాం. వంటకీ, పనికీ ఇక్కడినించే ఎవర్నైనా తీసుకెళ్తాను. మన భాష కాదు కాబట్టి భాషొచ్చినవాడిని ఒకడిని అక్కడే కుదుర్చుకుని పన్లో పెట్టుకుంటే బయట పన్లూ, బజారుపన్లు చేసిపెడతాడు. ఆ ముంబయ్ మహానగరంలో ఆఫీసులు బోలెడంత దూరాలుట. అలా అయితే కన్నయ్యకి అలసట అవుతుంది కాబట్టి అద్దె ఎంతైనా సరే ఆఫీసుకి నడక దూరంలో వుండేలా వుండటం ముఖ్యం.

మధ్యాహ్నం భోజనానికి ఇంటికొచ్చిపోతాడు. అంతగా వాడికి తీరకపోతే నేనే వెళ్తాను కేరేజీ తీసుకొని" అంటూ పెద్ద ప్రణాళిక అప్పటికప్పుడే తయారు చేసిందావిడ.

రాజశేఖరం తెల్లబోయాడు. "అదేవిటీ! ఈ హడావిడంతా ఎందుకు? వాడొక్కడే వెళ్తే చాలదా?" అన్నాడు ఆశ్చర్యంగా.

"ఇంకా నయం. అంత దూరం బిడ్డని వంటరిగా పంపుతామా? అసలే అదో మాయానగరం. మోసాలూ అవీ ఎక్కువట. మత్తుమందులూ మాదక ద్రవ్యాలూ విరివిగా దొరుకుతాయిట. ఎవరి దృష్టైనా వీడిమీద పడితే బిడ్డ అన్యాయం అయిపోతాడు. నేను వెళ్ళేది ఖాయం" అని నిర్ధారించి లోపలికి వెళ్లిపోయింది.

చంద్రానికి ఏడుపొచ్చింది. అతని కళ్ళముందు గతం కదలాడింది. కాలేజీ జీవితం అంతా క్రిష్ణవేణిగారి అబ్బాయి అనే గుర్తింపుతోనే గడిచిపోయింది. చదువుకి ప్రథముడుగా వుండేవాడు. ఆటపాటల్లో ఆరితేరాడు. అయినా స్నేహితులూ, ఉపాధ్యాయులూ ఏనాడూ పొరపాటున కూడా నువ్వు గొప్పవాడివి అని అన్లేదు.

ప్రిన్సిపాల్‌గారు పిలుస్తున్నారంటే పరుగున వెళ్ళేవాడు.

"వచ్చావటోయ్! మీ అమ్మగారు బావున్నారా? మొన్నామధ్య నేతి అరిసెలు పంపించారు. అటువంటి అరిసెలు నా జన్మకి తినలేదనుకో. ఈ మాట చెప్పు మీ అమ్మగారితో. ఈమారు నేతరిసెలు చేస్తే నన్ను జ్ఞాపకం వుంచుకో మన్నానని నా మాటగా చెప్పు. మర్చిపోకేం" అనేవాడు.

ఫ్రెండ్సూ అంతే. అప్పటిదాకా సినిమాలూ, క్రికెట్టూ, అమ్మాయిలూ మొదలైన విషయాలమీద మాట్లాడుకుంటున్న వాళ్ళల్లా తనని చూడగానే "వచ్చావుట్రా! మొన్న మీ ఇంట్లో తిన్న పెరుగ్గారెల రుచి మర్చిపోలేకపోతున్నాం. మళ్ళీ వస్తాం. ఆంటీకి చెప్పు" అనేవాళ్ళు.

ఓ అమ్మాయి తనని సాయంత్రం ఓసారొచ్చి కలుసుకోమని కబురుచేసింది. పేరు సావర్ణిక. చాలా అందంగా వుండేది. వేరే బ్రాంచి. ఆ అమ్మాయంటే అందరికీ ఇష్టమే. అంతటి చక్కనిపిల్ల రమ్మంది కదా అని ఏవేవో ఊహించుకుని మంచిబట్టలేసుకుని పౌడరూ, సెంటూ బాగా రాసుకుని మరీ వెళ్ళాడు వాళ్లింటికి.

ఆ అమ్మాయీ ఆవిడ తల్లీ ఎదురొచ్చారు. ఎంతో ప్రేమగా లోపలికి తీసుకెళ్ళారు. కాఫీ గట్రా ఇచ్చారు.

"మా అమ్మ మీతో మాట్లాడాలంటేనూ రమ్మన్నాను" అంది సావర్ణిక.

'అలాగే మాట్లాడమనండి. నా ఇంట్లో నాదే తుది నిర్ణయం' అని చెప్పేద్దాం అనుకున్నాడు. అతను చెప్పేలోగానే ఆవిడే చెప్పడం మొదలుపెట్టింది. ఆవిడకి ఇద్దరూ కూతుళ్ళేనట. పెద్దమ్మాయికి పెళ్ళయిందిట. కడుపుతో వుందిట. సహజంగా వాళ్లకి అన్నిపనులూ శ్రద్ధగా చెయ్యడం అలవాటుట. కానీ ఈ ఏడాది ఏదో ఆటంకం వచ్చి చింతకాయ పచ్చడీ, నిమ్మకాయ ఊరగాయ

పట్టలేకపోయారుట. తీరా చూస్తే ఆ ఏడాదే వాటి అవసరం పడింది. అవతల పిల్లకి నెలలు నిండుతున్నాయి. మరి బాలింతరాలికి పథ్యానికి కావాలిగా, ఎలాగా అనుకుంటూ వుంటే సావర్ణిక ఓ ఉపాయం చెప్పిందిట.

"మా కాలేజీలో చంద్రశేఖరం అని ఓ అబ్బాయున్నాడు. అతనికి అమ్మ వుంది. ఆవిడ సాక్షాత్తూ అన్నపూర్ణ" అందిట. "అలాగా మరి! అటువంటి అన్నపూర్ణ దగ్గర పాత చింతకాయ వుండకపోతుందా అడిగిచూడు" అందిట ఈవిడ. "నాకు సిగ్గుగా వుంటుంది. చంద్రశేఖరాన్ని మనింటికి పిలుస్తాను. నువ్వే అడుగు అందిట" ఆ పిల్ల.

చంద్రానికి అయోమయంగా అనిపించింది. 'నీ సిగ్గు చితికిపోనూ, ప్రేమించుకుందామనో, పెళ్ళాడదామనో చెప్పడానికి సిగ్గుపడాలి గానీ పాత చింతకాయ పచ్చడి కావాలని అడగడానికి సిగ్గెందుకు, నీ బొంద' అని విసుక్కున్నాడు మనసులో.

మా ఇంటి గుర్తులు చెప్తాను. నేరుగా మా ఇంటికెళ్ళి అమ్మనే అడగండి అని చెప్పి చక్కా వచ్చాడు. కాస్త నిరాశపడినా ఫర్వాలేదు, ఈ పాతచింతకాయ పచ్చడితో పరిచయం పెరిగి భవిష్యత్తులో ఏదైనా శుభం జరగొచ్చు అని ఆశపడ్డాడు. ఆ ఆశ కాస్తా ఆవిరైపోయింది.

మర్నాడే తల్లీకూతుళ్ళు వాళ్ళింటికి రావడం, క్రిష్ణవేణిని కలవటం "అయ్యో దానికేం భాగ్యం! పచ్చళ్ళే కాదు, పాతబియ్యంకూడా పంపిస్తాను" అని ఈవిడ హామీ ఇవ్వడం, అంతటితో ఆగకుండా కూతుళ్ళు లేని నాకు నువ్వే కూతురివి అని సావర్ణికను చూసి ముచ్చటపడిపోవడం , ఆ వెంటనే ఆ సావర్ణిక నేరుగా అన్నయ్యా అని చంద్రాన్ని సంబోధించటం వెంట వెంటనే జరిగిపోయాయి. ఇంకా తర్వాత కూడా అదేవిధంగా విద్యార్థి జీవితం చప్ప చప్పగా గడిచి పోయింది.

పోన్లే ఏం చేద్దాం గతం గతః అనుకుంటూ వుంటే ఇప్పుడు భవిష్యత్తు కూడా అలాగే ఏడిసేట్టుగా వుంది. భవిష్యత్తు అతని కళ్ళముందు కదలాడింది.

తను రేపు ఉద్యోగంలో జేరతాడనగా ఆవేళే అమ్మ ఆఫీసుకెళ్లి ఆ ఆఫీసరుని వెతికి పట్టుకుని "చూడండి బాబూ! మా కన్నయ్య, నాకు ఒక్కగానొక్క బిడ్డ. లేక లేక పుట్టిన సుపుత్రుడు. వాడికేదైనా కష్టం కలిగితే నేను భరించలేను.

ఉద్యోగం పేరిట వాడిని రాచి రంపాన పెట్టకండి. వాడికి చాతనైనంత పని చేస్తాడంతే. కావలిస్తే ఆ వార కాస్త జీతం తగ్గించుకోండి. మళ్ళీ మాట్లాడితే నేనే మీకు ఎదురిస్తాను. ఏదో వాడి సరదా కొద్దీ ఆఫీసుకొచ్చి ఆడుతూ పాడుతూ పనిచేస్తాడు" అని ఆయన కాళ్ళు పట్టుకుని బ్రతిమాలటం, లంచ్‌టైంలో కేరేజీ పట్టుకొచ్చి ఆఫీసు మెట్లమీద తనని కూర్చోపెట్టి అన్నం పెట్టటం, అక్కడకూడా క్రిష్ణవేణిగారబ్బాయిలాగే ముద్రపడిపోవటం, బాసూ, తోటివాళ్ళు కూడా తనతో ఆఫీసు విషయాలు మాట్లాడకుండా అరిసెలు, సున్నుండలూ అంటూ చర్చించటం, పిటపిటలాడే సుందరాంగులు భయ్యా భయ్యా అంటూ తనకు రాఖీలు కట్టడం మొదలైన దృశ్యాలన్నీ సినిమాహాల్లో స్లైడ్స్‌లాగా కళ్ళముందు కనిపించాయి.

ఇంతటి భాగ్యానికి ముంబయ్ పోవడం ఎందుకూ ఏడవడానికి అనుకున్నాడు. ఆ ఉద్యోగం వదిలేశాడు. ఆ విషయం తెలుసుకుని క్రిష్ణవేణి చాలా సంతోషించింది. 'పోతే పోయింది, పీడా వదిలింది. వాడు సరదా పడ్డాడు కాబట్టి సరే అన్నాను గానీ నాకు ఎంతమాత్రం ఇష్టంలేదు. ఈ ఆపద గట్టెక్కించమనీ మొక్కుకున్నాను. ఈ మంగళవారంనాడు ఆంజనేయ స్వామికి వడమాల వేయించి ఆకుపూజ చేయించాలి' అనుకుంది.

"పోన్లే. ఇక్కడే దగ్గర్లో ఎక్కడైనా ఉద్యోగం చూసుకో" అన్నాడు రాజశేఖరం.

అన్నింటా ప్రథముడు. అతనికి ఉద్యోగాలకేం తక్కువ? రాజమండ్రిలో వచ్చింది. మరో నెలరోజుల్లో చేరాలి. హమ్మయ్య అనుకున్నారు అందరూ. వారం రోజులు గడిచాయి. ఓ దుర్ఘటన జరిగిపోయింది. క్రిష్ణవేణి బాల్య స్నేహితురాలి కొడుకు ప్రమాదశాత్తూ గోదావర్లోపడి చచ్చిపోయాడు. పలకరించడానికి వెళ్ళింది క్రిష్ణవేణి. తిరిగొచ్చి జరిగిన ఘోరం తల్చుకుని బాధపడింది.

"ఆ తల్లి దుఃఖం చూడలేకపోయాం! ఇదేం అన్యాయం? చెట్టంత బిడ్డని తల్లినుండి నిర్దాక్షిణ్యంగా దూరం చెయ్యడానికి ఆ దేవుడికి మనసెలా ఒప్పిందో!" అని దుఃఖించింది.

అంతలో హఠాత్తుగా గుర్తొచ్చింది. వెంటనే భర్తని అడిగింది. "మన కన్నయ్యక్కాడా రాజమండ్రీలోనేగా ఉద్యోగం. వాడి ఆఫీసెక్కడుంటుందో

కాస్త కనుక్కున్నారా! కొంపతీసి గోదావరికి దగ్గర్లో కాదుకదా!" అంది ఆదుర్దాగా.

ఆవిడ అమాయకత్వానికి జాలేసింది ఆయనకి. "వెర్రిదానా! గోదావరి దగ్గర్లో కాదు. వాడి ఉద్యోగం గోదావర్లోనే. గోదావరి మధ్యలోకెళ్ళి ముడి చమురు..." ఆయన చెప్తుండగానే కళ్లు తిరిగి కిందపడిపోయింది క్రిష్ణవేణి.

పరుగులు పెట్టారు. డాక్టరొచ్చాడు. బి.పి. చూశాడు. గుండె బాదుకున్నాడు. వైద్యం మొదలుపెట్టాడు.

"ఇలాగైతే ఎలాగండీ! ఇంత రక్తపోటు వస్తే మెదళ్లో నరాలు చిట్లిపోతాయి. ప్రాణానికే ప్రమాదం. ఎన్నిసార్లు చెప్పినా అర్థం చేసుకోరూ! ఆవిడ మనసు కష్టపడే పనులు చెయ్యకండి" అని హెచ్చరించి వెళ్లిపోయాడు.

చంద్రం నిలువునా నీరైపోయాడు. రాజశేఖరం కొడుకుని చూసి బాధ పడ్డాడు. దగ్గరకు పిలిచాడు. "చూడు నాన్నా! ఇది నాకు అగ్నిపరీక్ష. నాకై నేనెటూ చెప్పలేను. అయితే ఒక్కమాట మాత్రం చెప్తున్నాను. ఇక ఈ విషయంలో నువ్వు నీకై నిర్ణయం తీసుకో. నీ పరిస్థితి నాకు తెలుసు కాబట్టి నేనేమీ అనుకోను. అంతేకాదు నా శాయశక్తులా ప్రయత్నించి మీ అమ్మకు నచ్చచెప్తాను" అన్నాడు.

ఇక వెనకడుగు వెయ్యదల్చుకోలేదు చంద్రం. వెళ్ళాలనే అనుకున్నాడు. సామాన్లవీ సర్దుకోవడం మొదలుపెట్టాడు. క్రిష్ణవేణి ఇంకా కోలుకోలేదు. చాలా సమయం నిద్ర... మందుల ప్రభావంతో నిద్రలోనే గడిపేస్తోంది.

ఆ మధ్యాహ్నం తల్లిగదిలోకి వెళ్ళాడు చంద్రం. మంచంమీద నిద్రపోతోంది అమ్మ. నిద్రలో కూడా ఆమె మొహంలో బాధ స్పష్టంగా తెలిసిపోతోంది. పక్కనే నాన్నగారు. మోచెయ్యి కళ్ళకి అడ్డం పెట్టుకుని నిద్రపోతున్నారు. వాళ్ళిద్దర్నీ చూసి బలంగా నిట్టూర్చాడు చంద్రం. ఏం ఫర్వాలేదు, మొదట్లో అమ్మ బాధపడినా తర్వాత సర్దుకుంటుంది అనుకున్నాడు.

అంతలో గాలికి పేపరు ఎగిరి దానిమీదున్న చెంచా కిందపడింది. ఆ శబ్దానికి "క్రిష్ణా" అంటూ కంగారుగా లేచాడు తండ్రి. పక్కనే వున్న భార్య నుదుట చెయ్యివేసి చూసి అప్పుడు మళ్ళీ నడుం వాల్చాడు.

గిర్రున వెనక్కి తిరిగి వచ్చేశాడు చంద్రం. ఏడుపొచ్చేసింది అతనికి. అమ్మా నాన్నకి మధ్య వున్న అనుబంధం గురించి అతనికి తెలుసు. అమ్మకి ప్రాణంతో సమానం తనైతే, నాన్నగారికి అమ్మంటే పంచప్రాణాలూ. ఎవరైనా దెబ్బతగిలినా, ఉలిక్కిపడినా అమ్మా అనుకుంటారు. కానీ నాన్నగారు మాత్రం క్రిష్ణా అనుకుంటారు. తెలియనివారు ఆయన ఆ దేవుడిని తల్చుకుంటున్నా డనుకుంటారు. కానీ ఆయన తల్చుకునేది భార్యని.

నువ్వు నిర్ణయం తీసుకో అమ్మకి నచ్చచెప్తాను అన్నారు నాన్నగారు. అలా అమ్మకి నచ్చచెప్పి అన్నీ సవ్యంగా జరిగితే మంచిదే. కానీ జరగరానిది ఏదైనా జరిగితే ఆయన తట్టుకోగలరా! అయినా ఎందుకింత రిస్క్? తనకేం తక్కువ? కట్టుకుపోయినంత ఆస్థి వుంది. దేవుళ్ళాటి అమ్మానాన్న వున్నారు. వాళ్ళకి బాధ కలిగించే పనిచెయ్యటం తెలివితక్కువ, బుద్ధి తక్కువ."

ఆ నిర్ణయానికి వచ్చాక రాజమండ్రి ఉద్యోగానికి ఓ దణ్ణం పెట్టేశాడు.

క్రిష్ణవేణి ఆనందం చెప్పనలవి కాదు. శివాలయంలో మహన్యాస పూర్వక రుద్రాభిషేకం చేయించింది.

ఆ చుట్టుపక్కలే ఎక్కడైనా ఉద్యోగం దొరుకుతుందేమోనని ప్రయత్నాలు చేశాడు. ఇతన్ని చూడగానే అమిత గౌరవంగా ఆహ్వానించి, అతిథి మర్యాదలు చేసి ఇతను వచ్చిన పనేవిటో తెలుసుకున్నాక "బాబూ, మాలాటివారిని పదిమందిని నిలబెట్టి కొనగలరు మీ నాన్నగారు. ఉద్యోగం చెయ్యాలని మీరు ఆశపడడం సమంజసమే కాదనం. కానీ మీకు ఉద్యోగం ఇచ్చే అర్హత మాకు లేదు. మన్నించండి" అని మర్యాదగానే చెప్పి పంపించారు.

ఆ రోజుల్లోనే రాజశేఖరంగారికి తెలిసిన ఒక పెద్దాయన వచ్చాడు వాళ్ళింటికి. చంద్రం ఖాళీగానే వున్నాడని తెలుసుకుని "ఉద్యోగాల జోలికి పోకు, స్వంతంగా ఏదైనా చూసుకో. ఇప్పుడు రియల్ ఎస్టేట్ వ్యాపారం అద్భుతంగా వుంది. మీరు ఊ అంటే ఆ ఏర్పాట్లన్నీ నేను చేస్తాను" అన్నాడు.

తండ్రీ కొడుకులకి ఆ ఆలోచన అద్భుతంగా అనిపించింది. పెట్టుబడి ఎంత పెట్టాలో వగైరా వివరాలన్నీ మాట్లాడుకున్నారు. "ఊరి బయట నలభై ఎకరాల స్థలం వుంది, దాన్ని చూద్దాం అన్నాడాయన. నేనెళ్ళి ఫోన్ చేస్తా, మీరు బయలుదేరి వచ్చెయ్యండి" అని చెప్పి వెళ్ళిపోయాడు.

ఆ వేళంతా ఒకటే ఆనందం చంద్రానికి. ఏ జూబ్లీహిల్స్‌లోనో మంచి ఆఫీసు, స్కొడా కారు, పనివాళ్ళు, చక్కని రిసెప్షనిస్టు, చురుకైన సెక్రటరీ, ఏవేవో ఊహించుకుని మురిసిపోయాడు.

కానీ ఏం లాభం? ఆ మురిపెం కాస్తా ముక్కచెక్కలైపోయింది. విషయం తెలుసుకున్న క్రిష్ణవేణి విరుచుకుపడింది. "ఎవడో ఏదో చెప్పినంత మాత్రాన తలూపేసి తయారయిపోతారా ఎవరైనా? అందులోని బాగోగులు ఆలోచించాలా వద్దా! రియల్ ఎస్టేట్ వ్యాపారం అంటే మాటలా? ఎంత ప్రమాదంతో కూడిన వ్యవహారం! తెల్లారి లేస్తే ఎన్ని వార్తలు చదవడం లేదూ పేపర్లో! కన్నబిడ్డని అలాటి దిక్కుమాలిన వ్యాపారంలోకి దింపడానికి మీది గుండా చెరువా? నా కంఠంలో ప్రాణం వుండగా ఒప్పుకోను" అంది.

రాజశేఖరానికి ఓర్పు నశించిపోయింది. "ఇలా ప్రతీదానికి అడ్డంపడితే ఎట్లా చెప్పు? వాడివైపునుండి కూడా ఆలోచించాలి. చదువుకున్నవాడు, వయసులో వున్నవాడు. ఉద్యోగమూ వద్దని వ్యాపారం కాదని వంకలు పెడుతుంటే వాడేమైపోతాడు" అని మందలించాడు.

"ఏమీ అయిపోడు. అసలు మీరే ఇలాటి పిచ్చి ఆలోచనలన్నీ నూరిపోసి వాడిని పెడదారి పట్టిస్తున్నారు" అందావిడ.

ఇద్దరూ వాదించుకున్నారు. "ఈసారి నీ మాట వినను. ఆరు నూరైనా చంద్రం ఈ బిజినెస్ మొదలుపెడతాడు" అనేశాడాయన కుండబద్దలు కొట్టినట్లు.

ఫలితం మళ్లీ బీపీ పెరిగిపోయింది. పడిపోయిందావిడ. మళ్లీ డాక్టరు వైద్యం చేసి వెళ్ళిపోతూ "మీకు ఈ వ్యవహారం అంతా సరదాగా వుందేమోగానీ, నాకు మాత్రం భయంగా వుంది. ఇలా తరచూ ఆరోగ్యం పాడవడం చాలా ప్రమాదం. జరగరానిది ఏదైనా జరిగితే నన్ను తంతారు అందరూ కలిసి. ఇకమీదట ఇలా జరిగితే నన్ను పిలవద్దు. వేరే డాక్టర్ని చూసుకోండి" అని చెప్పి మరీ వెళ్ళాడు.

దాంతో ఆ రియల్ ఎస్టేట్ వ్యాపారం కూడా చెట్టెక్కింది.

విసిగిపోయిన చంద్రం ఉద్యోగ ప్రయత్నం చెయ్యడం మానేశాడు. తోటివాళ్ళు తరచూ ఫోన్‌చేసి అమెరికాలో సీటొచ్చిందనో, ఇక్కడే ఉద్యోగం

వచ్చిందనో శుభవార్తలు చెప్తుంటే ఏడుపొచ్చేది. 'అందరూ స్థిరపడిపోతున్నారు. నేనే ఎందుకూ కాకుండా అయిపోయాను' అని బాధపడేవాడు.

కొడుకు వాలకం కనిపెట్టిన రాజశేఖరం మనసు చివుక్కుమనేది. భార్యదగ్గర ఈ ప్రస్తావన తెస్తే "మన దగ్గరే ఏదైనా చెయ్యొచ్చు కదా" అంది.

"ఏంచేస్తాడు? మనవన్నీ పొలాలు, పంటలూ. వాడు చదివింది ఇంజనీరింగ్. ఇలా జరుగుతుందని ముందే ఊహించివుంటే ఏ అగ్రికల్చర్ ఎమ్మెస్సీనో చదివేవాడు" అన్నాడాయన.

"ఆ! సింగినాదం. చదివే చదువుకీ చేసే పనికీ సంబంధం వుండాలని రూలేమైనా వుందా? మా చుట్టాలమ్మాయి ఇంజనీరింగ్ చదివి చీరెలకి డిజైన్లు కుట్టించి అమ్మిస్తోంది. వేలకి వేలు సంపాదనట. మన అబ్బాయి పొలంలో దిగి పని చెయ్యనక్కర్లేదు. పదిమందిచేత చేయిస్తాడు. ఆ దిశగా ఆలోచించండి" అంది.

ఆ ఆలోచన ఏదో బాగానే వుందనిపించిందాయనకి. వెంటనే నిపుణులతో చర్చించాడు.

పూలతోటల పెంపకం చాలా లాభసాటి వ్యవసాయం. మీరు ఆ పని చేపట్టండి అన్నారు వాళ్ళు. వెంటనే రంగంలోకి దిగాడు రాజశేఖరం.

చంద్రానికి ప్రాణం లేచివచ్చింది. "ఏదైతేనేం నాకు వ్యాపకం కావాలి. జీవితానికి ఒక అర్థం కావాలి" అన్నాడు.

యుద్ధప్రాతిపదికన ప్రయత్నాలు ప్రారంభించారు. పొలాలన్నీ తిరిగి చూసి పదెకరాల మేర పొలాన్ని ఎంపిక చేశారు. ఆ రంగంలో ఆరితేరినవారిని ఇద్దరిని మేనేజర్లుగా నియమించుకున్నారు. భూమి దున్నించి ఎరువులవీ వేసి నునుపుగా చేశారు. కడియపులంకనుంచి లారీల్లో దిగాయి పూలమొక్కలు. గులాబీ, లిల్లీ మొదలైన రకాలన్నీ...

ఇటు పొలంపని ప్రారంభం కాగానే మోటారు షెడ్డుని రినవేట్ చేయించి విశాలమైన గది వేయించింది క్రిష్ణవేణి. అందులో మంచం, పరుపూ, దోమతెరా, ఫేనూ, కూలరూ, టీ.వీ., సౌండ్‌సిస్టమ్ వగైరా హంగులన్నీ ఏర్పాటు చేయించింది.

పూలతోటల పెంపకం ప్రాజెక్ట్ ప్రారంభంలోనే చంద్రం కొత్త దినచర్య ప్రారంభం అయింది.

తెల్లారి లేచి టిఫిన్ తిని పొలం వెళ్తాడు. ముందు వెనుక ఇరుప్రక్కల తోడై అని త్యాగరాజు కీర్తనలో లాగా నలుగురు వెంట వస్తారు. ఒకడు గొడుగు పట్టుకుంటాడు. మరొకడు కుర్చీ పట్టుకుంటాడు. ఇంకొకడు భుజానికి ఫ్లాస్క్ తగిలించుకుని మరో భుజానికి ఓ సంచీ తగిలించుకుంటాడు. ఆ సంచీలో మరిగించి చల్లార్చిన మంచినీళ్ళు, క్రీమ్‌బిస్కట్లూ, ఏపిల్ వంటి చిరుతిళ్లూ వుంటాయి. నాలుగోవాడు మాత్రం ఖాళీగానే వుంటాడు. వి.ఐ.పి. వెనకాల నిలబడ్డ కమెండోలా చంద్రాన్ని కాపాడుతుంటాడు.

అతను చెయ్యెత్తి తల సవరించుకోబోతుండగానే "మీరుండండి చిన్నయ్యగారూ" అని తల తడిమిపెడతాడు. వీపుమీదికి చెయ్యివెళ్ళడం ఆలస్యం మధ్యలో ఆపేసి వీపు గోకిపెడతాడు.

గంటకోసారి ఫ్లాస్క్‌లోంచి హెల్త్‌డ్రింకు (అంటే బూస్టు) గ్లాసులో పోసి అందిస్తారు. మరి అబ్బాయిగారలిసిపోతున్నారా లేదా?

లేచి గట్టుదిగి పొలంలోకి వెళ్లబోతే మేనేజర్లు గాల్లో ఎగురుకుంటూ వచ్చేస్తారు. "ఏం కావాలి? మీరెందుకూ రావడం? మేం వున్నాంగా?" అంటారు.

పన్నెండు కాగానే "చినబాబూ! వెళ్దామా, భోజనం వేళవుతోంది" అంటారు.

"నాకు ఆకలిగా లేదు" అంటాడు.

"వేళ తప్పుతుంది. అమ్మగారు కోప్పడతారు. పదండి" అంటారు. మళ్ళీ ఊరేగుతూ రెండొందల మీటర్ల దూరం గొడుగునీడన నడిచి రూమ్‌కి చేరతాడు. అప్పటికే ఇంటినించి వంటమ్మాయి చేతికింద పనిచేసే హనుమంతుడు అయిదు గిన్నెల కేరేజీ, వెండిపళ్ళెం వగైరాలతో సిద్ధంగా వుంటాడు. షడ్రసోపేత మైన భోజనం భుజించి మంచంమీద నడుం వాలుస్తాడు. కాళ్లు పడతాడు పనివాడు. ఎంత వద్దనుకున్నా నిద్ర ముంచుకొచ్చేస్తుంది. లేచేసరికి మూడు దాటుతుంది.

కాఫీ తాగి మళ్ళీ ఊరేగుతూ పొలంగట్టు మీదికొస్తాడు. ఇంకా కూలీలు పన్లోంచి దిగకముందే పక్కనున్నవాళ్ళు తొందరపెడతారు. "బాబూ పదండి

వెళ్దాం. చీకటిపడితే పురుగూ పుట్రా వుంటాయి. ఆలస్యం అయితే అమ్మగారు కంగారుపడతారు" అంటారు. మళ్ళీ ఊరేగుతూ రోడ్డుదాకా వచ్చి కారెక్కి కిలోమీటరు దూరంలో వున్న ఇంటికొస్తాడు. పొద్దున్నెప్పుడో వెళ్లి అలిసిపోయి వచ్చిన కొడుక్కి కాస్త బలమైన ఉపాహారం పెడుతుంది తల్లి.

తర్వాత స్నానం. టీ.వీ. చూసి తొమ్మిదింటికి భోంచేసి పడుకుంటాడు. మొదట్లో నాకూ ఓ వ్యాపకం వుంటుంది అనుకున్నాడుగానీ ఇప్పటి స్థితి చూసి మరింత నిరాశా నిస్పృహలు ఆవరించాయి. అనుక్షణం నలుగురు మనుషులు... వాళ్ళ మధ్య తను. తల్చుకుంటేనే దిగులేసింది. 'ఏమిటీ శిక్ష? బతికుండగానే ఏమిటీ ఖర్మ?' అనుకున్నాడు.

తోటల్లో మొక్కలు చక్కగా పెరిగి మొగ్గతొడిగాయి.

చంద్రం పదిహేను కిలోలు బరువు పెరిగాడు. బుగ్గలు వచ్చి మొహం గుండ్రగా తయారయింది. బొజ్జ వచ్చేసింది. టీ షర్టులు బిగుతైపోయి ఊపిరాడక అవస్థ అయిపోతుంటే కుర్తాలు వేసుకోవాల్సి వచ్చింది.

ఓసారి అలానే పేంటూ దానిమీద కుర్తా వేసుకుని సిటీకి వెళ్ళాడు. సినిమా కెళ్ళాడు. ఇంట్రవెల్‌లో కాఫీ తాగుతుంటే ఎవరో ఒహాయన వచ్చి పలకరించాడు. ఆయన పక్కన ఓ చక్కని అమ్మాయికూడా వుంది.

"బావున్నారా? ఎలా వున్నాయి మీ వ్యవహారాలూ? ఈ మధ్యనే ఫ్లోరీ కల్చర్ కూడా ప్రారంభించారుటగా, మీకేవండీ అదృష్టజాతకులు. మట్టి ముట్టుకుంటే బంగారం అవుతుంది" అని చనువుగా మాట్లాడుతూ వుంటే ఎవరా ఈయన? గుర్తురావడంలేదు అనుకుని గుర్తు తెచ్చుకోవడానికి ప్రయత్నం చేస్తూ వుండిపోయాడు.

ఆయన "ఇదుగోండి మా అమ్మాయి. పేరు సౌజన్య. ఇంజనీరింగ్ రెండో సంవత్సరం. సంగీతజ్ఞానం కూడా వుంది" అని పరిచయం చేశాడు. తనివి తీరా ఆ అమ్మాయిని చూశాడు చంద్రం. చిలకలా వుంది. వినయంగా నమస్కారం చేసింది. గౌరవంగా చూసింది.

ఆయన మళ్ళీ మొదలెట్టాడు. "మంచిరోజు చూసుకుని మీ దగ్గరకి వద్దామనుకుంటున్నాను. మీకు సరితూగగలిగిన వాడిని కాదుగానీ ఏదో ఆశ.

మీ అబ్బాయికి మా అమ్మాయినివ్వాలని నా ఆలోచన" చెప్తూండగా, హాల్లోపల లైట్లార్పేశారు.

"నాన్నారూ, వెళ్దాం. సినిమా మొదలైపోతుంది" అని కంగారుపెట్టేసింది సౌజన్య. అంతే కాదు వెళ్లొస్తాం అని ఇతనికి గౌరవంగా నమస్కారం చేసింది.

"వస్తాను రాజశేఖరంగారూ, మళ్ళీ కలుస్తా" అనేసి వెళ్ళిపోయాడాయన.

అంతదాకా ఆవరించిన అయోమయం తొలగిపోయింది. విషయం అర్థం అయింది. ఈయన తనని చూసి తండ్రి అని పొరబడ్డాడు. నిజమే. తండ్రీ కొడుక్కీ లక్ష పోలికలున్నాయి. చిన్నప్పటి రాజశేఖరం ఫోటో చూపిస్తే, చంద్రం ఫోటోనే అనుకుంటారందరూ. అంతవరకూ బానేవుంది. కానీ మరీ ఇంత ఘోరమా? కడుపులోంచి దుఃఖం తన్నుకొచ్చింది.

మిగిలిన సినిమా కూడా చూడకుండా వచ్చేశాడు. జరిగినదంతా తండ్రితో చెప్పాడు. అంతా విని "ప్రకాశరావై వుంటాడు. నిన్ను చూసి నేననుకున్నాడేమోలే. నేను మా నాన్నని కాదు అని చెప్పకపోయావా?" అన్నాడాయన నవ్వేస్తూ.

"నాన్నగారూ! ఈ విషయాన్ని మీరింత తేలిగ్గా తీసుకుంటారని కల్లోకూడా అనుకోలేదు. ఓ పిల్లతండ్రి నన్ను చూసి మీరనుకుని మీ అబ్బాయికి మా అమ్మాయినిస్తానని వుబలాటపడ్డాడంటే పరిస్థితి ఎంత తీవ్రంగా వుందో మీకు అర్థంకావడం లేదా?" అని ఆక్రోశించాడు.

నిజమే కదా! అనిపించింది రాజశేఖరానికి. కొడుకు వంక జాలిగా చూశాడు. "నిజమేరా! నేనంత దూరం ఆలోచించలేదు. సర్లే ఏంచేస్తాం? రేపట్నుంచి పొలాలవైపు వెళ్లకు. ఇంటిపట్టునే వుండు. మరేం ప్రమాదం లేదులే. ఈ వయసులో ఒళ్ళొచ్చినా వచ్చినట్లే తగ్గుతుంది కూడా" అని ధైర్యం చెప్పాడు.

మర్నాటినుంచీ పొలం వెళ్ళడం మానేశాడు చంద్రం. మానేశాడుగానీ ఓ పిల్లతండ్రి స్వయానా తనని పిల్లాడి తండ్రనుకున్నాడనీ, ఆ పిల్ల కొంటెగా కాకుండా గౌరవంగా మాత్రమే చూసిందనే పచ్చినిజాన్ని జీర్ణించుకోలేకపోయాడు. పులిమీద పుట్రలాగా స్నేహితుల ఫోన్లు, ఇమెయిల్స్ కూడా ఇబ్బంది పెట్టసాగాయి.

అతని చదువు పూర్తయి ఏడాది దాటిపోయింది. స్నేహితులంతా ఉద్యోగాల్లో స్థిరపడిపోయారు. వారి వారి అనుభవాలను వివరంగా చెప్పి ప్రతి సంఘటనా వర్ణిస్తుంటే ఇతనికి అసూయ వేసేది. ఇక పెళ్లి చేసుకునే ప్రయత్నంలో వున్నాం అనో పెళ్లి సెటిలైందనో చెప్తుంటే సౌజన్య గౌరవంగా చూసిన చూపులు గుర్తొచ్చి మనసు చేదైపోయేది. మనసంతా దిగులు, నిరాశ, నిస్పృహ.

దాంతో అప్పుడు పెరిగిన పదిహేను కిలోలూ తగ్గి ఇంకాస్త కూడా తగ్గిపోయాడు. మొహం పీక్కుపోయింది. కళాకాంతీ లేవు.

కొడుకుని చూసి కంగారుపడిపోయింది క్రిష్ణవేణి. డాక్టర్లకి చూపించింది. వాళ్లు అన్నిపరీక్షలూ చేసి జబ్బేం లేదని నిర్ధారించి విటమిన్ మాత్రలు మాత్రం ఇచ్చి వాడమన్నారు. మనసు విరిగిపోయి విరక్తిచెంది వున్నవాడికి విటమిన్ మాత్రలు ఏం పనిచేస్తాయి? కొడుకులో ఏ గుణం కనిపించకపోయేసరికి ఎందుకైనా మంచిదని సిద్ధాంతిగార్ని పిలిపించింది.

ఆ సిద్ధాంతిగారికీ వీరికీ మధ్య తరతరాల సంబంధం వుంది. వీరి జాతకాలూ, గ్రహగతులూ వారికి కంఠోపాఠం. వచ్చాక కుశలప్రశ్నలూ కాఫీ ఫలహారాలూ అయ్యాక ఆవిడ అబ్బాయి జాతకం అని చెప్పబోతుంటే ఆయన మధ్యలోనే అందుకున్నాడు.

"మీరింకేం చెప్పకండి. ఈ మధ్యనే చూశాను అబ్బాయిగారి జాతకం. ఇవ్వాళా రేపో నేనే వద్దాం అనుకుంటూ వుండగా మీరే కబురంపారు. దశ మారుతోంది. గ్రహస్థితి అంతగా బావుండలేదు. దాని వలన మనశ్శాంతి లేకపోవడం, ఆరోగ్యంలో చిన్నాచితకా మార్పులూ వస్తాయి" అన్నాడు.

"అలాగా, అయితే ఏంచేద్దాం?" అందావిడ.

"చిన్నబాబుకి దివ్యరత్నాలు ధరింపజేయాలి. జపాలూ, దానాలూ చెయ్యాలి" అన్నాడు.

"మరైతే ఎందుకాలస్యం; కానివ్వండి" అందావిడ.

చంద్రం చేతికి ఆరు ఉంగరాలు వచ్చి చేరాయి. జపాలు కూడా ముమ్మరంగా జరిపింపబడ్డాయి. ఓ సంవత్సరం గిర్రున తిరిగొచ్చింది. ఈ మధ్యకాలంలో చంద్రంచేత కాశీయాత్ర, గంగాస్నానం వంటివి చేయించాడు

సిద్ధాంతి. ఇంకోళ్ళు ఇంకోళ్లు కాదు మీరే స్వయంగా వెళ్ళండి అని క్రిష్ణవేణి శాసించడం వల్ల ఆయనే స్వయంగా వెంటబెట్టుకెళ్ళాడు.

ఈ మధ్యలోనే చంద్రం స్నేహితులు చాలామంది పెళ్ళిళ్ళు చేసుకున్నారు. వాళ్లు ఎంతో ఆప్యాయంగా పిలిచేవాళ్ళు. పిలిచారు కాబట్టి తన తాహతుకి తగినట్లు చేతిగడియారాలో, వెండిగ్లాసులో, బంగారు గొలుసో బహుమానం తీసుకొని వెళ్ళేవాడు చంద్రం.

దాదాపు అందరికీ పెళ్ళిళ్ళయిపోయాయి. అందరూ భార్యని వెంటేసుకుని చెట్టాపట్టాలేసుకుని తిరిగేస్తుంటే ఇతని మనసులో ముల్లు గుచ్చుకున్నట్లు అయింది. తోటివాళ్ళంతా జంటగా హిల్‌స్టేషన్లకి వెళ్తుంటే తనేమో సిద్ధాంతిగార్ని వెంటేసుకుని గంగాస్నానం తుంగాపానం అని తిరగడం ఏమిటని ఏడుపొచ్చింది.

ఫలితం మరింత స్తబ్ధుగా తయారయ్యాడు.

అతన్ని చూసి మరీ బాధపడింది క్రిష్ణవేణి. ఆవిడకి సిద్ధాంతిమీద కోపం వచ్చింది. "మీరు చెప్తున్నారు. మేం చేయిస్తున్నాం. ఫలితం మాత్రం శూన్యం. ఏవిటిది? మీవల్ల కాకపోతే ఆ మాటే చెప్పండి. వేరే ఎవరికైనా చూపిస్తాం" అంది కాస్త కఠినంగా.

"గ్రహాలు మనం చెప్పినట్లు వింటాయా అమ్మా! వాటిని శాంతింపజేయడానికేగా నేను విశ్వప్రయత్నం చేస్తోంది! వంశపారంపర్యంగా వస్తున్న అనుబంధం మీకూ మాకూనూ. మాకంటే మీ శ్రేయస్సు కోరేవాళ్ళు ఎవరుంటారు చెప్పండి. చిన్నబాబుగారి జాతకం గురించి ఇతర ప్రముఖులతో నేను విస్తృతంగా చర్చలు జరుపుతూనే వున్నాను. తమిళనాడులో ఏదో ఊళ్ళో ఇటువంటి గ్రహదోష నివారణార్థం ప్రత్యేకంగా పూజలూ అభిషేకాలూ చేయిస్తారుట. పూర్తి వివరాలు కనుక్కోమని చెప్పాను. వివరాలు తెలియగానే మంచిరోజు చూసుకుని చిన్నబాబుని వెంటబెట్టుకుని వెళ్లొస్తాను" అన్నాడు.

పక్కగదిలోంచి వింటున్న చంద్రానికి ఏడుపొచ్చింది. హాల్లోకి వచ్చి "సిద్ధాంతిగారూ! మీతో కొన్నివిషయాలు చర్చించాలి. నా గదిలోకి రండి" అన్నాడు అతి మర్యాదగా.

"అలాగే నాయనా! ఇదుగో వస్తున్నా" అని చెప్పి చంద్రం వెంటే వెళ్ళాడు. తన గదిలోకి తీసుకెళ్ళి తలుపు మూసేశాడు చంద్రం.

గతుక్కుమన్నాడు సిద్ధాంతి. "ఏమిటి నాయనా! వంటరిగా మాట్లాడా లన్నావు సరే, తలుపులు కూడా మూయాల్సినంత రహస్యమా?" అనుమానంగా ప్రశ్నించాడు.

"అవును" అంటూ ఆయన్ని గదిమధ్యలో నిలబెట్టి అమాంతం ఆయన కాళ్ళమీద పడిపోయాడు. ఆయనకి కంగారువేసింది.

"ఏవిటి నాయనా! ఎందుకు నా కాళ్ళమీద పడిపోయావ్?" అడిగాడు.

"తెలిసి తెలిసి నేను మీకేమీ అపకారం చెయ్యలేదు. మరి మీరు ఈ రకంగా నామీద ఎందుకు కత్తిగట్టి కక్ష సాధిస్తున్నారో నాకర్థం కావడంలేదు" అన్నాడు.

"నేనేం చేశాను?" అడిగాడాయన.

"ఇంకేం చెయ్యాలి? ఒకటి కాదు రెండు కాదు ఆరు ఉంగరాలు పెట్టించారు. పెట్టుకున్నాను. జపాలు చేయించారు. చేశాను. ఇప్పుడు ఊళ్ళు తిప్పడం మొదలుపెట్టారు. మీవెంట తీర్థయాత్రలు చెయ్యాల్సిన వయస్సా నాది? నన్ను చూస్తుంటే మీకు జాలి వెయ్యడంలేదూ!" అన్నాడు దీనంగా.

"ఇదంతా నాకోసమా? మీ శ్రేయస్సు కోరి!" చెప్పబోతుంటే అడ్డుకున్నాడు చంద్రం.

"ఇదా నా శ్రేయస్సు... ఓ ఏడాదిగా మీ వెంట తప్పించి విడిగా బయటికి వెళ్లానా? ఏవిటేవిటో బోలెడన్ని జపాలూ తపాలూ చేయించారు. ఏదీ ఫలితం? ఇంతకాలం ఇన్నీ చేయిస్తే జరగనిది మీవెంట తీర్థాలు తిరిగితే అవుతుందా? చచ్చిమీ కడుపున పుడతాను. నా ఖర్మానికి నన్నొదిలెయ్యండి. మీకు ఊళ్ళు తిరగాలని సరదాగా వుంటే దారి ఖర్చులు నేనిస్తాను. వెళ్లి తిరిగిరండి. నా బదులు మీ ధర్మపత్నిని తీసుకెళ్ళండి" అన్నాడు.

సిద్ధాంతికి ఈ పద్ధతేదో బాగానే వుందనిపించింది. అంతలోనే ఏదో సందేహం. "బాబూ, మీ బాగుకోసం మిమ్మల్ని వెంటబెట్టుకు వెళ్తానంటే అమ్మగారు అంగీకరిస్తారు గానీ భార్యాసమేతంగా నే వెళ్తానంటే ఆవిడ ఆగ్రహిస్తారేమో" అన్నాడు.

"ఏదో విధంగా నచ్చచెప్పుకోండి."

"ఏవిటో! మీరు చెప్పినట్లు చెయ్యడానికి నా మనసు అంగీకరించడం లేదు మరి!" అన్నాడు సిద్ధాంతి.

"మనసుకి నచ్చచెప్పుకోండి. ఎందుకంటే ఎంత శాంతమూర్తి అయినా పరిస్థితి విషమిస్తే తట్టుకోలేక దుర్మార్గుడైపోతాడు. అలా మారిపోయిన వ్యక్తి చాలా ప్రమాదకరంగా ప్రవర్తిస్తాడు" శాంతంగానే చెప్పాడు చంద్రం.

"అదేవిటి చిన్నబాబూ! మీరేమంటున్నారో నాకు అర్థం కావడంలేదు" అన్నాడు అయోమయంగా.

"ఏముందండీ! జపాలే చేయిస్తారో, పుణ్యక్షేత్రాలకే వెళ్తారో మీ యిష్టం. నా జోలికి మాత్రం రాకండి" ఈమారు కాస్త కఠినత్వం వుందా కంఠంలో.

"ఇది హెచ్చరికగా భావించమంటారా?"

"ఏమో! ఏమనుకున్నా సరే!"

"మరి మిమ్మల్ని మీ జాతకాన్నీ అర్థాంతరంగా వదిలేస్తే మీ అమ్మగారు వూరుకుంటారా? ఆవిడకేం సమాధానం చెప్పను? నన్ననవసరంగా ఇరుకున పెట్టకండి. మీ ఉప్పు తిని బతుకుతున్నవాడిని" అన్నాడు సిద్ధాంతి.

"ఉప్పు తినేందుకైనా పప్పు తినేందుకైనా మీరు సజీవులై వుండాలి కదా!" అన్నాడు చంద్రం.

నోరావలించాడాయన. "అంటే నన్ను చంపేస్తారా?" అడిగాడు.

"తప్పదు మరి. నేనీ మాత్రంగానైనా జీవనం సాగించాలంటే మీరు నా దారిన నన్ను వదిలెయ్యాలి. అలా అని మాటివ్వండి. ఏదో మర్యాదగా కాళ్ళు పట్టుకుని చెప్పాను. కాదంటే నా దారి నాకుండనే వుంది" మెల్లిగానే చెప్పాడు.

"ఏమిటా దారి?"

"ఏముంది? మీ ముక్కు మూసేస్తాను. దాంతో మీరు హరీ అంటారు. అప్పుడు లబోదిబోమంటాను. అందరూ పరిగెట్టుకొస్తారు. ఏవిటేవిటంటారు? 'నాకు మనశ్శాంతి లేకుండా వుంది, ఉపాయం చెప్పమన్నాను. ప్రాణాయామం చెయ్యి అన్నాడాయన. ఎలా చెయ్యాలో చూపించమన్నాను. అలాగే అని మరం

వేసుకుని కూర్చుని గట్టిగా ఊపిరి పీల్చాడు. అంతే! దభీమని కిందపడి పోయాడు' అని గోడకట్టినట్లు చెప్పేస్తాను. అంతా అయ్యేకా అనుకుంటారు. 'పాపం అన్నిటా అఖండుడే గానీ తనకు ముంచుకొస్తోందని గ్రహించలేక పోయాడు' అని జాలిపడతారు" అంటూ తొణక్కుండా బెణక్కుండా చెప్పేడు చంద్రం

సిద్ధాంతిగారి గుండె ఆగి కొట్టుకుంది. తన జాతకచక్రం కళ్ళముందు కదలాడింది. 'నిజం చెప్పాలంటే ప్రస్తుతం తన గ్రహస్థితి అంత బాగాలేదు. అనుకోని ఆపత్కర సంఘటనలు ఎదురవుతాయని ఊహిస్తూనే వున్నాడు. ఇదుగో ఇప్పుడిలా ఎదురైంది. ఇతను చూడబోతే యువకుడు. అగర్భ శ్రీమంతుడు. మంచిగా మర్యాదగా ముక్కుమూసి చంపుతానంటున్నాడు. కాదు కత్తితో చంపి ఇంటివెనకాల పాతేస్తా అన్నా అనొచ్చు. ఒకవేళ అన్నట్లే చేసినా అడిగేవాడుండడు. అందుకని ఇతని మనసు నొప్పించకుండా ప్రవర్తించుకోవడం ఉత్తమమైన పద్ధతి" అనుకున్నాడు.

"చినబాబూ! ఇక మీ జోలికొస్తే ఒట్టు" అన్నాడు.

"చాలా సంతోషం. ఒట్లూ అవీ వద్దుకానీ నేనిలా అన్నానని అమ్మతో చెప్పకుండా వుంటే చాలు" అని మరో మెలిక పెట్టాడు.

ఆ సిద్ధాంతి "అదుగో మళ్ళీ" అని మాయాబజార్లో శకునిలాగా కంగారు పడి అతని మొహం చూసి 'సర్లేండి అలాగే' అని మాటిచ్చేశాడు.

ఓ అయిదు నిముషాలు అక్కడే కూర్చుని కొంచెం స్థిమితపడ్డాక మెల్లిగా మేడ దిగివచ్చాడు. వెంటే చంద్రం కూడా వచ్చాడు.

వాళ్ళిద్దరినీ చూడగానే క్రిష్ణవేణి ఊపిరి పీల్చుకుంది.

"ఏవిటి కన్నయ్యా! ఏం మాట్లాడావ్? సిద్ధాంతిగారూ, బాబు ఏమన్నాడూ?" అడిగేసింది.

చంద్రం ప్రశాంతంగానే వున్నాడు. సిద్ధాంతి మాత్రం కాస్త తడబడ్డాడు.

"ఏం లేదమ్మా! చినబాబుగారు ఏవో సందేహాలు బయటపెట్టారు. మరోసారి జాతకం చూసి వివరాలు చెప్తానన్నాను. అంతే" అన్నాడు.

ఆవిడ అనుమానంగా చూసింది. "అంతేనా? అయితే మీరెందుకు కంగారుగా వున్నారు?" అడిగింది.

"ఏం లేదమ్మా! నాకు నిన్నటినుంచే కాస్త నలతగా వుంది."

"పోనీ ఇవాల్టికి విశ్రాంతి తీసుకుని జాతకం చూసి వాడి సందేహాలేవిటో తీర్చి నిదానంగా వెళ్తారా రేపో ఎల్లుండో" ఆదరంగా అడిగింది.

"అయ్యో వద్దమ్మా! ఇంటిదగ్గర పన్లున్నాయి. నేను వెళ్లి జాతకం మరోమారు కూలంకషంగా పరిశీలన చేసి రెక్కలు గట్టుకుని వచ్చి వాల్తాను" అన్నాడాయన మరింత తడబడిపోతూ.

ఆయన వాలకం చూసి నిజంగానే ఆరోగ్యం బాగా లేనట్టుగానే వుంది అనుకుని మామూలుగా ఇచ్చేదానికంటే మరికాస్త ఎక్కువే ఇచ్చి పంపించింది. జాతకం త్వరగా చూసి ఏ విషయం చెప్పటం మాత్రం అశ్రద్ధ చెయ్యొద్దని మరోమారు హెచ్చరించింది. అంతగా ఆయన రాలేకపోతే ఆ మాటే తెలియజేస్తే తనే వస్తానంది.

ఇంటికెళ్లాక కూడా పాపం సిద్ధాంతి మనసు స్థిమితపడలేదు. చంద్రం జాతకం, దానితోబాటు తన జాతకం కూడా ముందేసుకుని కూర్చున్నాడు.

అతని జాతకం బాగానే వుంది. ప్రయత్నం చేస్తే కదా ఫలితం వచ్చేది? వయసులో వున్న కుర్రాడికి ఏ కాలక్షేపం లేకుండా కూర్చోబెట్టి పిచ్చివాడిలా వున్నాడు అని దిగులుపడితే వుండకేం చేస్తాడు? దానికి పాపం ఆ గ్రహాలేం చేస్తారు? ఇదుగో సిద్ధాంతిగారూ, ఈ పనిచెయ్యబోతున్నాం కలిసొస్తుందా లేదా చెప్పండి అంటే చెప్పవచ్చును. ఏవీ చెయ్యకుండా జాతకం చూసి ఫలితం చెప్పమంటే ఏం చెప్పాలి?

ఇకపోతే తన జాతకమే అయోమయంగా వుంది. మనశ్శాంతి వుండదు. గ్రహస్థితి అంతబాగా లేదు. కాబట్టి ముందు తన సంగతి చూసుకోవాలి. అలా అని ఆ చంద్రం జాతకం పక్కన పడేసేందుకూ వీల్లేదు. ఏదో ఓ మాట చెప్పకపోతే క్రిష్ణవేణిగారు వూరుకోదు.

ఈ చిక్కు సమస్యని ఎలా పరిష్కరించుకోవాలా అని కాసేపు తీవ్రంగా ఆలోచిస్తే ఓ ఉపాయం తట్టింది. అవును అలా చెయ్యాలి. ఇదే ఈ అపాయానికి ఉపాయం అనుకున్నాడు. మర్నాడే క్రిష్ణవేణిగారింటికి వెళ్ళాడు.

మామూలుగా మర్యాదలవీ చేసి “ఏం సిద్ధాంతిగారూ, ఏం చేశారూ? అబ్బాయి జాతకం చూశారా?” అంది.

“ఆ! క్షుణ్ణంగా పరిశీలించానమ్మా. అసలు విషయం తేటతెల్లమైపోయింది. అబ్బాయిగారి జాతకరీత్యా కళ్యాణం జరిగితేగానీ ఆయన ఆరోగ్యం కుదుట పడదు. ఒక్కసారి వివాహం అయిపోతే ఇక తర్వాత అంతా మహర్దశే” అన్నాడు.

ఆవిడ అనుమానంగా చూసింది. “అదేవిటండీ, వివాహం తర్వాత కలిసిరావడం, పెళ్లికి ముందు కలిసిరాకపోవటంకూడా వుంటుందా?”

“ఎందుకుండదమ్మా? అటువంటి జాతకులు కోకొల్లలు. ఎవరిదాకానో ఎందుకూ మన పెద్దబాబుగారి విషయం అంతేగా! అప్పట్లో మా తండ్రిగారు మీవారి జాతకం చూసి వెంటనే వివాహం చెయ్యండి. అన్ని విధాలా అబ్బాయికి యోగిస్తుంది అని మీ మామగారికి చెప్పారుట. మా తండ్రిగారి మాటంటే మీ మామగారికి మహాగురి. వెంటనే మీ వివాహం జరిపించేశారుట. ఇక ఆ తర్వాత పెద్దబాబుగారు పట్టిందంతా బంగారమే కదా! కోడలు అడుగు పెట్టింది మా ఇంట్లో కనకవర్షం కురుస్తోందయ్యా అని మీ మామగారు మా తండ్రిగారిని ఘనంగా సత్కరించారుట. ఇదంతా ఎన్నోమార్లు మా తండ్రిగారు చెప్పేవారు” అని సోదాహరణంగా వివరించాడు.

ఆవిడకి గర్వమూ, సిగ్గూ ఏకకాలంలో కలిగాయి. “నిజంగానా సిద్ధాంతిగారూ” అడిగింది.

“అందులో సందేహమా? నేనే కాదు ఊళ్ళో ఎవర్నడిగినా చెప్తారు ఈ విషయం” అన్నాడాయన.

“మరైతే అబ్బాయి వివాహ ప్రయత్నాలు మొదలుపెడదామా?” అంది సంబరంగా.

“శుభస్య శీఘ్రం” అన్నాడు సిద్ధాంతి.

వెంటనే ఆ సమాచారం భర్తచెవిన వేసింది. ఆయన బరువుగా నిట్టూర్చాడు.

“సరే అలాగే కానీ, నీ ఇష్టం” అన్నాడు.

చంద్రానికి కూడా చేరిపోయింది ఆ వార్త. మండుటెండలో ఎడారిలో దాహంతో దారీ తెన్నూ కానక వెతుకులాడుతున్నవాడికి జలాశయం కనిపించి నట్లూ అయింది చంద్రానికి. పెళ్ళైతే కాస్త కష్టం సుఖం మాట్లాడుకునేందుకు ఓ మనిషుంటుంది అనుకున్నాడు.

నా కొడుక్కేం తక్కువ? నేను కో అంటే కోటిమంది వచ్చి వాలిపోతారు అనుకుంది క్రిష్ణవేణి. కోటిమంది కాదుకదా పట్టుమని పది సంబంధాలు కూడా రాలేదు. అందం, ఆస్తీ, చదువు అన్నీ వుండి అన్నీ సద్గుణాలే కలిగివున్న చంద్రానికి సంబంధాలు రాలేదంటే ఆశ్చర్యమే. కానీ అందుకో బలమైన కారణం వుంది.

క్రిష్ణవేణికి కాబోయే కోడలి విషయంలో కొన్ని కోరికలున్నాయి. కాబోయే కోడలు కుందనపుబొమ్మలా వుండాలి. చంద్రంకంటే కాస్త తక్కువ చదువు చదివి వుండాలి. మంచి సంస్కారం కలిగివుండాలి. సాంప్రదాయాలను గౌరవించేదై వుండాలి. అలా అని మరీ ఛాదస్తంగా వుండకూడదు. కాలానుగుణంగా అధునాతన భావాలు కలిగి వుండాలి.

ఇక వారి కుటుంబం మంచి స్థితిగతులుండాలి. కాకపోతే ఆర్థికంగా తమకంటే ఒక మెట్టు కింద వుండాలి. ఒక్కతే కూతురై వుండకూడదు. అలా అయితే అమ్మాయి గారాబంగా పెరిగినదై వుంటుంది. మాట వినదు. ఎంతసేపూ అమ్మా, నాన్నా అంటూ పుట్టిల్లు పట్టుకునే వేలాడుతుంది. లేకపోతే చీటికీ మాటికీ వాళ్ళే వచ్చి వాలిపోతూ వుంటారు.

ఓ అన్నో తమ్ముడో వుంటే అన్నివిధాలా బావుంటుంది.

అన్ని అచ్చటలూ ముచ్చటలూ జరుగుతాయి. రాకపోకలు కూడా మితంగానే వుంటాయి.

మళ్ళీ అక్కో చెల్లెలో వుండకూడదు. అలావుంటే అక్కచెల్లెళ్ళ మధ్య వంతులూ గొడవలూను. ఇలా చెప్పుకుంటూపోతే కొండవీటి చాంతాడంత పొడవున వుంది ఆవిడ కోరికల జాబితా.

నాకేం తక్కువ, నా కొడుక్కేం తక్కువ అని ఆవిడ భావించిందికానీ అవతలి వాళ్ళ దృష్టికి ఈవిడా ఆనలేదు. ఆవిడ కొడుకు ముందే ఆనలేదు. అందం

వుంది. ఆస్తీ వుంది. కానీ అవి మాత్రమే చాలనుకుని పిల్లనిచ్చేసే రోజులు కావు ఇవి.

ఈ రోజుల్లో అవసరం వున్నా లేకపోయినా ఆడా మగా తేడా లేకుండా అందరూ ఉద్యోగాలు చేస్తున్నారు. లేదా వ్యాపారాలు చేస్తున్నారు. మరి ఈ క్రిష్ణవేణీ నందనుడు చదువు పూర్తయినా ఏ పనీ చెయ్యకుండా ఇంట్లో కూర్చుని ఈగలు తోలుకుంటున్నాడు. ఇది చాలా అసహజంగానూ, వింతగానూ వుంది. అతని విషయంలో కొంతమందికి ఏవో అనుమానాలు కూడా కలిగాయి. 'బయటికి చెప్పటంలేదుగానీ ఏదో కారణం వుండే వుంటుంది. లేకపోతే ఆ వయసులో ఏ కుర్రాడూ గోళ్లు కొరుక్కుంటూ కూర్చోడు' అనుకున్నారు వీళ్ళకంటే కాస్త తక్కువస్థితిలో వున్నవారు.

వీళ్ల సాటివాళ్ళేమో 'మా అమ్మాయికి ముక్కుమీదుంటుంది కోపం. అటు చూడబోతే ఆవిడ ఇప్పటికీ కొడుకుని చంకన వేసుకుని తిరుగుతుందిట. ఆ అత్తగారితో ఇది చచ్చినా వేగదు. మాకొద్దు' అనుకున్నారు.

పెద్ద పెద్ద ఉద్యోగాలు చేసుకునే మగపిల్లలకే పెళ్లికావడం కష్టం అయిపోతున్న ఈ రోజుల్లో చంద్రం పేరు సోదిలోకూడా రాలేదు.

పోనీ బంధుమిత్రుల ఇళ్ళలో ఇతనికి ఈడైన ఆడపిల్లలు లేరా, వాళ్ళైనా ముందుకి రాలేదా అంటే దానికి కారణం వుంది.

పరిచయం వున్న వారింట్లోంచి పిల్లను తెచ్చుకోవడం క్రిష్ణవేణికి ఎంతమాత్రం ఇష్టంలేదు. స్నేహం స్నేహమే, వియ్యం వియ్యమే. కాబట్టి ముందు జాగర్తగా తన వైపు, భర్తవైపూ వున్న ఆడపిల్లలని ఓ కంటకనిపెట్టే వుంది. వాళ్లు తారసపడినప్పుడల్లా "నాకెలాగూ కూతుళ్ళు లేరు. వాళ్ళే నా కూతుళ్ళనుకుంటాను. మా కన్నయ్య పెళ్లికి ఆడపడుచు లాంఛనాలు అన్నీ వీళ్ళకే జరిపిస్తాను" అని ముందరికాళ్లకి బంధం వేసేసేది. అన్నయ్యకి కాఫీ ఇచ్చి రండి, అన్నయ్యని అన్నానికి రమ్మనండి అని పనులు పురమాయించేది. ఆ కారణంవల్ల అటూ ఇటూ వున్న బంధుమిత్రుల ఆడపిల్లలందరికీ చంద్రం అన్నయ్యే!

ఆ ముందు జాగ్రత్తే ఇప్పుడు ముందరికాళ్ళకు బంధం అయిపోయింది.

కాబట్టి విధిగా బయటి సంబంధం వెతుక్కోవాల్సిందే. సంబంధాలు రాకపోయినా క్రిష్ణవేణి ఏమీ బాధపడలేదు. కానీ రాజశేఖరం మాత్రం కాస్త కంగారుపడ్డాడు. "క్రిష్ణవేణీ! పిల్లనిస్తానని ఎవరూ ముందుకి రావడంలేదు. నువ్వు నీ షరతుల విషయంలో మరీ అంత నిక్కచ్చిగా వుండకుండా వుంటే బావుంటుందేమో! కాస్త ఆలోచించు" అన్నాడు.

ఆవిడ తేలిగ్గా కొట్టిపారేసింది. "చాల్లెండి. నిన్నగాక మొన్న మనం ప్రయత్నాలు మొదలుపెట్టింది. ఈ విషయం నలుగురికీ తెలియాలన్నా, వాళ్లు ఆలోచించుకుని రావాలన్నా కొంత సమయం పడుతుంది. ఇదేమైనా అల్లాటప్పా వ్యవహారమా? పెళ్ళి! ఈ విషయంలో మనం ఏమాత్రం తొందర పడకూడదు. మీకు గుర్తుందో లేదో మన బంధువు పాండురంగారావుగారు ఒకటి కాదు రెండు కాదు అయిదేళ్ళు వెతికారు సంబంధాలు. అందరూ ఆయనని నానా మాటలూ మాట్లాడారు. చివరికి అద్భుతమైన సంబంధం కుదిరి అంగ రంగ వైభవంగా పెళ్లి జరిగేసరికి అందరి నోళ్లూ మూతబడ్డాయి. మన కన్నయ్య పెళ్లివిషయంలో నేను రాజీపడను. నేను కోరుకున్న కోడలు దొరికే వరకూ ఓపిగ్గా వేచివుంటాను" అని ఖచ్చితంగా చెప్పేసింది.

ఏమైనా గట్టిగా మాట్లాడదామంటే ఆవిడది అంతంత మాత్రపు ఆరోగ్యం!

పెళ్లి ప్రయత్నాలు ముందుకి సాగకపోయేసరికి మళ్లీ సిద్ధాంతికి కబురు పెట్టింది క్రిష్ణవేణి. ఆయన వచ్చి ఏదో నాలుగు కబుర్లు చెప్పి వెళ్లిపోవడం.

ఓరోజు మామూలుగానే వచ్చిన సిద్ధాంతిని పట్టుకుని "నా జోలికి రావద్దన్నాను కదండీ!" అని నిలదీశాడు చంద్రం.

"చిన్నబాబూ! కరవమంటే కప్పకు కోపం, వదలమంటే పాముకు కోపం. ఏం చెయ్యనూ? మీరే ఏదో ఉపాయం ఆలోచించి ఇదుగోనయ్యా సిద్ధాంతీ ఇలా చెయ్యి అనండి చేస్తాను. అప్పటికీ మీ హెచ్చరిక మనసులో వుంచుకుని మీకు ఏమాత్రం ఇబ్బంది కలగకుండానే పబ్బం గడుపుకుంటున్నాను. మరి ఆ మాత్రం విభూతి, తాయెత్తు కూడా ఇవ్వకపోతే మీ అమ్మగారూరుకుంటారా? అడకత్తెరలో పోకచెక్కలా వుంది నా పరిస్థితి. నన్ను చూస్తూంటే, మీకు జాలిగా లేదూ? లేకపోతే మీరు లోగడ చెప్పినట్లు నా పీక నొక్కి చంపేయండి. పీడా వదిలిపోతుంది" అన్నాడు సిద్ధాంతి.

చంద్రానికి ఆయన్ని చూస్తుంటే జాలేసింది. 'పాపం ఆయన మాత్రం ఏం చేస్తాడు? అంతా నా ఖర్మ' అనుకున్నాడు. బరువుగా నిట్టూర్చి "సిద్ధాంతిగారూ! నాకోమాట చెప్పండి! మీకు నిజంగా జాతకం చూడడం వచ్చా? ఆ దైవసాక్షిగా నిజం చెప్పండి" అని నిలదీశాడు.

"అయ్యో అయ్యో! మూడు తరాలుగా వంశపారంపర్యంగా వస్తున్న విద్య చినబాబూ ఇది. క్షుణ్ణంగా చెప్పగలను" లబలబలాడాడాయన.

"అయితే నిజం చెప్పండి. నా జాతకంలో నిజంగా మార్పు ఏమైనా కనిపిస్తోందా? పెళ్ళైతే దశ తిరగటం నిజమేనా? అసలు నాకు పెళ్ళయ్యే యోగం వుందా? నేనూ అందరిలాగా సుఖశాంతులతో జీవించేరోజు వస్తుందా" దీనంగా అడిగాడు.

"ఎంతమాట? నేనేం కల్పించి చెప్పలేదు. మీకు అనుకూలవతి అయిన భార్య లభిస్తుంది. వివాహం తర్వాత మీరు చాలా ఆనందంగా జీవిస్తారు" అన్నాడు సిద్ధాంతి.

ఆయన ఆ మాట చెప్పికూడా ఏడాది దాటింది. పెళ్ళీ లేదు. ఆనందమూ లేదు. మిణుకు మిణుకుమంటున్న ఆశతో జీవచ్ఛవంలా కాలం గడుపుతున్నాడు చంద్రం. ఎందుకో ఈ మధ్యన ఎవరైనా పలకరిస్తే చాలు ఏడుపొచ్చేస్తోంది. తమకు అమిత గౌరవనీయుడు రాజశేఖరంగారి ముద్దుల తనయుడు, యువరాజువంటి చిన్నబాబు అలా పలకరిస్తే ఏడిచేస్తుంటే చూడలేక అతన్ని తప్పుకు తిరుగుతున్నారు ఊళ్ళో అందరూ! ఆప్యాయంగా పలకరించేది నరసింహం, ఆయన కుటుంబసభ్యులు. వాళ్లుకూడా రోజూ తారసపడరు. నరసింహం రోజూ వస్తాడు. లక్ష్మి చాలా అరుదుగా వస్తుంది వాళ్ళింటికి. రవీ అంతే. శ్యామల మాత్రం తరచూ వచ్చి అన్నయ్యా, అన్నయ్యా అని కబుర్లు చెప్తుంది. ధైర్యంకూడా చెప్తుంది.

ఆ వేళ కూడా అలవాటుగా రాజశేఖరం, నరసింహం కూర్చుని తమ తమ కుమారుల గురించి మాట్లాడుకున్నారు.

"రవెలా వున్నాడ్రా?" అడిగాడు రాజశేఖరం.

"వాడికేం గుండుపిక్కలాగా వున్నాడు. వాడితో వేగలేక నేనే సతమతం అవుతున్నాను" అంటూ బ్రహ్మజెముడు పొదల వృత్తాంతం అంతా చెప్పుకొచ్చాడు నరసింహం.

అంతా విని నిట్టూర్చాడు రాజశేఖరం. "ఏమోలేరా? వాడి మనసులో ఏముందో ఏమిటో! కానీలే!" అన్నాడు.

"ఏమో! నేను బతికుండగా వాడు బాగుపడతాడని ఆశ లేదు నాకు."

"ఏవిట్రా ఆ మాటలు?"

"ఏం చెయ్యమంటావు బావా! విరక్తి వచ్చేస్తోంది. వీడి గొడవ వదిలితే ఆడపిల్లకు పెళ్ళి చేద్దామని నా ఆశ. నా డబ్బంతా వీడికే కైంకర్యం అయిపోతోంది. ఇక పిల్ల పెళ్ళేం చేస్తానూ? బావా! నువ్వు వాడిని పిలిచి ఎక్కడైనా ఉద్యోగంలో జేర్పించరాదూ?" దీనంగా అడిగాడు.

రాజశేఖరం జాలిగా చూశాడు. "ఒరే! విషయం నాకూ తెలుసు. వాడు ఉద్యోగం చేస్తానంటే తెల్లారేసరికి ఇప్పించగలను. కానీ వాడు ఉద్యోగం చెయ్యనని కుండబద్దలు గొట్టి చెప్తూ వుంటే నేనేం ఇప్పిస్తానురా ఉద్యోగం. నువ్వు వాడి మనసు మార్చు. మర్నాడు ఇప్పించేస్తా ఉద్యోగం!" అన్నాడు.

"వాడు మెల్లిగా చెప్తే వింటాడా? పిలిపించి మొహం వాచేలా చీవాట్లు పెట్టు. అంతకీ వినకపోతే నాలుగు తగిలించు."

"అదికాదురా! దెబ్బలు వెయ్యడానికి వాడేమైనా పసివాడా? అదీగాక ఇక్కడింకో సమస్య వుంది."

"ఏవిటది బావా!"

"ఉద్యోగం చేసుకుంటానో అని ప్రాధేయపడుతున్న కొడుకు మాట వినిపించుకోని నేను ఎదుటివాళ్ల పిల్లలను ఉద్యోగం చెయ్యమని చెప్తుంటే నాకే చిన్నతనంగా వుంటోంది. చంద్రం కూడా చాలా బాధపడుతున్నాడు. మొన్నామధ్యన ఇలాగే ఎవరో వాళ్ళబ్బాయిని వెంటబెట్టుకుని వచ్చి మందలించమంటే నీకేమైనా బుద్ధి వుందా? ఉద్యోగం సద్యోగం లేకుండా అడ్డగాడిదలా ఎన్నాళ్ళుంటావ్ అని మందలించాను. వాళ్ళటు వెళ్లాక చంద్రం

నా దగ్గరకొచ్చి 'నాన్నగారూ! అందరికీ సలహాలు చెప్తున్నారు కదా! మరి నా సంగతి ఏమిటి?' అని కళ్ళనీళ్ళు పెట్టుకుంటే నా గుండె చెరువైపోయింది. ఇహ అప్పట్నించీ ఇటువంటి సలహాలు చెప్పి వాడి మనసు కష్టపెట్టకూడదని గట్టిగా నిర్ణయించుకున్నాను" అన్నాడు.

నరసింహం తలపంకించాడు. "అదీ నిజమేలే! పాపం చంద్రం ఎదుట అలా మాట్లాడ్డం భావ్యంకాదు. ఏవిటో మనిద్దరికీ కొడుకుల విషయంలో మనశ్శాంతి లేకుండా అయిపోయింది" అన్నాడు.

"ఏం చేస్తాంరా మరీ! కానీలే మనకూ మంచిరోజులు రాకపోతాయా?" అన్నాడాయన. మరికాసేపు కూర్చుని "ఇక నేవెళ్ళొస్తా బావా!" అన్నాడు నరసింహం.

జేబులో డబ్బు తీసి అందించాడు రాజశేఖరం. "వద్దులే బావా!" మొహమాటపడ్డాడు నరసింహం.

"ఫర్వాలేదులేరా! వుంచు" బలవంతాన చేతిలో పెట్టాడు.

"బావా! ఈ జన్మలో నీ రుణం తీర్చుకోగలనంటావా?" కృతజ్ఞతతో బరువెక్కిందాయన కంఠం.

"చాల్లే! మనమధ్య రుణం ఏంట్రా? నువ్వు నాకు పరాయివాడివా?" అన్నాడు రాజశేఖరం. ఆ ఇంటిగేటుదాటి వెనక్కి తిరిగిచూశాడు నరసింహం.

'భగవంతుడా! వీళ్లకున్న సమస్యలన్నీ తీరి వీరింట్లో ఆనందం వెల్లివిరిసే రోజు రావాలి' అని అలవాటు ప్రకారం మనస్ఫూర్తిగా ప్రార్థించి ఇంటిదారి పట్టాడు.

❖ ❖ ❖

ఈ ఊరికి నూటేభై మైళ్ల దూరంలో మరో పల్లెటూరుంది. సీతాపురం ఇంచుమించు రామాపురం లాగానే వుంటుంది. ఇక్కడిలాగానే అక్కడకూడా ఓ మకుటం లేని మహారాజుగారున్నారు. ఆయన పేరు సత్యం. దత్తుడు. స్వంత పినతండ్రి దత్తత తీసుకున్నాడు. ఓ అన్నయ్య వున్నాడు. మోహన్. ఓ తమ్ముడున్నాడు. గోపీ. వాళ్ళిద్దరూ అసలు తండ్రిదగ్గరే వుంటారు. ఆయన పేరేవిటోగానీ అందరూ పెద్దాయన అనే అంటారు. ఆయన భార్య శ్రీలక్ష్మమ్మ.

సత్యం భార్యపేరు శాంత. బోలెడంత భూమి వుంది వాళ్లకి. ఒక్కతే కూతురు. పేరు సరోజ. తాతగారే పెట్టారా పేరు సరోజినీనాయుడు గౌరవార్థం. దత్తుడైన తమ్ముడికి వున్నంత కాకపోయినా మోహన్‌కి కాస్త పొలం వుంది. ఆయనా వ్యవసాయమే. ఆయనకీ ఒక కూతురు. తాతగారే దుర్గాబాయ్ దేశ్‌ముఖ్ పేరు కలిసొచ్చేలా దుర్గ అని పేరుపెట్టారు. ఆఖరివాడు గోపీ. స్కూల్లో టీచరు. అతని భార్య సీత. ఆవిడ కూడా టీచరే. ఇద్దరూ గవర్నమెంటు స్కూల్లోనే పనిచేస్తున్నారు కాబట్టి బాగానే వుంటారు. వాళ్లకి పిల్లలు లేరు. లేరని చింతా లేదు. అన్నగార్ల కూతుళ్ళు సరోజా, దుర్గా బాబాయి భుజాలమీదే పెరిగి పెద్దవాళ్లయ్యారు. ఈ బంగారు తల్లులు చాలు నాకు అంటాడు గానీ వాళ్ళిద్దరికీ గోపీ బాబాయ్ అంటే ప్రాణం.

వాళ్లిద్దరికే కాదు ఇంట్లో వారందరికీ గోపీ అంటే అభిమానం. ఇంట్లోవాళ్లకే కాదు ఊళ్ళో అందరికీ గోపయ్యగారంటే గౌరవం. గలగల మాట్లాడుతూ నవ్వుతూ నవ్విస్తూ అందరిళ్లకీ చనువుగా వెళ్లిపోతూ అన్నిటా తనే అయి తిరుగాడే గోపీకి ఆ ఊళ్ళోనే ఓ ప్రత్యేకస్థానం వుంది.

అయితే అతనంటే చిరాకుపడే వ్యక్తులు ఇద్దరున్నారు. ఒకరు తండ్రి. ఆయనదంతా క్రమశిక్షణ వ్యవహారం. ఇంట్లోవాళ్ళంతా ఆయన మాట పాటిస్తారు, గోపీ తప్ప.

రెండోకొడుకు సత్యాన్ని తమ్ముడికి దత్తత ఇచ్చాడు. తమ్ముడూ మరదలూ వాళ్లకొడుకుతో బాటు పెద్దవాడు మోహన్‌కీ సరిసమానంగా ముద్దుముచ్చటలు జరుపుతూ వుంటే ఆయనకి నచ్చేదికాదు. "ఒరే వీడు నీ కొడుకు. వాడు నా కొడుకు. మనిద్దరిమధ్యా ఆర్థికంగా హస్తిమశకాంతరం. ఆ విషయం నువ్వు గుర్తుంచుకుంటే మంచిది. మప్పటం తేలికగానీ మాన్పటం కష్టం" అని మందలించేవాడు. దానికి ఆ తమ్ముడు చిన్నబుచ్చుకున్నా అన్నగారికి ఎదురు చెప్పే సాహసం లేదు కాబట్టి వూరుకునేవాడు.

తర్వాత గోపీ పుట్టాడు. అతని విషయంలో అంత సమస్య ఎదురవలేదు. పెద్దవాడు వాడిన బట్టలూ, ఆటసామాన్లు చిన్నవాడికివ్వటం సహజమే కాబట్టి సత్యం వస్తువులన్నీ ఆటోమేటిక్‌గా గోపీకి వచ్చేశాయి. కాబట్టి గోపీ కూడా దర్జాగానే గడిపేశాడు. బుద్ధి తెలిసి జ్ఞానం వచ్చాక ఈ దత్తత గొడవ అర్థం

అయ్యాక తండ్రితో దెబ్బలాడేవాడు. "చిన్నన్నయ్యతో బాటు నన్నూ బాబాయికి దత్తత ఇచ్చేయండి" అనేవాడు.

"నీ తలకాయ. ఒకడినే ఇస్తారు దత్తత" అని తిట్టేవాడు తండ్రి. బాబాయి మాత్రం గోపీని చేరదీసి "దత్తత తీసుకోకపోతే మాత్రం ఏం రా? నువ్వు నాకు పరాయివాడివా?" అని గారాబం చేసేవాడు. బాబాయి పోయినా ఆ ఇంట్లోకి స్వతంత్రంగా జొరబడిపోయి అన్నీ సలక్షణంగా అనుభవించడం అలవాటైపోయింది గోపీకి.

తండ్రీ, పెద్దన్న మోహన్ చెప్పి చూశారు. "ఏం ఫర్వాలేదు. నూనెసీసాతో దువ్వెన ఉచితం అన్నట్లు అన్నయ్యతో నేను ఫ్రీ" అనేవాడు.

సత్యానికీ, శాంతికీ గోపీని చూడకుండా రోజు గడవదు. ఏదైనా పనిమీద రెండ్రోజులు ఊరెళ్తే మరిదిమీద బెంగ పెట్టేసుకుంటుంది శాంత.

తండ్రికి మాత్రం గోపీ అంటే గొంతువరకూ కోపం.

ఇక గోపీ అంటే నచ్చనివారిలో రెండవది సుందరమ్మ. ఆవిడ శాంతకి మేనత్త. చిన్నతనంలోనే భర్త పోతే ఆస్తితో పుట్టింటికి చేరింది. అన్నగారికి ఒక్కతే కూతురు శాంత. శాంతని చిన్నతనంనుంచీ ఆవిడే పెంచింది. శాంత పెళ్లయ్యాక తన ఆస్తి మేనకోడలికే రాసేసి మేనకోడలి దగ్గరే వుంటోంది.

సంస్థానంలాంటి ఆ ఇంట్లో ఎంతమంది వున్నా ఏం నష్టం లేదు. సర్లే పనివాళ్ళమీద ఆజమాయిషీ చెయ్యడానికి ఓ పెద్దదిక్కు అనుకున్నారు సత్యం, శాంత. అందరూ ఆవిడంటే భయభక్తులతోనే వుంటారు. ఆవిడకీ నోరు పెద్దదేగానీ మనసు మంచిదే. కాకపోతే ఆవిడకి ఎందుకో గోపీని చూస్తే పడదు. ఏదో ఓ మాట అని తన అక్కసు బయటపెట్టుకుంటుంది. గోపీ బాధపడడు సరికదా ఆవిడని ఆటపట్టిస్తూ వుంటాడు. అసలావిడని మంథరమ్మగారూ అని సంబోధించి తిట్లు తలంటిపోయించుకుంటుంటాడు. వాళ్ళిద్దరి పోట్లాటా అందరికీ వినోదంగానే వుంటుంది. మరీ శ్రుతిమించుతుంటే శాంత కలగజేసుకుని ఇద్దరినీ కోప్పడుతూ వుంటుంది.

సత్యం, శాంతల పుత్రికారత్నం సరోజ. మంచి పొడవు, పచ్చని ఛాయ, పొడవాటి జడ, చక్కని కనుముక్కు తీరు, చూడ్డానికి రెండుకళ్లూ చాలవు

అన్నట్లు వుంటుంది. కాకపోతే వేపకాయంత వెర్రి. వేపకాయేం ఖర్మ వెలక్కాయంత వెర్రి అంటాడు గోపీ. చిన్నప్పటినుంచీ అంతే. పోనీ తెలివితేటలు లేవా అంటే అఖండమైన తెలివితేటలున్నాయి. కాస్త బుర్ర తిరుగుడు.

చిన్నతనంలో నర్సరీలోనే జేర్పించారు. ఆ ఏడాది స్కూల్లో వార్షికోత్సవాల సందర్భంలో ఆటల పోటీలు వగైరాలన్నీ ఏర్పాటు చేశారు. సరోజ నర్సరీ చదువుతోంది. ఆ ఫంక్షన్‌కి సత్యంగారిని ముఖ్య అతిథిగా ఆహ్వానించాలనుకున్నారు. ఆ స్కూలు ప్రిన్సిపాల్ ఆటలు నేర్పిస్తున్న టీచర్ని పిలిపించింది. "సరోజమీద ప్రత్యేకశ్రద్ధ పెట్టండి. పరుగుపందెంలో ఆ పిల్లకి ప్రథమ బహుమతి కనక వస్తే తండ్రిచేతుల మీదుగా కూతురు బహుమతి అందుకుంటూ వుంటే కన్నులపండుగగా వుంటుంది. కాబట్టి ఆ దిశగా ఆలోచించండి" అని చెప్పింది. అసలే చురుకైన పిల్ల. మరికాస్త కీ ఇచ్చేసరికి కుందేలు పిల్లలా పరిగెట్టటం మొదలుపెట్టింది సరోజ. మిగిలిన పిల్లలు అంతదూరాన వుండగానే ఈ పిల్ల గమ్యం జేరిపోతుంటే చూసి ముచ్చట పడిపోయింది ఆటల టీచరు. ఇక హరిహరాదులు అడ్డుపడినా సరే సరోజకి ప్రథమబహుమతి ఖాయం అనుకుంది.

ఆ శుభదినం రానే వచ్చింది. చిన్నపిల్లల పోటీలే ముందు పెట్టారు. సరోజనీ మరో తొమ్మిదిమందినీ వరసగా నిలబెట్టారు. వన్ టూ త్రీ స్టార్ట్ అనగానే అందరూ పరిగెట్టారు. సరోజ మాత్రం సగం దూరం బాగానే పరిగెట్టి హఠాత్తుగా వెనక్కి తిరిగి పరుగెట్టడం మొదలెట్టింది. అంతా తెల్లబోయారు. తర్వాత భలేపిల్ల భలేపిల్ల అని మురిసిపోతూ హర్షధ్వానాలు చేశారు. సత్యం కుటుంబసభ్యులు కూడా ముందర ఆశ్చర్యపోయినా తర్వాత సంతోషించారు. స్కూల్‌కి విరాళం కూడా ఇచ్చేశారు.

స్కూలు చదువు పూర్తిచేసి డిగ్రీలో చేరింది సరోజ. కంప్యూటర్స్ తీసుకుంది. ఒక ఏడాది పూర్తయింది. విసుగేసింది సరోజకి. ఛ, వెధవ కంప్యూటరు. ప్రతి గన్నాయిగాడూ నేర్చుకుంటూనే వున్నాడు, నాకొద్దు. నేను సబ్జెక్ట్స్ మార్చుకుని కామర్స్ తీసుకుంటా అంది. సరే అని ఏదో తంటాలు పడ్డారు కాలేజీవాళ్లు. కామర్స్ చదవడం మొదలుపెట్టింది సరోజ. మొదట్లో బాగానే వున్నా రాత్రనాను అదీ విసుగనిపించింది. ఎంతసేపూ లాభం నష్టం, అంతే.

నాకొద్దు. నేను లక్షణంగా తెలుగు చదువుకుంటా! తెలుగు మన మాతృభాష. రాన్రానూ తెలుగుభాషని నిర్లక్ష్యం చేస్తున్నారు. చూస్తున్నాంగా... వత్తులున్న తెలుగు మాట్లాడే యాంకరు దొరికితే చాలని మొత్తుకుంటున్నారు టి.వి. ఛానల్ వాళ్ళు. ఇంకొన్నాళ్ళు పోతే తెలుగు మాట్లాడేవాళ్ళే కరువైపోతారు. నేనుగానీ తెలుగులో బిఏ చదివేసి ఆ తర్వాత ఎమ్మే కూడా చదివేస్తే ఇక నాకు తిరుగుండదు అంది.

కాలేజీవాళ్ళకి చిరాకొచ్చేసింది. "ఏం, ఆటగా వుందా? శ్రీమంతుల ఇంటి అమ్మాయికదా అని ఓసారికి ఒప్పుకున్నాం. అదే అలుసుగా తీసుకుని ఏడాదికో కోర్సు మారుతూ వుంటే ఆఖర్న ఏ డిగ్రీ ఇస్తాం? మావల్లకాదు" అని ఖచ్చితంగా చెప్పేశారు.

"నా కిష్టంలేని చదువు చదవడానికి నా ఆత్మాభిమానం అంగీకరించదు" అని చెప్పింది సరోజ. దాంతో డిగ్రీ సగంలోనే ఆగిపోయింది. నాలుగునెలలు ఖాళీగానే కూర్చుని ఏం చెయ్యాలా అని ఆలోచిస్తూంటే ఓ అద్భుతమైన ఆలోచన వచ్చింది.

'ఇప్పుడంతా ఫ్యాషన్ యుగం నడుస్తోంది. చీరెలూ, డ్రెస్‌లూ కొత్తరకంగా డిజైన్ చేసి ఓ షాపు గనుక ఓపెన్ చేసేస్తే ఇక తిరుగుండదు. ఈ మధ్య పెద్ద పెద్ద పారిశ్రామికవేత్తల భార్యలూ, కూతుళ్లూ, కోడళ్ళూ బూటిక్‌లని షాపులు పెట్టేసి లక్షలూ, కోట్లూ ఆర్జిస్తున్నారు. నేనూ అదే చేస్తా' అనుకుంది.

వెంటనే గోబ్బాబాయ్‌కి చెప్పేసింది.

"అలాగే తప్పకుండానూ! ఆలస్యం ఎందుకూ? మొదలెట్టేసెయ్" అన్నాడు గోపీ.

ఒకరోజు బాబాయిని వెంటబెట్టుకుని ఊరెళ్లి ప్లెయిన్ చీరెలూ, ప్లెయిన్ తానులూ, ఫేబ్రిక్ పెయింట్స్, దారాలూ, పూసలూ, అద్దాలూ వగైరా సరంజామా కారు డిక్కీ నిండిపోయేట్లు కొని తెచ్చింది.

ముందుగా చీరెలమీద ఫ్యాబ్రిక్ పెయింట్ చెయ్యడంతో ప్రారంభించింది. తోటనుంచి కాస్త ముదురుగా వున్న బెండకాయలు ఓ పావుకిలో తెప్పించింది. ఒక చీరెను పొడుగ్గా నేలమీద పరిచి, రంగులు కలిపి బెండకాయలు చక్రాల్లా

తరిగి రంగుల్లో ముంచి రపా రపా ప్రింటు అద్దేసింది. మరికొన్ని మెరుగులు దిద్ది మధ్యాహ్నానికల్లా పని పూర్తిచేసింది. మర్నాడు చీర వెనక్కి తిప్పి ఇస్త్రీ చేసి అమ్మకి బహుమతిగా ఇచ్చింది.

అదిచూసి మురిసిపోయింది శాంత! "ఓసి నీ ఇల్లు బంగారంగానూ! కళ్ళు మూసి తెరిచేలోగా చీరెమీద డిజైన్లు వేసేశావు. ఎంత బావుందో" అని మెచ్చుకుంది.

మరో చీరెమీద బెండకాయ డిజైను వేసి సీతపిన్నికి ఇచ్చింది. దుర్గకి డ్రెస్‌మీద డిజైన్ వేసింది. బామ్మకి పమిట కొంగుమీద మాత్రం వేసి ఇచ్చింది.

సుందరమ్మగారికి కూడా వేద్దామనుకుంది గానీ ఆవిడ రంగుచీరెలూ, పూలు, డిజైన్లు వున్న చీరెలు కట్టదు కాబట్టి, జాకెట్టు చేతులమీద డిజైన్లు వేసింది. బాబాయికీ, నాన్నకీ, పెద్దనాన్నకి లాల్చీలమీద బెండకాయ డిజైన్లు వేసింది. తాతగారి కండువాకి వేసింది.

మనుషుల వస్త్రాలకు వేసేశాక దుప్పట్లు, దిండు గలేబులు, సోఫా కుషన్లమీద కూడా వేసేసింది.

"బావుందే సరోజా! ఎంచక్కా ఇంటిల్లిపాదీ ఈ బెండకాయ డిజైను బట్టలేసుకుని బాండుమేళంవాళ్లలా వున్నాం. ఈసారి పెయింటింగ్ చేస్తే అందరికీ తలో డిజైనూ వెయ్" అని సలహా ఇచ్చాడు గోబ్బాబాయ్.

కానీ తర్వాత సరోజ పెయింటింగుల జోలికి పోలేదు. మగ్గం వర్కు యమా ఫేషన్ ఈ రోజుల్లో అని చెప్పి మగ్గం తెప్పించింది. ఓ నైలాన్ చీరెమీద సూదిమొన మోపే సందులేకుండా డిజైను గీయించింది.

"అమ్మలూ! ఎలాగా మొదలుపెడుతున్నావు కాబట్టి ఒకసారి సిటీకి వెళ్ళి నిపుణులు ఎలా పనిచేస్తున్నారో చూసి నేర్చుకుని రాకూడదూ!" అని సలహా ఇచ్చాడు గోపీ.

"ఆ! ఎందుకు బాబాయ్? అవన్నీ స్వంత తెలివితేటలు లేనివాళ్లకి. నాకు బుర్రలో ఎన్నో ఆలోచనలుండగా ఎవర్నో చూసి కాపీ కొట్టాల్సిన ఖర్మ నాకేవిటి?" అని కొట్టిపారేసింది.

వంచిన తల ఎత్తకుండా నెలరోజులపాటు కష్టపడి ఆ డిజైనంతా నింపేసింది. చీరె తేలిగ్గానే వుంది. కాకపోతే దానిమీద అయిదారుకిలోల బరువుగల అద్దాలూ, పూసలూ, దారాలూ జతచేర్చటం వల్ల ఈ చీరె మాంచి దిట్టంగా బరువుగా తయారైంది.

"మడతమీద కంటె కట్టుకుంటేనే దీని అందం తెలుస్తుంది" అంది సరోజ అందర్నీ సమావేశపరిచి.

ఆ చీరె చూసి ఎవరూ ముందుకి రాలేదు.

"దుర్గా నువ్వు కట్టుకోవే!" అంది చెల్లెలితో.

"నా వల్ల కాదే బాబూ! నాకసలు చీరె కట్టుకోవడమే సరిగా రాదు" అంది దుర్గ.

"పోనీ సీత పిన్నీ, నువ్వు కట్టుకో. అందంగా చీరె కట్టుకోవడంలో నీకు నువ్వే సాటి కదా!" అంది సరోజ.

గోపీ అడ్డుపడ్డాడు. "వద్దులేమ్మా! దానిదసలే బక్కపీచు ప్రాణం. ఇంత భారీ చీరె కట్టుకుని బొక్కబోర్లా పడిందంటే నా కొంప కొల్లేరవుతుంది" అన్నాడు.

"మరైతే ఎవరు కట్టుకుంటారు?" నిలదీసింది సరోజ.

"ఇంత ఘనమైన చీరెను మామూలు స్త్రీలు ధరించలేరు. కరణం మల్లీశ్వరి ఇప్పుడెక్కడుందో వాకబు చేసి ఆవిడకు చీరె కట్టుకునే అలవాటుందో లేదో అడిగి తెలుసుకుందాం. వుందని తెలిస్తే ఆవిడను ఇక్కడకు రప్పించి ఈ చీరె కట్టిద్దాం" అన్నాడు.

అంతా నవ్వేశారు.

సరోజ మొహం ఎఱ్ఱబడిపోయింది. "బాబాయ్! నువ్వు నన్నేడిపిస్తున్నావ్" అంది.

"ఏడిపించక ఏం చెయ్యను? చీరెమీద ఇంత బరువు డిజైను కుడితే కట్టుకునేందుకు పనికొస్తుందా! ఎవరు ధైర్యం చేస్తారు? ఒకవేళ ధైర్యం చేసి ముందుకొచ్చి కట్టుకున్నా చక్రాలకుర్చీలో కూర్చుని తిరగాల్సిందే. నీ గోల నీదేగానీ చెప్తే వినవు" అన్నాడు విసుగ్గా.

"అయితే ఇన్నాళ్ళ నా శ్రమా వృధాయేనా? కట్టుకునేందుకు పనికిరాని ఈ చీరెని ఏం చెయ్యను?" అంది దీనంగా.

"ఆ మధ్య హైదరాబాద్‌లో చౌమహల్లా పేలెస్‌కి వెళ్లినప్పుడు చూశాను. అప్పట్లో నవాబుగారి కాలంలో వాళ్ళు వాడిన దుస్తులన్నీ గోడమీద అద్దాల షోకేసుల్లో అందంగా అమర్చారు. సందర్శకులంతా వాటిని చూసి ఆనందిస్తున్నారు. మనమూ గోడమీద ఓ అద్దాల షోకేసు పెట్టించి అందులో ఈ చీరె వేలాడదీద్దాం! కాదంటావా మరో మార్గం వుంది. ఈ చీరెని ఏ దేవాలయంలోనో ఇచ్చేస్తే దేవుడి ఊరేగింపునకు వినియోగించే ఏనుగుమీద అలంకారంగా కప్పుతారు. పుణ్యమూ పురుషార్థమూ కూడానూ" సలహా చెప్పాడు.

సరోజకి ఏడుపొక్కటే తక్కువ. అది గమనించి శాంత మనసు బాధపడింది. "బాబాయ్ మాటలకేంలే! ఆ చీరెని భద్రంగా పెట్టెలో పెట్టి వుంచుదాం. రేపు నీ పెళ్లిచూపులకి పెళ్ళివారొస్తే వాళ్ళకి ఈ చీరె చూపించి మా అమ్మాయికి అన్ని విద్యలూ వచ్చు అని గర్వంగా చెప్పుకోవచ్చు" అని ఓదార్చింది.

"బాబాయ్ అన్నాడని కాదుగానీ సరోజా ఇకమీద నువ్వు కుట్టే చీరెలకి ఇంత భారీగా కాకుండా నాజూగ్గా వర్క్ చేస్తే కట్టుకునేందుకు బావుంటుంది" అంది దుర్గ.

సరోజకి ఆ తర్వాత ఆ పనిమీద శ్రద్ధ తగ్గిపోయింది. ఆ మగ్గం జోలికి పోలేదు. కొనితెచ్చిన దారాలూ, పూసలూ కూడా మూలపడిపోయాయి.

కొన్నాళ్ళు వూరికే వుంది. ఆ తర్వాత ఓ మంచి ఆలోచన వచ్చింది. "నాకు డ్రాయింగ్ అంటే చాలా ఇష్టం కదా! పెయింటింగ్ నేర్చుకుంటాను. మంచి ప్రావీణ్యం సంపాదిస్తే పెయింటింగ్‌లు వేసి లక్షలు సంపాదించవచ్చు" అంది.

శాంతా, సుందరమ్మ ఆశ్చర్యపోయారు. "ఏవిటీ లక్షలే?" అన్నారు.

"అవును. ఒక్క మంచి పెయింటింగ్ వేస్తే చాలు లక్షలు వచ్చిపడతాయ్!" ధీమాగా చెప్పింది.

"చూశావా ఎన్ని ఉపయోగాలున్నాయో! పాపం మీ నాన్నా, పెద్దనాన్నా ఏడాది పొడుగూతా శ్రమపడి వ్యవసాయం చేయిస్తేగానీ పంటలు పండవు.

మళ్లీ చీడపీడలూ, అతివృష్టీ అనావృష్టీ, ఎన్నో గండాలు గట్టెక్కితేగానీ డబ్బు చేతికి రాదు. మరి నువ్వు... నీడపట్టున ఇంట్లో కూర్చుని బొమ్మలేసి లక్షలు సంపాదిస్తానంటే ఇంకేం కావాలి?" అని సరదాపడ్డారు.

వెంటనే గోబ్బాబాయ్‌కి కబురుపెట్టారు. విషయం అంతా వివరించారు. "సరే కానీయ్. మనిషన్నాక ఏదో ఓ పని చెయ్యాలిగా. లేకపోతే పిచ్చెక్కుతుంది. మరలాగైతే శాంతినికేతన్‌కి పంపిద్దామా?" అన్నాడు గోపీ.

ఆ శాంతినికేతన్ ఎక్కడుందో తెలుసుకుని గుండె బాదుకున్నారు. "ఇంకా నయం! ఆడపిల్లని అంతదూరం ఎలా పంపిస్తాం? ఇంటికే వచ్చి నేర్పేలా ఎవరినైనా చూడు" అన్నారు.

గోపీ ఆ భారం నెత్తిన వేసుకుని వెతగ్గా వెతగ్గా ఒకాయన దొరికాడు. ఆయన పేరు మాధవమూర్తి. చిత్రలేఖనంలో మంచి ప్రావీణ్యం వుంది. చాలా చిత్రాలు వేశాడు. ఒకటి రెండుసార్లు తన చిత్రాల ప్రదర్శన కూడా ఏర్పాటు చేశాడు. డబ్బెక్కువ రాలేదుగానీ మంచిపేరు మాత్రం వచ్చింది. ఈ చిత్రలేఖనంతో పాటు ఏదో చిన్న ఉద్యోగం కూడా చేసేవాడు. ఆమధ్య ఏదో అనారోగ్యానికి గురై ఉద్యోగం మానేశాడు. ఇప్పుడు ఆరోగ్యం బాగానే వుంది. ఏదైనా పని దొరికితే బావుండు అనుకుంటున్నాడు.

అటువంటి సమయంలో గోపీ రాక ఆయనకు ఆనందాన్ని కలిగించింది. వారానికి మూడ్రోజులు వాళ్ళింటికెళ్లి చిత్రలేఖనం నేర్పాలి. రానూ పోనూ ఖర్చులు, ఆ మూడ్రోజులూ భోజనం గట్రా వాళ్ళే చూసుకుంటారు. మంచిజీతం. కాబట్టి వెంటనే ఒప్పేసుకున్నాడు మాధవమూర్తి.

మంచిరోజు చూసుకుని వాళ్ళింటికి వెళ్ళాడు. ఆ ఇల్లూ ఆ వైభోగం చూసి సంభ్రమాశ్చర్యాలకు లోనయ్యాడు. సరోజని చూశాక ఆయన నోటమాట రాలేదు. అపరంజిబొమ్మలా వుంది. ఎంత చురుకు? ఎంతతెలివి? ఇటువంటి శిష్యురాలు దొరకడం నా అదృష్టం. వీళ్లు చూడబోతే జమీందార్లలాగా వున్నారు. ఇటువంటి వారి ప్రాపకం లభించడం సామాన్యమైన విషయం కాదు. వీరి అమ్మాయిని చిత్రలేఖనంలో ప్రావీణ్యురాలిని చేస్తే ఆ శ్రమ వూరికే పోదు. కౌరవ పాండవులకు విద్య నేర్పిన ద్రోణాచార్యుల వారిని భీష్ములవారు

గౌరవించినట్లు వాళ్ళూ నన్ను నెత్తిన పెట్టుకుంటారు. వీళ్ళ అండతో నేనూ నా కుటుంబం హాయిగా జీవనం సాగించవచ్చు అని సంబరపడ్డాడు.

సరోజ గురువుగారికి తాంబూలం ఇచ్చి పాదాభివందనం చేసింది. మాధవమూర్తి శిష్యురాలిని ఆశీర్వదించి శ్రీకారం చుట్టాడు. ఇతను నేర్పింది శ్రద్ధగా నేర్చుకునేది సరోజ. ఆర్నెల్లు గిర్రున తిరిగొచ్చాయి. సరోజకి కాస్త చెయ్యి తిరిగింది.

"మాష్టారూ! నాకో ఆలోచన వచ్చిందండీ" అంది ఓరోజున.

"ఏమిటమ్మా అది?" అడిగాడాయన.

"ఈ ప్రకృతి దృశ్యాలు, సూర్యోదయం, సూర్యాస్తమయం, చెట్లూ, చేమలూ, పూలూ, పక్షులూ అందరూ వేస్తూనే వుంటారు. మనం ఏదైనా వేరేగా చేస్తే బావుంటుందేమో" అంది.

"వేరేగా అంటే ఎలా?" అర్థం కాలేదాయనకి.

"ఏదైనా ఒక థీమ్ తీసుకుని దానిమీదనే కొన్ని పెయింటింగ్స్ వేస్తే ఎలా వుంటుందీ?" చెప్పింది.

నిర్ఘాంతపోయాడాయన. ఇంత చిన్నపిల్లకి ఎన్ని గొప్ప ఆలోచనలూ!

"అద్భుతమైన ఆలోచన. గొప్ప గొప్ప చిత్రకారులంతా అలాగే చేస్తారు. ఒకాయన పర్వతాలు అనే థీమ్ ఎంచుకుని ఎన్నో అద్భుతమైన చిత్రాలు గీశారు. మరో మహానుభావుడు గిరిజనుల జీవితం నేపథ్యంగా తీసుకొని చాలా చిత్రాలు వేసి ప్రదర్శన ఇచ్చి అందరి మెప్పు పొందాడు. నువ్వూ ఏదైనా థీమ్ ఆలోచించు. బాగా చెయ్యి తిరిగాక ఆ పని మొదలుపెట్టొచ్చు" అని శిష్యురాలిని ప్రోత్సహించాడు.

అలా ప్రోత్సహించిన మర్నాడే ఓ ఆటంకం వచ్చింది. పొరుగూర్లో వుంటున్న ఆయన తల్లి జారి కిందపడి తుంటి ఎముక విరిగింది. ఆ కబురు తెలుసుకుని హుటాహుటీ తల్లి దగ్గరికి వెళ్ళాడు భార్యాసమేతంగా.

మాధవమూర్తి తల్లిని హాస్పిటల్లో చేర్పించి ఆపరేషన్ చేయించి, ఇంటికి తీసుకొచ్చి ఆవిడ కాస్త లేచి తిరిగేదాకా వుండి అప్పుడు తిరిగివచ్చాడు. ఇదంతా

జరగడానికి దాదాపు రెండు నెలలు పట్టింది. వచ్చీ రాగానే వైరల్ ఫ్లూ. అది తగ్గేసరికి మరో పదిహేనురోజులు పట్టింది.

ఈ మధ్యకాలంలో చాలాసార్లు సత్యంగారింటికి ఫోన్ చేశాడు. ఇలా జరిగినందుకు చాలా బాధగా వుంది అన్నాడు. 'మాకూ చాలా బాధగా వుంది. అన్నీ చక్కబడ్డాకే రండి' అని అడ్రస్ అడిగి డబ్బులు పంపించాడు గోపీ. సరోజతో కూడా మాట్లాడుతూనే వున్నాడు మాధవమూర్తి. ప్రాక్టీసు మానవద్దని చెప్పాడు. చాలా సమయం చిత్రలేఖనంతోనే గడుపుతున్నాను అంది.

రెండున్నర నెలల తర్వాత వచ్చిన మాధవమూర్తికి ఆదరంగా స్వాగతం పలికారు సత్యం ఇంటి సభ్యులు. ఆయన తల్లి ఆరోగ్యం గురించీ, ఆయన ఆరోగ్యం గురించీ అడిగి తెలుసుకున్నారు. కాఫీ ఫలహారాలు అయ్యాక-

"ఏమ్మా సరోజా! ఎలా వుంది నీ ప్రాక్టీస్?" అన్నాడు.

"మీరెళ్ళిన మర్నాడే మొదలుపెట్టి పదిహేను పెయింటింగ్స్ పూర్తి చేసేశాను మాష్టారూ" అంది గర్వంగా.

నోరావలించాడు మాధవమూర్తి. అప్పుడే నేర్చుకోవడం మొదలుపెట్టిన పిల్ల ఓ చిత్రం సగం వేసిందంటే సబబుగా వుంటుంది. కానీ చిత్రం పూర్తిచేసినా పోనీలే అనుకోవచ్చు. రెండు నెలల పదిహేనురోజుల్లో ఏకంగా పదిహేను పెయింటింగ్సా? ఎలా సాధ్యం? ఇదే నిజమైతే ఈ సమాచారం వెంటనే గిన్నిస్ బుక్ ఆఫ్ రికార్డ్సుకి పంపించాలి.

"ఏవీ! చూద్దాం పద!" అన్నాడు.

సరోజ ఆర్ట్ స్టూడియో మేడమీద వుంది.

"మాష్టారూ! నేను ఎంచుకున్న థీమ్ అమావాస్య" మేడెక్కుతూ చెప్పింది.

"అమావాస్యా?" అడిగాడాయన అయోమయంగా.

"అవును" అంది.

ఇద్దరూ లోపలికి వెళ్లారు. వరసనే వున్నాయి పెయింటింగ్స్.

"ఇదుగో ఇది అమావాస్య. అంటే వుత్తి అమావాస్య" అని మొదటి చిత్రం చూపించింది.

నల్లని బ్యాక్‌గ్రౌండ్. దాన్నిండా నక్షత్రాలు. ఆర్టిస్ట్ అపరిపక్వత స్పష్టంగా తెలిసిపోతూ. చాలా మెరుగులు దిద్దితే ఓ మోస్తరుగా వుంటుంది.

రెండోచిత్రం మేఘావృతమైన అమావాస్య. అసలే అమావాస్య. దానికి తోడు మేఘాలు. ఇంకేం కనిపిస్తుందీ? అంతా నల్లగా వుంది.

మూడోది అమావాస్యలో గుడ్లగూబ. పెయింటింగ్ అంతా నల్లరంగు. ఓ మూల రెండుసున్నాలు. ఆ తర్వాతి చిత్రం అమావాస్యలో చింతచెట్టు, తర్వాతది అమావాస్యలో చెరువు. అలా వరసపెట్టి పదిహేనూ చూసేసరికి ఆయనకి కళ్ళు తిరిగాయి. నిలదొక్కుకోలేక గోడకి చేరబడి మెల్లిగా కూలబడి పోయాడు. ఆ తర్వాత స్పృహ తప్పింది.

సరోజ కంగారుపడిపోయింది. పెద్దగా కేకలు పెట్టింది. కిందనుంచి అందరూ పరుగున వచ్చేశారు.

'అయ్యో పాపం! మేష్టారు' అని ఆయన్ను లేవనెత్తి మంచంమీద పడుకోబెట్టి మొహాన నీళ్ళు జల్లారు. కాసేపటికి కళ్ళు తెరిచాడాయన.

"ఈ దిక్కుమాలిన ఫ్లూజ్వరం ఇంతేనమ్మా! మనిషిని పీల్చి పిప్పి చేస్తుంది" అని జాలిపడింది శాంత. హార్లిక్స్ తెప్పించి ఆయనచేత తాగించారు. కాస్త తేరుకున్నాడుగానీ నోట మాటా పలుకూ లేదు. ఇంటికి పోతా అని సైగచేశాడు. వెంటనే కార్లో ఎక్కించారు.

"బాగా కోలుకున్నాకే రండి పాఠం చెప్పడానికి" అంది శాంత.

"మీరేం టెన్షన్ పడకండి సార్! ఈలోగా నేను బొమ్మలు వేసేస్తూంటాను" అని ధైర్యం చెప్పింది సరోజ.

ఆ పోవటం పోవటం మళ్ళీ రాలేదు. ఓ వారంరోజులు చూసి గోపీ ఆ ఊరే ఏదో పనిమీద వెళ్ళినప్పుడు మాధవమూర్తిగారింటికి వెళ్ళాడు. "రావటం లేదేం?" అని అడిగితే, ఆయన చేతులు జోడించాడు.

"అయ్యా! నన్ను క్షమించండి. మీ అమ్మాయి పుట్టుకతోనే మహామేధావి. నేనేం నేర్పుతాను, ఆ అమ్మాయి ఏం నేర్చుకుంటుంది? నా వల్లకాదు నన్నొదిలేయండి" అన్నాడు దీనంగా.

గోపీకి అనుమానం వచ్చింది. ఇంటికొచ్చి "ఏవిటే సరోజా?" అని అడిగాడు.

ఎంతో సంబరంగా తను వేసిన చిత్రాలన్నీ చూపించింది.

గోపీ ప్రాణం వుసూరుమంది. 'ఖర్మ కాకపోతే అందం, ఆస్తీ అన్నీ ఇచ్చిన ఆ దేవుడు దీనికి అతి తెలివితేటలు కాకుండా మామూలు తెలివితేటలిస్తే ఎంత బావుండేది. ఏమిటో వెర్రితల్లి' అనుకున్నాడు.

"ఏం బాబాయ్? ఎలా వున్నాయ్?"

సరోజ మాటలతో వులిక్కిపడ్డాడు.

సరోజని ఏమైనా అంటే ఏడుస్తుంది. సరోజ, దుర్గ బాధపడితే సహించలేడు. కాబట్టి "బావున్నాయమ్మా, భేషుగ్గా వున్నాయి. కాకపోతే నాదో సలహా. అన్నీ అమావాస్యలే అయితే అంత బావుండదు. పదిహేను ఇవి అయ్యాయి కాబట్టి ఇక వెన్నెల చిత్రాలు వెయ్యి" అన్నాడు.

"ఓ, అలాగే" అంది సరోజ సరదాగా.

'ఏదోలే కానీ, ఈ వైభోగం మాత్రం ఎన్నాళ్లుంటుంది. మళ్ళీ బుర్ర తిరిగిపోదూ' అనుకున్నాడు.

అలాగే అయింది కూడానూ. మర్నాడే వెన్నెల్లో బండరాయి చిత్రం ప్రారంభించింది. ఆ మర్నాడే ఓ దుర్ఘటన జరిగిపోయింది.

ఒక పనివాడు ఏదో పనిమీద మేడమీదకొచ్చి గోడకానించి పెట్టిన అమావాస్య చిత్రాలు చూశాడు. వాడికి భలే సంతోషం వేసింది. వాటిని పట్టుకెళ్ళి పుట్టగొడుగులు పెంచే షెడ్‌కి ఇరువైపులా ఇనపతీగెతో కట్టేశాడు.

విషయం తెలుసుకుని లబోదిబోమంది సరోజ. అందరూ చేరి పనివాడిని తిట్టిపోశారు.

వాడు బుర్ర గోక్కున్నాడు. "ఆ మధ్య పుట్టగొడుగుల ఆఫీసరుగారొచ్చి చూసినప్పుడు పుట్టుగొడుగుల దిగుబడి తగ్గుతోంది, షెడ్ లోపల వెచ్చగా వుండేలా చూడు. తారుపూసిన గోనెపట్టాలుగానీ, నల్ల అట్టముక్కలుగానీ రెండువైపులా కట్టు అని చెప్పారండీ. ఇంకేదో పన్లోపడి ఆ సంగతే మర్చిపోయా. ఇందాక చూస్తే ఈ అట్టలు కనిపించాయి. అప్పుడే అయ్యగారు చెప్పిన విషయం

గుర్తొచ్చింది. ఇవి బాగా దిట్టంగా వున్నాయని తీసుకెళ్లి కట్టేశానండీ" వివరంగా చెప్పాడు.

"ఓరి నీ మొహంమండా! లక్షలు విలువచేసే పెయింటింగ్స్ నీ కళ్ళకి అట్టముక్కల్లా కనిపించాయా?" అని తిట్టిపోసింది సరోజ. "అంతేకాదు, వీడిని తక్షణం పనిలోంచి తీసెయ్యండి" అంది.

అందరూ గుమిగూడారు. సత్యం పనివాడిని చూసి జాలిపడ్డాడు.

"అది వాడి తప్పు కాదే సరోజా! ఆ మధ్య మెద్రాస్‌లో ఒక ఫ్రెండ్ ఇంటికి వెళ్ళినప్పుడు చూశాను. ఆ భార్యాభర్తా చాలా సీరియస్‌గా దెబ్బలాడుకుంటున్నారు. వాళ్లకి ఎవరో ఒక పెయింటింగ్ బహుమతి ఇచ్చారు. పదిహేనువేలుట దాని ఖరీదు. దాన్ని అడ్డంగా తగిలించాలని ఆవిడా, కాదు నిలువుగా తగిలించాలని ఆయనా, జుట్టూ జుట్టూ పట్టుకుంటున్నారు. చివరికి ఆ బహుమతి ఇచ్చినాయనకి ఫోన్ చేస్తే ఆయన ఆర్టిస్టుని అడిగి తెలుసుకున్నాక అడ్డంగానే తగిలించాలని తెలుసుకున్నారు.

ఇంతకీ నేను చెప్పొచ్చేదేమిటంటే గొప్ప కళాఖండాలు మహామహా వాళ్లకే అర్థంకాదు. ఈ పిచ్చివెధవకేం తెలుస్తుంది? ప్రథమ తప్పిదంగా భావించి వదిలేయమ్మా!" అన్నాడు.

"అవునే సరోజా! ఏదో పొరపాటుపడ్డాడు. అందులోనూ అన్నీ అమావాస్యలే అవడంతో చిక్కొచ్చిపడింది. అయినా పోతే పోయాయిలే. నీ చేతిలో పనేకదా! మళ్ళీ వేసుకో" అన్నాడు గోపీ, అన్నయ్యకి వంతపాడుతూ. "అంతేకాదు, ఈసారి అమావాస్యలు వద్దులే. వెన్నెలా, వసంతం వగైరా థీమ్ తీసుకో" అని సలహా ఇచ్చాడు కూడా.

ఎంతమంది ఎన్నివిధాల చెప్పినా సరోజ మనసు విరిగిపోయింది. మళ్ళీ చిత్రలేఖనం జోలికి పోలేదు.

కొన్నాళ్ళపాటు ఖాళీగా కూర్చుంది. కానీ అలా వూరుకుంటే సరోజ ఎందుకవుతుంది? ఈసారి సంగీతం మీదికి మళ్ళిందావిడ దృష్టి.

గోపీ బాబాయ్ దగ్గర కూర్చుని "బాబాయ్! నేను సంగీతం నేర్చుకుంటే ఎలా వుంటుందంటావ్?" అని అడిగింది.

"చిన్నప్పుడు సంగీతం నేర్చుకోవే తల్లీ అని బ్రతిమిలాడినా నేర్చుకో లేదుగా!" విసుక్కున్నాడు.

"అప్పుడంటే చిన్నతనం నేర్చుకోవాలనిపించలేదు. అయినా విద్య నేర్చుకోవడానికి వయసుతో ఏం పని బాబాయ్!"

"అదీ నిజమే! ఇప్పటికైనా జ్ఞానోదయం అయింది. నువ్వు చక్కగా వీణ వాయిస్తూ వుంటే చూడముచ్చటగా వుంటుందమ్మా" అన్నాడు ప్రేమగా.

"అబ్బ, వీణ వద్దు బాబాయ్! వీణా, ఫిడేలూ నేర్చుకుంటే ఎక్కడికి వెళ్లినా ఆ వాయిద్యం వెంటబెట్టుకుని తిరగాలి. చక్కగా గాత్రం నేర్చుకుంటే మన గొంతు మనతోనే వుంటుంది. ఎక్కడైనా ఎప్పుడైనా చక్కగా పాడుకోవచ్చు. మన సంగీత విద్యను సార్థకం చేసుకోవచ్చు" అంది.

అదీ సబబుగానే అనిపించింది గోపీకి. "ఆ మాటా నిజమే! చక్కగా గాత్రమే నేర్చుకో" అన్నాడు. ఆ విషయం అందరికీ తెలిసింది. అందరూ చాలా సంతోషించారు.

"నిజమే మరి! ఏదో ఓ కాలక్షేపం వుంటే బావుంటుంది" అన్నారు. సంగీతం నేర్పే టీచరుని వెతికే బాధ్యత మళ్ళీ పాపం గోపీబాబాయ్‌మీదనే పడింది.

చిత్తశుద్ధితో వెతికాడు. చిత్రలేఖనం నేర్పేవాళ్ళకోసం చాలా శ్రమపడాల్సి వచ్చిందిగానీ సంగీతం టీచరు సులభంగానే దొరికింది.

ఆవిడపేరు సుబ్బలక్ష్మి. ఇంట్లో సంగీతం పాఠాలు చెప్తుంది. కచేరీలవీ ఇస్తుంది. టీవీల్లో ప్రోగ్రాములిచ్చింది.

ఆవిడకి వేరే వాళ్ళింటికెళ్లి పాఠాలు చెప్పడం అంత ఇష్టంలేదు. "మీ అమ్మాయినే ఇక్కడికి రమ్మనండి చెప్తాను" అంది.

ఆవిడ భర్తపేరు అవతారం. శేషావతారమో రామావతారమో గానీ అందరూ అవతారంగారనే అంటారు. చిన్న ఉద్యోగం చేసి రిటైరయ్యాడు. మామూలుగా ఆయన భార్య విషయంలో కలుగజేసుకోడు. ఆ మాటకొస్తే ఏ విషయాల్లోనూ కలుగజేసుకోడు. వేళ్టికింత వండిపెడితే చాలు. దినపత్రిక చదువుకుంటూ కాలక్షేపం చేసేస్తాడు. కానీ ప్రస్తుతం ఈ సంగీతం పాఠం విషయంలో కలుగజేసుకోవలసి వచ్చింది.

భార్యని లోపలికి పిలిచాడు. "చూడు సుబ్బూ! చూడబోతే బాగా ధనవంతుల్లాగా వున్నారు. మనని వెతుక్కుంటూ వచ్చారు. మనం కాదంటే మనకే నష్టం. వాళ్ళకేం? కో అంటే కోటిమంది దొరుకుతారు. వచ్చిన అవకాశం జారవిడుచుకోవడం తెలివిగల పనికాదు. నువ్వు సరేనను. ఏదోవిధంగా సర్దుబాటు చేసుకోవచ్చు" అని నచ్చచెప్పాడు. ఆవిడ మెత్తపడింది.

అవతారం బయటికొచ్చి గోపీకి తన అంగీకారం తెలియజేశాడు. గోపీ చాలా సంతోషించాడు. మిగిలిన విషయాలన్నీ మాట్లాడుకున్నారు. వారానికి మూడుసార్లు పాఠాలు. పెందలాడే భోజనం చేసి కాసేపు విశ్రాంతి తీసుకున్నాక బయలుదేరి వస్తే బావుంటుంది అనుకున్నారు. "నేను స్కూటరు మీద తీసుకొస్తాను" అన్నాడు అవతారం.

దశమి శుక్రవారం మంచిది ఆవేళ వస్తాం అన్నారు. చెప్పినట్లే వచ్చారు. ఆ డాబూ దర్పం చూసి ఇంకానయం వద్దన్నాం కాదు అనుకున్నారు దంపతులు.

పరిచయాలు అయ్యాయి. సరోజ వచ్చి తాంబూలం ఇచ్చి పాదాభివందనం చేసింది. సుబ్బలక్ష్మి మనస్ఫూర్తిగా ఆశీర్వదించింది.

"ఏదమ్మా! నీకొచ్చిన పాటో పద్యమో పాడు" అంది.

గొంతు సవరించుకుని "పాల కడలిపై శేషతల్పమున" పాట పాడింది.

సుబ్బలక్ష్మి తెగ ముచ్చటపడిపోయింది. "అబ్బ! చక్కని కంఠం. మనసుపెట్టి నేర్చుకుంటే మంచిగాయని అవుతుంది" అంది ఆదరంగా సరోజ తలనిమిరి.

సత్యంగారింట్లో ఎప్పటిదో తంబురా వుంది. తంబురా శ్రుతి చేసి "ఏదమ్మా సా, పా, సా అను" అంటూ పాఠానికి శ్రీకారం చుట్టింది సుబ్బలక్ష్మి.

అవతారం ఓ మూలగా కూర్చుని పరవశించిపోతున్నాడు. ఆ పరవశం పాట విని కాదు. గేదెనేతితో చేసిన కమ్మని మినపసున్నుండా, పగడాళ్ళా వేయించిన గారెలూ తింటూ. 'ఆహా! ఏమి రుచీ' అనుకున్నాడు. 'అమృతంలా వున్నాయి. నా జన్మలో ఇటువంటి రుచికరమైన ఫలహారాలు తినలేదు. ఈ అమ్మాయి ఇప్పుడే సంగీతం నేర్చుకోవడం ప్రారంభించింది. సరళీస్వరాలూ, జంటస్వరాలూ, అలంకారాలూ, పిళ్ళారిగీతాలూ, గీతాలూ, స్వరజతులూ,

వర్ణాలూ, కృతులూ శాస్త్రోక్తంగా నేర్చుకునేసరికి హీనపక్షం రెండేళ్ళుపడుతుంది. ఈ రెండేళ్ళూ వారానికి మూడురోజులు ఇటువంటి అమృతతుల్యమైన ఫలహారాలు తినొచ్చు. ఇదంతా నా అదృష్టం. కాదు నా పూర్వజన్మ సుకృతం' అనుకున్నాడు భోజనప్రియుడైన ఆ పిచ్చిబ్రాహ్మడు.

నెలరోజుల్లో పది సరళీ స్వరాలు నేర్చేసుకుంది సరోజ.

"అబ్బ! ఎంతసేపు మేడమ్, ఈ సరిగమలూ? నాకు ఏకంగా కృతులు నేర్పండి" అంది ఓరోజు.

"అదేవిటమ్మా! సరళీ స్వరాలనుంచే నేరుగా కృతులా? ఎలా? అది సాధ్యపడదు" అంది.

"ఎందుకు సాధ్యపడదు మేడమ్? ఏ చదువూ లేకుండా నేరుగా డిగ్రీ చదవడం లేదూ? ఇదీ అంతే" చెప్పింది సరోజ.

"అది వేరు. ఇది వేరు. కృతులు నేర్చుకోవాలంటే సంగీతజ్ఞానం వుండాలి. సాధన వుండాలి" అంది సుబ్బలక్ష్మి.

"అదంతా గతంలో ఎప్పుడో జరిగిన పద్ధతి. కళాతపస్వి విశ్వనాథ్‌గారు శంకరాభరణం సినిమా తీశాక తెలుగు వారందరికీ ఆటోమేటిక్‌గా సంగీతం వచ్చేసింది. అందరూ హాయిగా గొంతు విప్పి, మనసారా త్యాగరాజకృతులు పాడేసుకుంటున్నారు. అలా సినిమాల్లో పాటలుగా వచ్చిన కృతులన్నీ నేనెప్పుడో నేర్చేసుకున్నాను. ఇప్పుడు సరిగరి సరిగరి అని కొత్తగా నేర్చుకోవాలంటే విసుగ్గా వుంది. ఏకంగా కృతులు నేర్పండి" అంది.

ఆ మొండితనానికి కోపం వచ్చింది సుబ్బలక్ష్మికి. ఏదో అనబోయింది.

పక్కనే కూర్చుని జీడిపప్పూ, ఎండుద్రాక్షా, ఏలకులూ, రవ్వంత పచ్చ కర్పూరం వేసి ఎత్తుకెత్తు నెయ్యివేసి చేసిన రవ్వకేసరి, ఇంగువ తిరగమోతతో గుబాళిస్తున్న పులిహోరా తింటూ వున్న అవతారం ప్రమాదం పసిగట్టి రంగంలోకి దూకాడు.

"సుబ్బా! పాపం అమ్మాయి అంత సరదాపడుతూ వుంటే నువ్వు కాదనడం భావ్యం కాదు. ఇంటికెళ్లి నిదానంగా ఆలోచిస్తే ఏదో ఒకదారి దొరక్కపోదు" అని భార్యకూ, "చూద్దాంలేమ్మా" అని సరోజకూ చెప్పి చక్రం అడ్డువేశాడు.

ఇంటికొచ్చేసరికి ఆవిడకు హితబోధ చేశాడు.

"చూడు సుబ్బా! ఎప్పుడూ ముక్కుసూటిగా పోతానంటే కుదరదు. అవసరం వచ్చినప్పుడు ఏ ఎండకి ఆ గొడుగు పట్టాలి. అదా పిచ్చిపిల్ల. నాకూ తెలుసా సంగతి. కానీ కలవారి పిల్ల. ఏదో నేర్చుకుంటానన్నవి నేర్పి పని జరుపుకోవాలి. అంతేగానీ, లక్షణమైన ఉద్యోగం వదులుకుంటామా? నీ పుణ్యమా అని ఏనాడూ కనీవినీ ఎరగని కమ్మటి ఫలహారాలు తింటున్నాను. నా నోట మన్నుకొట్టకు. నీ కోసం కాకపోయినా నాకోసం ఆ పిల్ల ఏది నేర్పమంటే అది నేర్పు. ఇవి చేతులు కావు" అని బ్రతిమాలుకున్నాడు.

చెట్టంత మొగుడు అంతగా ప్రాధేయపడుతూ వుంటే కాదనలేకపోయింది ఆవిడ. తరువాత క్లాసుకి 'అనురాగము లేని మనసున సుజ్ఞానము రాదు' అనే తేలికపాటి కృతి నేర్పింది. అక్కడక్కడా తాళం తప్పింది. ఒకటి రెండు చోట్ల అపశృతులు. ఇటువంటి బాలారిష్టాలు పక్కనపెడితే బాగానే పాడింది. వారం రోజుల్లో నేర్చేసుకుంది. తరువాత 'వందనము రఘునందనా' కృతి మొదలుపెట్టింది. అదీ నేర్చేసుకుంది. అపశృతులూ, తాళం తప్పడాలూ లేవు.

అమ్మయ్య అని ముచ్చటగా మూడోకృతి 'యోచనా కమల లోచనా' ప్రారంభించబోతుంటే సరోజకి బుర్ర తిరిగిపోయింది.

"అబ్బా మేడమ్! ఇది అందరూ పాడే విధానమేగా! విసుగేస్తోంది. ఇంకేదైనా కొత్తపద్ధతిలో నేర్పండి" అంది.

ఆవిడ తెల్లబోయింది. "కొత్తపద్ధతా? అంటే ఎలాగమ్మా?" దీనంగా అడిగింది.

"ఇదే కృతి హిందూస్థానీ పద్ధతిలోనో, పాశ్చాత్య పద్ధతిలోనో పాడితే ఎలా వుంటుంది" తన ఆలోచన బయటపెట్టింది.

పక్కనే కూర్చుని సమంగా పాకంపట్టి నువ్వులద్ది వేయించిన అరిసెలూ, దూదుల్లాంటి ఆవడలూ తింటున్న అవతారంగారు భార్య మొహంలో మారుతున్న రంగులు చూసి కంగారుపడ్డాడు.

"అలాగేలే అమ్మా! మనసుంటే మార్గం వుండకపోదు" అనేశాడు.

ఇంటికి రాగానే సుబ్బా అని నచ్చచెప్పబోతే ఆవిడ గయ్ మంది.

"సుబ్బా లేదూ గిబ్బా లేదు. ఇక నావల్ల కాదు. ఆ పిచ్చిపిల్లతో నేను వేగలేను. ఈ పిల్లతో ఇంకొన్నాళ్లుంటే నాకొచ్చిన నాలుగుముక్కలూ కూడా మర్చిపోయి పిచ్చెక్కి రోడ్లమీద తిరగటం మొదలుపెడతాను. మీకంత వాళ్ళ ఇల్లు వదిలిపెట్టడం బాధగా వుంటే వెళ్ళి కాళ్లమీద పడండి. ఏ తోటమాలి ఉద్యోగమో ఇవ్వకపోరు. ఉద్యోగం ఇచ్చాక ఫలహారం కూడా పెడతారు" అని తిట్టిపోసింది.

ఎన్నివిధాల బ్రతిమాలినా వినిపించుకోలేదు. ఇంకేమైనా అంటే ఏ గంగలోనో దూకుతా అని బెదిరించింది. ఇక చేసేదేమీ లేక మర్నాడు వంటరిగానే వాళ్ళింటికి వెళ్ళాడు.

"మీ అమ్మాయికి నచ్చేలా పాఠం చెప్పడం తనవల్ల కాదుట. క్షమించమంది మా ఆవిడ" అని చెప్పుకున్నాడు దీనంగా కళ్ళనీళ్ళపర్యంతం అయిపోతూ!

వాళ్ళందరూ జాలిపడ్డారు. పోన్లెండి ఏంచేస్తాం అని ఓదార్చి జీతం లెక్కకట్టి ఇచ్చారు. లడ్డూలూ, కజ్జికాయలూ, జంతికలూ కూడా ఇచ్చారు. అవి అందుకుని కుళ్లి కుళ్లి ఏడ్చి నాకీ ఇంటితో రుణం తీరిపోయింది అంటూ వెళ్లిపోయాడు అవతారం.

ఇంట్లోవాళ్ళకు సరోజ మీద చాలా కోపం వచ్చింది. 'నీకీ తిక్క ఏమిటే నీ ఖర్మ కాకపోతేనూ? ఏ ఒక్కపనీ బుద్ధిపెట్టి చెయ్యవు' అని కోప్పడ్డారు. దాంతో మనసు పాడైపోయి ఆ రోజంతా ఏడుస్తూనే వుంది సరోజ.

రెండు నెలలు తిరక్కుండానే దర్శకేంద్రుడు రాఘవేంద్రరావుగారి అబ్బాయి తీసిన సినిమా విడుదల అయింది. సత్యంగారింట్లో ఎవరూ సినిమా హాలుకెళ్ళరు. మేడమీద హాల్లో ఆ ఏర్పాట్లన్నీ వుంటాయి. ఇంట్లోనే సినిమా చూసేస్తారు. యజమానులకు ఓ ఆట. పనివాళ్ళకు రెండో ఆట. సినిమా బావుంటే మరోమారు వేసుకుని చూస్తారు. ఆ సినిమా యజమానులందరికీ చాలా నచ్చింది. సరోజ మాత్రం పెద్దగొడవ చేసింది. "నే చెప్తే విన్నారా! నాకు తిక్క, పిచ్చి అని ఆడిపోసుకున్నారు. ఇప్పుడు చూడండి. వాళ్ళు కర్నాటక సంగీతం, పాశ్చాత్య సంగీతం కలిపి ఎలా పాడేస్తున్నారో, మీరు నా తపన అర్థం చేసుకుని వుంటే ఈ ప్రతిభ అంతా నాకే దక్కేది" అని ఏడ్చేసింది.

అవున్నిజమే, పాపం. ఇకమీదట సరోజని ప్రోత్సహించాలి, నిరుత్సాహ పరచకూడదు అనుకున్నారు.

అంతలోనే ఓ సంఘటన జరిగింది. వీళ్లకి దూరపు బంధువులు, వాళ్ళ అబ్బాయి పెళ్లి చెయ్యాలనుకుంటున్నారట. మధ్యవర్తి ద్వారా వీళ్ళకు కబురు చేశారు. ఆ వార్త విని చాలా సంతోషించారు వాళ్ళందరూ.

వాళ్ళు వీళ్లకంటే కూడా ధనవంతులు, మంచివాళ్ళు. అన్ని విధాలా తగిన సంబంధం. వాళ్ళకా ఆలోచన రావడమే శుభసూచకం. ఇక ముందేమీ ఆటంకాలుండవు. పెళ్లిచూపులూ గట్రా లాంఛనప్రాయమే. అది ఆషాఢ మాసం. శ్రావణంలో పెళ్లిచూపులు. వెంటనే పెళ్లి. పెళ్ళంటే మాటలా? ఎన్ని చూసుకోవాలి? అందుకే శాంత వీలైనన్ని పనులు ఈలోగా చేసేస్తే బావుంటుంది అనుకుంది. అదృష్టవశాత్తూ అంతటా ఆషాఢం సేల్ నడుస్తోంది. గోపీనీ, సీతనీ వెంటబెట్టుకుని పక్కనున్న పెద్ద ఊరికి వెళ్లి రోజంతా తిరిగి పెట్టుబడి బట్టలు కొనేసింది. అన్నీ కొన్నారు కాబట్టి మరో పదివేల రూపాయలు బహుమతిగా ఇస్తాం. పెళ్లికూతురికి చీరె కొనండి అన్నారు కొట్టువాళ్ళు.

'పెళ్లికూతురుకి చీరెలు చెన్నయ్‌లో కొంటాం' అనేసి ఆ పదివేలకీ సరిపడా వాళ్లకీ వీళ్లకీ పెట్టాల్సిన చిన్నా చితకా పట్టుచీరలు కొనేశారు.

"అన్నీ పేక్ చేయించి వుంచండి. రెండ్రోజుల్లో మా ట్రాక్టరు లోడ్ తీసుకొస్తుంది. తిరుగు ప్రయాణంలో మీ దగ్గరికి వచ్చి ఇవన్నీ తీసుకెళ్తాం" అని చెప్పాడు గోపీ.

అలాగే అన్నారు వాళ్ళు. తీరా ఇంటికెళ్ళాక అప్పుడు గుర్తొచ్చింది దుప్పట్లూ, కర్టెన్లూ వగైరాలన్నీ కొనడం మర్చిపోయాం అని. నాలుక కరుచుకుంది శాంత. మరేం ఫర్వాలేదులే. ఎల్లుండి మళ్ళీ వెళ్దాం అవీ ఇవీ అన్నీ కలిసి తెచ్చేసుకో వచ్చు అన్నాడు గోపీ.

అలాగే వెళ్ళి అవికూడా కొనుక్కొచ్చేశారు. హమ్మయ్య! బట్టల పని అయింది. ఇక నగల విషయం చూడాలి అనుకుంది శాంత. సరోజకి అన్నీ వున్నాయి. కానీ పెళ్ళంటే నాలుగైదు కొత్తనగలైనా లేకపోతే ఎలా? నెల్లూరులో వాళ్లకు తెలిసినవాళ్ళున్నారు. వాళ్ల ద్వారా బంగారం పనివాళ్ళని పిలిపించి ఇంట్లో వున్న పాతనగలు మార్పించి కొత్తనగలు చెయ్యమని పురమాయించారు.

ఆ తర్వాత ఇంటిమీద పడ్డారు. సున్నాలు, రంగులు. అదేం సామాన్యమైన వ్యవహారం కాదుకదా! చిన్నాచితకా మరమ్మతులుంటాయి. అవన్నీ చేయించి సున్నాల వ్యవహారం పూర్తయ్యేసరికి శ్రావణమాసం రానే వచ్చేసింది.

ఫలానా రోజుకొస్తున్నాం అని కబురు పెట్టారు పెళ్ళివారు. అంతేకాదు! అబ్బాయి ఓ ఏడాదిపాటు అమెరికా వెళ్ళాల్సుంటుంది. ఈ నెలాఖరుకే పెళ్లి చేసేస్తే ఇద్దరూ వెళ్తారు సర్దాగా అనికూడా చెప్పారు. దాంతో మరింత కంగారుపడిపోయారు వాళ్ళందరూ. ఆ శుభదినం రానేవచ్చింది. పెళ్లివారు ఒక హోండాసిటీ కారూ, ఓ ఇన్నోవా కారూ వేసుకుని ఆర్భాటంగా వచ్చారు.

ఆ వచ్చే పెళ్ళికొడుకుని జూలో జంతువుని చూసినట్లు విరగబడి చూడకండి, బావుండదు అని ఎంతగా చెప్పినా, అందరూ ఆ మూలా ఈ మూలా దాక్కుని కార్లోంచి దిగిన పెళ్లికొడుకుని చూశారు. 'బావున్నాడు దొరబాబులాగా. చిన్నమ్మాయిగారికి ఈడూ జోడూ' అని సంతోషించారు.

పెళ్ళికొడుకు పేరు శంకర్. ఆహ్వానించడం, పరిచయాలూ, ఫలహారాలూ వగైరా కార్యక్రమాలన్నీ అయ్యాయి. అమ్మాయిని చూసి ముచ్చటపడ్డారు మగపెళ్ళివారు. వాళ్ళిద్దరూ మాట్లాడుకుంటారు అన్నారు. అబ్బాయిని మేడమీదికి తీసికెళ్ళమ్మా అన్నారు ఆడపెళ్ళివారు.

సరోజ శంకర్‌ని మేడమీదికి తీసుకెళ్ళింది.

"మీరేం చదువుకున్నారు?" అని అడిగాడు శంకర్.

సరోజ సమాధానం వింటూ వుంటే అతనికి అయోమయంగా అనిపించింది. దానికి ఆవిడ ఇచ్చిన వివరణ వినేసరికి బుర్ర గిర్రున తిరిగింది. ఆవిడ హాబీలూ, ఆశయాలూ వినేసరికి నోరెండిపోయింది.

"మీరేం చదువుకున్నారు" అడిగింది సరోజ.

చెప్పాడు. ఉద్యోగం వివరాలు కూడా చెప్పాడు. త్వరలోనే అమెరికా వెళ్ళాలని కూడా చెప్పాడు.

విసుగ్గా వింది సరోజ. "అబ్బా, అమెరికానా? అక్కడ పనిమనుషులు దొరకరట. అన్నిపనులూ మనమే చేసుకోవాలిట. వాతావరణం కూడా బావుండదట. చచ్చేంత చలిట. అయినా ఈ మధ్య ప్రతీవాళ్ళూ అమెరికా

వెళ్తున్నారు. ఆ మధ్య ఎవరో చెప్తుంటే విన్నాను, ఆఫ్రికా చాలా బావుంటుందిట. మీరు అమెరికా మానేసి ఆఫ్రికా వెళ్ళొచ్చుగా!" అంది.

శంకర్ లేచి నిలబడ్డాడు. "అలాగే, ఇంటికెళ్ళి ఆలోచిస్తాను" అన్నాడు.

ఇద్దరూ కిందికొచ్చేశారు. మరికాసేపు కూర్చుని లేచారు మగపెళ్ళివారు.

గేటుదాకా వెళ్ళి సాగనంపారు ఆడపెళ్ళివారు.

వాళ్ళు వెళ్లగానే అందరూ హాల్లో చేరి వాళ్లగురించి మాట్లాడుకున్నారు. మంచి సంబంధం, మర్యాదస్తులు అనుకుని తృప్తిపడ్డారు.

"సరోజతల్లీ! నువ్వేం మాట్లాడవేం? ఎలా వున్నాడు పెళ్లికొడుకు? నీకు నచ్చాడా?" అని అడిగాడు గోపీ.

"ఆ వున్నాడులే! గొర్రెలమందలో ఆఖరి గొర్రెలాగా!" అంది సరోజ నిరాసక్తంగా.

"అదేవిటే అలా అంటావ్? పిల్లవాడు సలక్షణంగా వుంటేనూ" అని మందలించింది శాంత.

అదే సమయానికి కార్లో శంకర్‌తల్లి కూడా అలాగే కొడుకుని మందలిస్తోంది. "పిల్ల ఎంత చక్కగా వుంది! చిదిమి దీపం పెట్టుకోవచ్చు. మరి నీకెందుకు నచ్చలేదురా?"

"అందంగానే వుంది కానీ అమ్మా! తిక్కపిల్ల. ఏం మాట్లాడుతుందో తనకే తెలీదు" అన్నాడు శంకర్.

"ఆ! ఏదో చిన్నతనం! గారాబంగా పెరిగింది కదా! రేపు పెళ్ళయితే తనే మారుతుంది" నచ్చచెప్ప జూసిందావిడ.

"మారితే బాగానే వుంటుంది. మారకపోతే పెళ్ళయ్యాక ఏం చెయ్యగలం? కాళ్ళతో నడుస్తావేం వెరైటీగా తలతో నడు. అందరూ అన్నమే తింటారు వెరైటీగా నువ్వు గడ్డి తిను అంటుందేమో! నాకొద్దు" అన్నాడు శంకర్.

ఆవిడ చెప్పి చెప్పి విసిగిపోయింది.

"ఆ సరోజ మాత్రం నాకొద్దు. వాళ్ల కుటుంబం, పద్ధతులూ మీకంతగా నచ్చితే ఆ ఇంకో అమ్మాయి వుందికదా! దుర్గ! ఆ అమ్మాయిని పెళ్ళి చేసుకుంటా" అని ఖచ్చితంగా చెప్పేశాడు.

ఇంటికెళ్ళాక మరోసారి కొడుక్కి హితబోధ చేసి అతను వినకపోయేసరికి ఆడపెళ్ళివారికి తెలియజేశారు.

అంతా విన్న సత్యానికి మనసు చివుక్కుమన్నా అంతలోనే సంతోషం కూడా కలిగింది. అందర్నీ సమావేశపరచి ఈ విషయం చెప్పాడు. శాంత మొహం చిన్నబోయింది. సరోజ మాత్రం పీడ వదిలింది అని లేచి వెళ్ళిపోయింది.

"నేననుకుంటూనే వున్నా" అంటూ గుండెలు బాదుకుంది సుందరమ్మ.

"ఆ దుర్గ వ్యవహారం నాకేం నచ్చలేదు. వయ్యారాలు ఒలకబోసుకుంటూ ఒకటికి పదిసార్లు అటూ ఇటూ తిరిగేసింది. పిల్లవాడి మనసు భ్రమించింది. అతని తప్పేముంది?" అంది పెద్దగా అరుస్తూ.

మోహన్, కమల చిన్నబుచ్చుకున్నారు.

అది గమనించిన గోపీ నోరు విప్పాడు. "చాల్లెండి మంథరమ్మగారూ! ఆ మాటకొస్తే మీరూ తిరుగుతూనే వున్నారు అటూ ఇటూ! ఆ పిల్లవాడు పట్టించుకున్నాడా? అతగాడికి మరి దుర్గ నచ్చిందేమో?" అన్నాడు.

"అవును. అదే అయుంటుంది. పోన్లే మంచివాళ్ళు, పిల్లవాడూ బుద్ధిమంతుడు. ఈ సంబంధం వదులుకోవడం అవివేకం. సరే అందాం" అన్నాడు సత్యం.

"నావల్ల కాదురా! వాళ్ళతో నేను తూగలేను" అన్నాడు మోహన్ వెంటనే.

"అదేంమాట అన్నయ్యా! నేను లేనా, దుర్గ నా బిడ్డ కాదా!"

"అదికాదయ్యా! ఇలాటి వ్యవహారాల్లో ఆవేశంలోపడి నిర్ణయం తీసుకోడం మంచిది కాదు. సమాన వియ్యం, సమాన కయ్యం అన్నారు. వద్దులే" అంది కమల.

"వాళ్లకై వాళ్ళే అడిగారు కదా అక్కయ్యా. అవన్నీ ఆలోచించుకుని నిర్ణయించుకునే వుంటారు" అంది శాంత.

"మీరు ఊరికే తొందరపడిపోతున్నారు. అతను ఇష్టపడ్డాడు సరే. దుర్గ ఒప్పుకోవాలిగా" గుర్తుచేశాడు గోపీ.

"ఎందుకొప్పుకోదూ! అదృష్టం తలుపు తడితే వద్దుపొమ్మంటారా ఎవరైనా! ఎగిరి గంతేసి మరీ ఒప్పుకుంటుంది" అంది సుందరమ్మ వ్యంగ్యంగా.

"అందరూ మనలాగే వుంటారనుకోవడం మానవ సహజం మంథరమ్మ గారూ! కాకపోతే దుర్గ విషయంలో మీరు పొరబడ్డారు" అన్నాడు గోపీ.

"కాదులే గోపీ, చెప్పే తీరున చెప్తే అదే ఒప్పుకుంటుంది" అన్నాడు సత్యం.

"నాకైతే నమ్మకం లేదు. మీరు చెప్పి చూస్తానంటే అది మీ ఇష్టం" అన్నాడు గోపీ.

అందరూ దుర్గకోసం ఎదురు చూడసాగారు. మామూలు సమయానికే స్కూటీమీద ఊళ్ళోకి వచ్చింది దుర్గ. పొద్దున వెళ్తున్నప్పుడు దుర్గమ్మా మందులై పోయాయి కాస్త తెచ్చిపెడతావా? రేపు మా మరదలొస్తుంది ఓ చీరె తెచ్చిపెట్టమ్మా అని ఎవరో ఒకరు ఏదో ఓ పని చెప్తారు. ఓపికగా అవన్నీ కొనుక్కొచ్చి ఇస్తుంది. ఆవేళా అలాగే అందరికీ అన్నీ ఇచ్చి ఇంటికొచ్చింది. "అందరూ అక్కడే వున్నారమ్మా, మిమ్మల్ని అక్కడికే రమ్మన్నారు" అని వాకిట్లోనే చెప్పింది పనమ్మాయి.

వెంటనే స్కూటరుమీదే బాబాయిగారింటికి వెళ్ళింది దుర్గ.

దుర్గ రాగానే అదుగో వచ్చేసింది అనుకున్నారు అందరూ.

ఇంటి వాతావరణంలో ఏదో మార్పు కనిపెట్టింది దుర్గ.

"ఏమైంది? అందరూ అంత గంభీరంగా వున్నారు?" అడిగింది.

"నీతో ముఖ్యమైన విషయం మాట్లాడాలి, ముందు కాస్త మొహం కడుక్కుని కాఫీ తాగు" అంది శాంత.

దుర్గ మొహం కడుక్కుని వచ్చేసరికి కాఫీకప్పు అందించింది వంటమనిషి.

సత్యం సూటిగా అసలు విషయంలోకి దిగిపోయాడు. అదెంత మంచి సంబంధమో చెప్పాడు. అది కుదరడం సామాన్యం కాదు అన్నాడు. నువ్వు ఊ అంటే వెంటనే పెళ్లి చేస్తాం అన్నాడు.

కాఫీ తాగుతూ శ్రద్ధగా వింది దుర్గ. "నాకొద్దు బాబాయ్" అంది తాపీగా.

అందరూ నచ్చచెప్పారు. అయినా విన్లేదు దుర్గ. "ఇప్పట్లో పెళ్లి చేసుకునే ఆలోచన నాకు లేదని ఎన్నిసార్లు చెప్పాను? ముందు నా కాళ్ళమీద నేను

నిలబడాలి. నాకెన్నో ఆశలూ ఆశయాలూ వున్నాయి. అవన్నీ నెరవేరాక అప్పుడు చేసుకుంటాను పెళ్లి" అనేసి వాళ్ళని వాళ్లదారిన వదిలేసి వెళ్లిపోయింది.

ఆ ఇంట్లోవారికి ఇదేం కొత్తకాదు. ఇప్పటికి చాలాసార్లు వాళ్లు చెప్పడం దుర్గ కాదనటం జరిగింది.

మెరికలాంటి పిల్ల దుర్గ. అందంలో సరోజకంటే కాస్త తక్కువే అయినా అమోఘమైన తెలివితేటలు, మంచితనం, వినయవిధేయతలు అన్ని సుగుణాలూ మూర్తీభవించిన దుర్గని చూడగానే ఎవరైనా ఆకర్షితులైపోతారు.

ఎమ్‌సీఏ డిస్టింక్షన్‌లో పాసయింది. ఉద్యోగం జోలికి పోకుండా మరో ఇద్దరు క్లాస్‌మేట్స్‌తో కలిసి స్వంతంగా కంప్యూటర్ కోచింగ్ సెంటర్ ప్రారంభించింది పక్క వూళ్ళో. ఆ సెంటర్‌కోసం ఓ బిల్డింగ్‌లో పై రెండంతస్థులూ అద్దెకి తీసుకున్నారు. ప్రారంభోత్సవం అయిన మరునాడే ఆ బిల్డింగ్ ఓనరు, "మా తమ్ముడికి మీ అమ్మాయిని ఇస్తారా" అంటూ మోహన్‌కి కబురుపెట్టాడు.

"ఇంకా చిన్నపిల్ల. మరో రెండేళ్ళదాకా పెళ్లిమాట తలపెట్టం అన్నాడు మోహన్. అది మొదలు ఎంతోమంది ఎన్నో సంబంధాలు చెప్పారు. దుర్గ ఏ పెళ్ళికైనా ఫంక్షన్‌కైనా వెళ్లివచ్చిన తరువాత ఖచ్చితంగా ఎవరైనా ఫోన్ చేస్తారు. మాకు తెలిసినవాళ్ళు చక్కటి పిల్లకోసం చూస్తున్నారు. మీకు అంగీకారం అయితే మీ వివరాలు వాళ్ళకి చెప్తాం అని అడుగుతారు.

మర్యాదగా వద్దంటారు వీళ్ళు. ఈడొచ్చిన పిల్ల పెళ్లిచేసి బాధ్యత తీర్చుకుంటే బాగానే వుంటుందని కమల ఆశ. కానీ దుర్గ మాత్రం ఖచ్చితంగా కుండబద్దలు కొట్టి మరీ చెప్పేసింది.

ఇప్పుడే నేను పెళ్లి చేసుకోను. నాకు చాలా కోరికలున్నాయి. నా కాళ్ళమీద నేను నిలబడాలి. కంప్యూటర్ సెంటర్‌కి ఏ భాగస్వాములూ లేకుండా నేనొక్కతినే వేరే సెంటర్ పెట్టాలి. పదిమందికి ఉద్యోగాలివ్వాలి అంటూ బోలెడన్ని ఏకరవు పెడుతుంది.

ఇవన్నీ అయ్యాక అప్పుడు పెళ్ళిగురించి ఆలోచించేది. అంతదాకా నావెంట పడకండి అని చెప్పేసింది.

ఇప్పటికి ఎన్నోసార్లు అవతలవాళ్ళు మాకు మీ అమ్మాయి నచ్చిందని ముందుకి రావడం వీళ్ళు మర్యాదగా తిరస్కరించడం జరిగింది.

'చెప్తే వినదు. మొండిపిల్ల, ఎక్కడో' అంటూ విసుక్కుంటుంది తల్లి. మంచి మంచి సంబంధాలు వచ్చిపడుతుంటే వద్దు పొమ్మనడం తెలివితక్కువ కదా అని ఆవిడ బాధ.

కానీ దుర్గ ధ్యేయం మాత్రం ఒక్కటే. తన కాళ్లమీద తాను నిలబడాలి. అర్జునుడికి పక్షినేత్రం తప్ప మరేమీ కనిపించనట్లు దుర్గకీ వేరే విషయాలు కనిపించవు. ఆకర్షించవు.

దానికితోడు వల్లమాలిన ఆత్మాభిమానం. కంప్యూటర్ సెంటర్ పెడుతున్నప్పుడు వచ్చి "బాబాయ్! డబ్బు కావాలి" అంటే ఆనందంగా ఇచ్చాడు సత్యం. మళ్ళీ నెల మొదట్లో కొంత డబ్బు తెచ్చి "ఇదుగో బాబాయ్! నెలకి కొంతచొప్పున తీరుస్తాను" అని చెప్తుంటే తెల్లబోయాడాయన.

"అదేవిటమ్మా! నువ్వు నా దగ్గర తీసుకుని తిరిగిస్తావా? నేను నీకంత పరాయివాడినైపోయానా?" అన్నాడు బాధగా.

"నువ్వు పరాయివాడివి కాదు బాబాయ్. కానీ నాకూ కొన్ని ఆశయా లున్నాయి. నా కాళ్ళమీద నేను నిలబడాలి. స్వశక్తితో పైకి రావాలి" అని నచ్చచెప్పింది దుర్గ.

ససేమిరా తీసుకోనని సత్యం, తీసుకు తీరాలని దుర్గ మొండికేసుకు కూర్చున్నారు. చివరికి దుర్గ మాటే చెల్లింది.

"చిన్నపిల్ల. ఏదో దాని సరదా దానిది. నువ్వే సర్దుకో అన్నయ్యా" అని గోపీ సంధి కుదిర్చాడు. గోపీకి దుర్గ అభిప్రాయాలపట్ల ఎంతో గౌరవం వుంది. ఆ మాత్రం స్వాభిమానం, కార్యదక్షతా, పట్టుదలా ఆడా మగా తేడా లేకుండా ప్రతీ మనిషికీ ఎంతో అవసరం. స్వశక్తితో పైకి రావాలనుకున్న వారు జీవితంలో ఎంతో రాణిస్తారు. అలాగే దుర్గకూడా ఎంతో గొప్ప స్థాయికి ఎదుగుతోందని గట్టి నమ్మకం గోపీకి. అందుకే అన్నివేళలా దుర్గకి అండగా నిలబడతాడు.

దుర్గకి ఇప్పుడే పెళ్ళి చేసే ఉద్దేశ్యం లేదని పెళ్ళివారికి ఫోన్‌చేసి చెప్పేశారు. సరోజకి ఆ సంబంధం తప్పిపోయింది కాబట్టి మరో సంబంధం చూడమని పెళ్ళిళ్ళ పేరయ్యలకు చెప్పారు.

సరోజకి సంబంధాలకు కొదవా! కుప్పతెప్పలుగా వచ్చాయి. దాదాపు పదిమందికి పైగా పెళ్లిచూపులకి వచ్చివెళ్ళారు. అదేం ఖర్మమో ఒక్క పెళ్లికొడుకూ నచ్చలేదు సరోజకి. సగంమంది వాళ్ళే వెనక్కి తగ్గారు. మిగిలిన వారిని వద్దు పొమ్మంది సరోజ. ఆ ప్రహసనం అట్లా నడుస్తూనే వుంది. ఏడాది గిర్రున తిరిగొచ్చింది.

అప్పుడేదో కుదర్లేదుగానీ ఈ శ్రావణంకి పెళ్లి ఖచ్చితంగా జరుగుతుంది అన్న ధీమాతో ఆ ఏడుకూడా ఆషాఢం సేల్‌కి బోలెడు బట్టలు కొంది శాంత. నగలుకూడా చేయించింది.

శ్రావణమాసం మొదట్లో ఓ పెళ్లివారొస్తామన్నారు. అందరికీ నచ్చిందా సంబంధం. "దీనికే వంకా పెట్టకు. ఇలా అన్నీ వద్దంటే ఇంకెవరూ దొరకరు నీకు" అని శాంత కూతురి చెవినిల్లు కట్టుకుని పోరింది.

"సర్లే అమ్మా! నాకూ విసుగ్గానే వుంది ఈ వ్యవహారం. ఏమాత్రం నచ్చినా సరే అనేస్తాను" అంది సరోజ.

ఓ శుభముహూర్తాన వాళ్లొచ్చారు. ఎంతో ఆసక్తిగా పెళ్లికొడుకువంక చూసిన సరోజకి నీరసం వచ్చింది. అలవాటు ప్రకారం పెద్దవాళ్లు వీళ్ళిద్దరినీ విడిగా మాట్లాడుకోమన్నారు. అలవాటు ప్రకారం మేడమీదికి తీసుకెళ్ళింది సరోజ.

సరోజ ఏం మాట్లాడలేదు. అతనే ప్రశ్నమీద ప్రశ్నలు వేస్తున్నాడు. నోరు విప్పితే డబ్బుగొడవే! ఏదో వ్యాపారం చేస్తున్నాడుట. ఇప్పటికే చాలా ఆర్జించాడుట. రేపు పెళ్లయ్యాక మామగారిచ్చే కట్నం డబ్బులు కూడా పెట్టుబడి పెట్టి ఇంకా ఆర్జిస్తాడుట.

మెళ్ళోనూ, చేతులకీ జెర్రిపోతుల్లాటి గొలుసులు, ఆరు వుంగరాలు, బంగారం గొలుసు, వాచీ. వాటిని మాటిమాటికీ సవరించుకుంటూ ఎదుటివారి దృష్టి వాటిమీదికి మళ్ళించే ప్రయత్నం, సరోజకి కంపరం వేసింది.

ఇంకా సంపాదించి సలక్షణంగా వంకీ, వడ్డాణం, కాసులపేరు కూడా వేసుకు తిరుగుతాడేమో అనిపించింది.

డబ్బుగురించి మాట్లాడి మాట్లాడి చివరికి "నాకు మీరు నచ్చారు. అందానికి తోడు బోలెడంత ఆస్తికూడా వుంది" అన్నాడు.

"నాక్కూడా మీరు బోలెడంత బాగా నచ్చారు" అంది సరోజ.

అతని మొహం కళకళ్ళాడింది. "చాలా సంతోషం. మన్లోమాట! ఎలాగూ మనం కాబోయే భార్యాభర్తలం కాబట్టి మనమధ్య రహస్యాలుండకూడదు. మీకెంత ఆస్తి వుంది? పెళ్ళవగానే ఎంత ఇస్తారు? సగమైనా ఇస్తారేమో అనుకుంటా" అన్నాడు.

"అయ్యో! సగమేం ఖర్మ. మీరు పట్టుబడితే ఓ ఎకరం పొలం మాత్రం వాళ్ళుంచుకుని మిగతాది అంతా మీ పేర రాయమన్నా రాసేస్తారు. ఎలాగైనా నా పెళ్ళి చేసి పంపించెయ్యాలని వాళ్ళ తాపత్రయం" చెప్పింది.

"నిజమేలెండి మరి. ఆడపిల్ల పెళ్ళి చెయ్యాలని తల్లిదండ్రులకు తొందరగానే వుంటుంది కదా!"

"అవును, అందులోనూ నాలాంటిదానికి పెళ్ళవటం అంటే మాటలా? ఏదో మీరు మంచివారు కాబట్టి సరే అన్నారు. ఇంతవరకూ బోలెడుమంది వచ్చారు. పోయారు. ఎవరూ ఒప్పుకోలేదు" బుద్ధిగానే చెప్పింది.

అతను అనుమానంగా చూశాడు.

"అదేం? అందం... ఇంత ఆస్తి? ఎందుకొప్పుకోలేదు?" అడిగాడు.

"అందం ఆస్తీ వున్నాయి. మరి దాంతోపాటు ఈ జబ్బుకూడా వుందికదా?'

"జబ్బా? ఏం జబ్బు?"

"ఏవిటోమరి. హిస్టీరియా అని కొందరంటారు. దయ్యం పట్టిందని మరి కొందరంటారు. సైకలాజికల్ డిజార్డర్ అని ఇంకొందరు అంటారు. వాళ్ళల్లో వాళ్ళు ఆ ఏవులాడుకోవడమే కానీ ఇదీ అని ఖచ్చితంగా రోగనిర్ధారణ చెయ్యలేకపోతున్నారు" వివరంగా చెప్పింది.

"ఆ రోగ లక్షణాలేవిటండీ?" అడిగాడు.

"ఆ! ఏవుందీ? వున్నట్టుండి ఏదో అయిపోతుంది నాకు! ఎదుటివాళ్ళను చావగొడతానుట. వస్తువులన్నీ విసిరి గిరాటేస్తానుట."

అతని గుండె ఠారుమంది. "తరచుగా వస్తుంటుందా?"

"అబ్బే! తరచుగా ఏం రాదు. మహావస్తే నెలకి నాలుగైదుసార్లు అంతే. మీరేం కంగారుపడకండి. అదృష్టం బావుంటే పెళ్లి కాగానే తగ్గిపోతుందిట."

"మరి అదృష్టం బావుండకపోతేనో?" దీనంగా అడిగాడు.

"మరింత ముదిరిపోతుందిట" తాపీగా చెప్పింది.

"మరీమాట ముందుగా చెప్పలేదేం మీవాళ్ళు" నిలదీశాడు.

"ఇలాటివన్నీ పనిగట్టుకు చెప్తారా? మీరే వాకబు చేసి తెలుసుకోవాలి. అయినా వాళ్ళు చెప్పకపోతేనేం? నేను చెప్పానుగా! మరి రేపు భార్యాభర్తలం కాబోయేవాళ్ళం. మనమధ్య రహస్యాలుండకూడదు కదా! అందుకే చెప్పేశా. అదీగాక పెళ్లయ్యాక నాకు జబ్బుచేసినప్పుడు తన్నులు తినాల్సింది మీరే కదా!" అంది ప్రేమగా చూస్తూ.

చివాల్న లేచి నిలబడ్డాడు అతను. చర చర మేడదిగి వచ్చేశాడు.

పదండి వెళ్దాం అని కంగారుపెట్టేసి వాళ్ళవాళ్లని బయలుదేరదీశాడు.

వెళ్ళబోతూంటే గోపీ అతని దగ్గరికి వెళ్ళాడు.

"ఏం బాబూ! మరి ఏం నిర్ణయించుకున్నారు?" అని అడిగాడు.

"ఏముందండీ నిర్ణయించుకునేందుకూ? ముందు మీ అమ్మాయికి నయం అయ్యేలా చూడండి" అన్నాడు ఆగ్రహంగా.

'మళ్ళీ ఏదో తిక్కపని చేసుంటుందిరా దేవుడా' అనుకున్నాడు గోపీ.

"అబ్బే! నయం కావడానికి అదేం వ్యాధి కాదు కదండీ. ఏదో చిన్నతనం. పెళ్ళై బాధ్యతలు నెత్తినపడితే అదే సర్దుకుపోతుంది" అని నచ్చచెప్పాలని ప్రయత్నించాడు.

"వద్దండీ. అంత రిస్క్ తీసుకోదలుచుకోలేదు. నాకంత ధైర్యంకూడా లేదు" అనేసి వెళ్ళిపోయాడు.

మేడమీదినుంచి దిగొచ్చింది సరోజ. హాయిగా నవ్వుకుంటూ వస్తున్న కూతుర్ని చూసి గోపీకి కోపం వచ్చింది.

"మళ్ళీ ఏం తిక్కపని చేశావు మహాతల్లీ!" అని విసుక్కున్నాడు.

జరిగినదంతా చెప్పేసి పగలబడి నవ్వింది సరోజ.

"ఏవిటే సరోజా ఈ పిచ్చిపనులు? ఇలా చేస్తే నీకసలు పెళ్ళవుతుందా?" అని కోప్పడింది శాంత.

"అవకపోతే పోయింది. ఇలాంటివాడిని మాత్రం చచ్చినా చేసుకోను. గుళ్ళో విగ్రహంలా ఒంటినిండా నగలు దిగేసుకుని, ఆ అవతారం, ఆ వాలకం చూస్తేనే కడుపులో తిప్పింది నాకు" అనేసి నవ్వుతూనే వెళ్లిపోయింది.

"చూశావుటయ్యా గోపీ దీని వాలకం! అసలు దీనికంతటికీ కారణం నువ్వు. గారాబం చేసి దాన్ని ఇలా తయారుచేశావు" అని మరిదితో దెబ్బలాడింది.

"ఇది మరీ బావుంది. ఉరుము ఉరిమి మంగలంమీద పడిందిట. అలా వుంది. నేను గారాబం చేశాను సరే, మీరు క్రమశిక్షణలో వుంచండి. నేను కాదన్నానా?" గోపీకీ చిరాగ్గానే వుంది.

"ఏవిటో, దీని లక్షణం చూస్తే దీని ముఖాన పెళ్ళిరాత రాసివుందా అని అనుమానంగా వుంది" అన్నాడు సత్యం దిగులుగా.

"చాల్లే వూరుకోరా! ఏవిటా మాటలు? దానికేం బంగారుతల్లి. దానికోసం ఎవరో అదృష్టవంతుడు పుట్టే వుంటాడు" తమ్ముడికి ధైర్యం చెప్పాడు మోహన్.

"ఏమో మరి! నాకు మాత్రం అనుమానంగానే వుంది" అన్నాడు సత్యం.

❖ ❖ ❖

తెల్లవారింది. నరసింహంగారింట్లో అంతా పండగ వాతావరణం. ఇంటి ముందు కళ్ళాపుజల్లి పెద్దముగ్గులేశారు. గుమ్మాలకు మామిడాకుల తోరణాలు కట్టారు. టేప్‌రికార్డర్‌లో సన్నాయి వాయిద్యం వినిపిస్తోంది.

నరసింహం పొద్దున్నే స్నానం చేసి వరండాలో కూర్చున్నాడు. లక్ష్మి స్నానం, పూజ ముగించి పట్టుచీరె కట్టుకుని అటూ యిటూ తిరిగేస్తోంది. ఇక శ్యామల సంగతి చెప్పనక్కర్లేదు. సందడంతా తనదే.

రవి తలంటు పోసుకున్నాడు. క్రిష్ణవేణి పంపించిన కొత్తబట్టలు కట్టుకున్నాడు. ముహూర్తం పదింటికి. ముందర ఊళ్ళో అందరినీ పిల్చి ఆర్భాటంగా చేద్దామనుకుంది లక్ష్మి. కానీ అనవసరంగా బిడ్డకి దిష్టి తగుల్తుంది. నరుడి కంటికి నల్లరాయి బద్దలు అవుతుంది. ఎలాగూ రేపు బాగా పేరువచ్చాక అందర్నీ పిల్చి వ్రతం, సంతర్పణా వుండనే వుంటాయి. అందుకే క్లుప్తంగా చేసేస్తోంది. రాజశేఖరంగారిని మాత్రం స్వయంగా వెళ్లి పిలిచారు.

"నేను రానులేరా! నా హస్తం అంత మంచిదికాదులే! వాడిని ఇక్కడినించే ఆశీర్వదిస్తాను" అన్నారాయన. క్రిష్ణవేణి ఎక్కడికీ రాదు. బట్టలు పంపించింది. "చంద్రం వస్తాడులే" అంది.

శ్రీను వచ్చాడు మోటార్‌బైక్ తీసుకుని. అతను రవికి మంచి స్నేహితుడు. అతనితో ఒప్పందం కుదుర్చుకున్నాడు రవి. అతను కనిపెట్టిన ఇంధనం ప్రయోగించేందుకు శ్రీను బైక్ ఇవ్వాలి. అందుకు బదులుగా ఒక ఏడాది అతనికి ఇంధనం ఉచితంగా ఇస్తాడు.

"ఒకవేళ బెడిసికొడితేనో!" అన్నాడు శ్రీను.

"అసంభవం! ఒకవేళ అలా జరిగితే నీ బైక్ రిపేర్ చేయిస్తాను" అని మాట ఇచ్చేశాడు రవి.

పిలవకపోయినా ఇరుగుపొరుగువాళ్ళు గుమిగూడారు. పిచ్చాయియా, గాడిదా వచ్చేశారు. పదిగంటలకి మరో పదినిమిషాలుందనగా చంద్రం కార్లో వచ్చాడు. వెంట ఇద్దరు పనివాళ్ళు.

చంద్రాన్ని సాదరంగా సవినయంగా ఆహ్వానించారు అందరూ. నీడపట్టున కుర్చీవేసి కూర్చోబెట్టారు. అసలే చక్కగా వుండే రవి ఆవేళ మరింత మెరిసి పోతున్నాడు.

అతనివంక చూసి నిట్టూర్చాడు చంద్రం. 'అదృష్టవంతుడు... తను అనుకున్న పని చెయ్యగలడు. స్వేచ్ఛగా జీవించగలడు' అనుకున్నాడు.

పురోహితుడు వచ్చేశాడు. పూజ ప్రారంభించాడు. రవికీ, బైక్‌కీ, ఇంధనం డ్బాకీ బొట్లు పెట్టాడు. కొబ్బరికాయ కొట్టాడు. హారతి ఇచ్చాడు. మంత్రాలు చదువుతూనే రవికి సైగచేశాడు. వెంటనే రవి డబ్బాలోని ఇంధనం బైక్‌లోని ట్యాంక్‌లో పోశాడు.

"శ్రీనూ! స్టార్ట్ చెయ్యరా!" అన్నాడు. వెంటనే కిక్ కొట్టి స్టార్ట్ చేశాడు శ్రీను. క్లచ్ రిలీజ్ చేసి గేర్ వేశాడు. ఏక్సిలేటర్ రైజ్ చెయ్యగానే ఒక్కసారి గాల్లోకి లేచింది బైక్. శ్రీను కిందపడిపోయాడు. బైక్ కప్పలాగా ఎగురుతూ కొద్దూరంలో వున్న సన్నజాజి పందిరిని ఢీకొట్టి పక్కకి పడిపోయింది.

అంతటా నిశ్శబ్దం. అందరూ చేష్టలుడిగి నిలబడిపోయారు. అందర్లోకీ ముందు తేరుకుంది లక్ష్మి. "శ్రీనూ! నాయనా దెబ్బతగిలిందా?" అంటూ పరుగున వెళ్లి లేవదీసింది. మెల్లిగా లేచాడు శ్రీను. "హమ్మయ్య! దెబ్బలేం తగల్లేదు" అంది. కానీ కుడిచెయ్యి ముంజేతి దగ్గర కలుక్కుమంది. ఇట్రా అంటూ నడిపించుకుని తీసుకెళ్ళి వరండాలో కూర్చోబెట్టింది.

శ్యామల మంచినీళ్ళు తెచ్చి శ్రీనుకి ఇచ్చింది. రవికీ ఇచ్చింది. అప్పటిదాకా రాయిలా నిలబడిపోయిన రవి మంచినీళ్ళు తాగి తేరుకున్నాడు. బైక్‌దగ్గరికి వెళ్ళాడు. అతనికి సాయం వెళ్ళాడు చంద్రం వెంట వచ్చిన పనివాడు. ఆ బైక్ పడిపోయి గర్రుగర్రుమని శబ్దం చేస్తోంది. మెల్లిగా లేపి నిలబెట్టారు. నిలబెట్టగానే మళ్ళీ ఎగురుకుంటూ పిచ్చాయి పక్కనే వున్న గాడిదమీదికి వెళ్లిపోయింది. ఆ గాడిద బెదిరిపోయి ఓండ్ర పెడుతూ పారిపోయింది. దాన్ని పట్టుకునేందుకు పిచ్చాయి పరుగెట్టాడు.

అప్పటిదాకా బిగుసుకుపోయిన జనాలు ఇహలోకంలోకి వచ్చారు. నరసింహం రెండుచేతుల్తో తలపట్టుకున్నాడు. అందరూ గుసగుసలు మొదలుపెట్టారు. ఈ పిల్లాడికేవిటో ఇదో పిచ్చి. అందరిలాగా ఉద్యోగం చేసుకుని నాలుగురాళ్ళు సంపాదించుకోవచ్చుగా!

"నిజమే మరి. అందులోనూ ఇప్పుడు ఇదివరకు రోజుల్లాగా కాదుగా! బోలెడు ఉద్యోగాలు. మా అక్కగారబ్బాయి డిగ్రీదాకా చదివాడు. డ్రైవింగ్ నేర్చుకుని బోలెడంత ఆర్జించుకుంటున్నాడు" అంటూ చర్చలు మొదలుపెట్టారు.

శ్యామలకి కోపం వచ్చింది. "ఏవిటంతా ఇక్కడ గుమికూడిపోయారు? ఇక్కడ కోతులు ఆడుతున్నాయా? వెళ్ళండి" అని తరిమేసింది.

బయటివాళ్ళంతా వెళ్ళిపోయాక ఇంటివాళ్ళు మాత్రం మిగిలారు. ఇప్పుడు ఏం చెయ్యాలి? అనుకున్నారు. శ్రీను చెయ్యి అప్పుడే వాస్తోంది. వెంటనే అతన్ని డాక్టర్ దగ్గరికి తీసుకెళ్ళాలి.

చంద్రం కార్లో కూర్చోబెట్టి ఆ ఊళ్లోనే వున్న డాక్టరు రామ్మూర్తిగారి దగ్గరి తీసుకెళ్ళారు. ఆయన చూస్తూనే ఎముక విరిగింది, టౌన్‌కి తీసికెళ్లి ఎక్స్‌రే తీయించి కట్టుకట్టించండి అని చెప్పాడు. అందాకా ఉపశమనంకోస

మందిచ్చాడు. అట్నించీ అటే వెళ్ళి కట్టు కట్టించుకుని తిరిగొచ్చాడు శ్రీను. తనని ఇంటిదగ్గర దిగబెట్టి వెళ్ళబోతున్న రవిని వెనక్కి పిలిచాడు శ్రీను.

"మన ఒప్పందం గుర్తుందికదా! నా బైక్ బాగుచేయించే బాధ్యత నీదే" అంటూ గుర్తుచేశాడు. అంగీకారంగా తలాడించి ఇంటికొచ్చాడు.

"వచ్చావా నాయనా! ఎప్పుడనగా వెళ్ళావు. ఏమైనా తిన్నావా?" అంటూ కుగారుగా ఎదురొచ్చి తీసుకెళ్ళింది లక్ష్మి. వరండాలోనే కూర్చుని వున్న తండ్రివంక చూసి ఏదో చెప్పబోతుంటే అడ్డుకుంది. "తర్వాత తీరిగ్గా మాట్లాడు కోవచ్చు. ముందు కాళ్ళూచేతులూ కడుక్కునిరా... అన్నం పెడతాను... పద పద" అని చెయ్యి పట్టుకుని లాక్కుపోయింది.

అన్నం వడ్డించి "రవీ! ఓ రెండురోజులు నాన్నగారిని తప్పించుకుని తిరుగు" అని రహస్యంగా చెప్పింది.

"అదికాదమ్మా! నాన్నగారి దగ్గరకివెళ్ళి జరిగినదానికి క్షమాపణ చేప్తే బావుంటుంది కదా!" అన్నాడు దీనంగా.

"ఏం బావుండదు. క్షమాపణేగా నాల్రోజులాగి చెప్పచ్చు" అంది.

ఆ ప్రయోగం బెడిసికొట్టాక భార్యాభర్తలిద్దరికీ ఘర్షణ జరిగింది. "అయిందా సర్వమంగళం! వద్దురా ఇటువంటి పనులు అంటే వాడు వినిపించుకోడు. వాడి మందలించి దారిలో పెట్టవే అంటే నువ్వు వినిపించుకోవు. ఇలా అంతే వాడు ఎందుకూ పనికిరాకుండా పోతాడు. ఇవ్వాళ వాడిని రానీ... అటో ఇటో తేల్చిపారేస్తాను" అంటూ మండిపడ్డాడు.

"ఏవిటీ? ఏం తేలుస్తారు? అసలైనా ఇప్పుడేమైందనీ?" అమాయకంగా అడిగింది.

"ఇంకా ఏం కావాలి! ప్రయోగం అంటూ బయలుదేరాడు. అదికాస్తా బెడికొట్టింది."

"ఓ! అదా! నేనింకా ఏవిటో అనుకున్నాను. ఈ మాత్రం దానికేనా ఇంత మండిపోతున్నారు. ప్రయోగం అంటే మరి బెడిసికొట్టదా? పెద్ద పెద్ద దేశాలు చేసే అంతరిక్ష ప్రయోగాలే ఆదిలోనే బెడిసికొట్టగా లేనిది కుర్రకుంక వంటరిగా చేసిన ప్రయోగం బెడిసికొడితే అదేమైనా వింతా? విచిత్రమా? ఈ

అనుభవంతో జరిగిన పొరపాట్లు సరిదిద్దుకుని భవిష్యత్తులో విజయం సాధిస్తాడు" అంది ధీమాగా.

"ఆ, సాధిస్తాడు. ఈలోగా వీడికి అన్నీ అమర్చి నేను కాస్తా హరీ అంటాను"

"చాల్లెండి. అపశకునం మాటలూ మీరూనూ! ఇప్పుడు వాడేం కోట్లు తగలేస్తున్నాడా? ఏం ఖర్చుపెట్టేస్తున్నారు వాడికోసం?" నిలదీసింది.

"డబ్బుసరే! వీడి పిచ్చిపనులవల్ల నలుగురిలోనూ తలవంపులుగా వుంది. నలుగురూ నవ్విపోతున్నారు" అన్నాడాయన.

"ఆ...! వాళ్ళమొహం. ఎవరో ఏదో అంటే మనం ఎందుకు లెక్కచెయ్యాలి? రేపు వాడు గొప్పవాడయిపోయాక ఇప్పుడు నవ్వినవాళ్ళే ఓర్వలేక ఏడుస్తారు" కొట్టిపారేసింది.

"మీరు నా భార్యాబిడ్డలు కాదే. నా శత్రువులు" తల బాదుకున్నాడాయన.

"అవును. మేము శత్రువులం. ఆ నవ్వేవాళ్ళూ, నాలుగుమాటలు అని మిమ్మల్ని బాధపెట్టేవాళ్ళు మీ ఆప్తులు. మీకంత కష్టంగావుంటే నేనిక్కడ వుండను. పిల్లలను తీసుకుని మా ఊరికి వెళ్లిపోతా" అనేసి కళ్ళు తుడుచు కుంటూ లోపలికి వెళ్లిపోయింది. ఆ వేళంతా తండ్రి ఎదుటపడలేదు రవి.

మర్నాడు పొద్దున ఒక టెంపో పిలిపించి దానిమీద ఈ బైక్‌ని ఎక్కించి టౌన్‌కి తీసుకెళ్ళాడు. మెకానిక్ దగ్గరికి వెళ్ళారు. బైక్‌ని కిందికి దింపారు. "ఏమిటి ప్రాబ్లం?" అని అడిగాడు పెద్దమెకానిక్.

"నువ్వే చూడు" అన్నాడు రవి.

మెకానిక్ బైక్ స్టార్ట్ చేశాడు. అది మళ్ళీ ఎగురుకుంటూ వెళ్ళి గోడకు తగిలి పక్కకు పడిపోయింది. నోరావలించాడు అతను. "ఇన్నాళ్లయింది ఈ షెడ్ ఓపెన్ చేసి. ఇటువంటి లక్షణాలతో బైక్ రిపేరుకి రావడం నేను చూడలేదు" అన్నాడు.

"రిపేరుకి ఎంతవుతుంది? ఎన్నాళ్ళు పడుతుంది?" అని ప్రశ్న వేశాడు రవి.

"ముందు లోపం ఎక్కడుందో కనుక్కున్నాక ఆ విషయాలు మాటాడు కుందాం. మీరు ఎల్లుండి రండి" అన్నాడు.

అలాగే వెళ్ళాడు రవి. కిందంతా విడిభాగాలు అప్పుడాల్లా పరిచివున్నాయి.

"ఏవిటివన్నీ? కొత్తగా స్పేర్‌పార్ట్స్ వ్యాపారం కూడా ప్రారంభిస్తున్నావా?" అని అడిగాడు రవి.

"కాదు సార్! ఇవి మీ బైక్ భాగాలే" చెప్పాడతను.

రవికి కోపం వచ్చింది. "అదేవిటి? ఇలా పీకి పాకాన పెట్టావేం?" అని అడిగాడు ఆగ్రహంగా.

"ఏంచెయ్యను? లోపల ఇంజనంతా జామ్ అయిపోయింది. అందుకే ఇలా విప్పదీయాల్సి వచ్చింది. సార్! బండిలో పెట్రోల్ ఎక్కడ పోయించారు?" అడిగాడు.

"ఏం?"

"ఏదో కడుపుకక్కుర్తికి పెట్రోల్లో అంతో ఇంతో కల్తీ కలపడం ప్రతీవాళ్ళూ చేస్తూనే వున్నారు. కానీ మీ బైక్‌లో పెట్రోలు పోసిన వాడెవడో మరీ కక్కుర్తి వెధవలా వున్నాడు. మొత్తం కల్తీనే. ఎక్కడ పోయించారో చెప్పండి. వెళ్ళి వాడి పెళ్ళిచేసి వస్తాను. మరీ ఇంత అన్యాయమా?"

రవి మొహం మాడిపోయింది. "అవన్నీ ఇప్పుడెందుకులే! ముందు రిపేరు సంగతి చూడు."

"నిజమేలెండి. అందరూ మంచివాళ్ళే వుండరుగా! దొంగవెధవలూ వుంటారు. వాడి పాపాన వాడే పోతాడు. ఇంత అన్యాయంగా అడ్డదారిన సంపాదించినవాడు బాగుపడడు" అన్నాడు మెకానిక్ అక్కసుగా.

రవికి విసుగేసింది. "ఈ శాపనార్థాలు ఆపి అసలు సంగతి చెప్పవయ్యా" విసుక్కున్నాడు.

అతను ఆలోచించి "ఎంతలేదన్నా పదివేలు అవుతుంది" అన్నాడు.

నిర్ఘాంతపోయాడు రవి. "పదివేలా?"

"అదింకా తక్కువే. నేనూరికే చెప్పాను. ఇంకా ఎక్కువైనా అవచ్చు."

"పోనీ ఏదో ధరకి అమ్మేస్తే ఎంతొస్తుంది?" అడిగాడు రవి.

"అమ్మాలంటే ముందీ బండిని రెండుచక్రాలమీదా నిలబెట్టాలా? దానికే పదివేలవుతుంది. కాదూ రిపేరొద్దనుకుంటే ఇలాగే కిలోల లెక్కన అమ్మేయవచ్చు" మరో సలహా ఇచ్చాడు మెకానిక్.

ఏం చెప్పాలో తోచలేదు రవికి. నేను రేపొచ్చి ఏ విషయం చెప్తాను అనేసి ఇంటికొచ్చేశాడు. ప్రస్తుతం తండ్రితో తగాదా నడుస్తోంది కాబట్టి వెనకాల పందిట్లోనే వుంటున్నాడు. కొడుకు వచ్చిన విషయం గమనించి కంచంలో అన్నం వడ్డించి పట్టుకెళ్లింది లక్ష్మి.

అన్నం తింటూ ఆ విషయం చెప్పాడు రవి.

ఆవిడ గుండె బాదుకుంది. "అమ్మో! పదివేలే? ఎక్కడనుంచి తెస్తాం? నాన్నగారు మండిపడతారు."

"మరెలా అమ్మా! బైక్‌కి ఏదైనా జరిగితే బాగుచేయించి ఇస్తామని శ్రీనుకి మాటిచ్చాం కదా!" దీనంగా గుర్తుచేశాడు.

"నిజమే. మనమే ఏదో తంటాలుపడి అప్పో సప్పో చేసైనా మాట నిలబెట్టుకోవాలి. చూద్దాంలే" అంది.

ఆ మధ్యాహ్నం అంతా బాగా ఆలోచించింది. నాలుగు కాగానే ఇంత పిండి కలిపి బంగాళాదుంపలు పల్చగా తరిగి వేడి బజ్జీలు ప్లేట్లో పెట్టుకుని గదిలోకి వెళ్ళింది.

నరసింహానికి బజ్జీలంటే ప్రాణం. బజ్జీలు కనబడితే చాలు మైమరచి పోతాడు. ఏదో పుస్తకం చదువుకుంటున్నవాడల్లా అడుగుల చప్పుడు విని తలెత్తి చూశాడు. ఎదురుగా బజ్జీల పళ్ళెంతో భార్య. కొడుకు రావడం, ఈవిడ మధ్యాహ్నం కునుకు కూడా తియ్యకుండా తెగ ఆలోచించడం అన్నీ గమనిస్తూనే వున్నాడు. ఇప్పుడీవిడని చూసేసరికి విషయం అర్థమైపోయింది.

టెండరు వేసేముందు కంట్రాక్టర్లు ఇలాగే బహుమతులు తీసుకొచ్చి అధికార్లచుట్టూ తిరుగుతారు. అంత తేలిగ్గా బుట్టలో పడదల్చుకోలేదు. బజ్జీలు నోరూరిస్తున్నా మనసు అదుపులో పెట్టుకుని పుస్తకంలో లీనమయ్యాడు.

"ఇదిగో వేడిగా వున్నాయి" అందావిడ అతి ప్రసన్నంగా.

"బజ్జీలా! వద్దు లక్ష్మీ, ఇందాక భోజనం ఎక్కువైంది. కడుపునిండుగా వుంది. నువ్వూ, పిల్లలూ తినండి" అనేసి తల తిప్పేసుకున్నాడు.

గతుక్కుమంది లక్ష్మి. సంధించిన అస్త్రం గురి తప్పేసరికి విలుకాడు ఎలా ఆశ్చర్యపోతాడో అలా ఆశ్చర్యపోయింది.

"అదేవిటండీ బజ్జీలు!" ఆయన సరిగా చూడలేదేమో అని మరోమారు చెప్పిచూసింది.

"బజ్జీలే! కానీ నాకొద్దు. నీ సుపుత్రుడు ఇంట్లోనే వున్నట్లున్నాడుగా, వాడికి పెట్టు."

ఇలా లాభంలేదని ఎత్తు మార్చింది లక్ష్మి.

"వాడా! వాడేం తింటాడు? బిడ్డ పుట్టెడు దిగులుతో వున్నాడు. బలవంతాన రెండుముద్దలు తినిపించేసరికి నా తలప్రాణం తోకకి వచ్చింది" అంది దీనంగా.

ఆయన పుస్తకంలోంచి తల ఎత్తలేదు.

ఆయన వాలకం చూసి ఒళ్లుమండినా అవసరం తనది కాబట్టి ఓర్పుగానే వెళ్లి పక్కన కూర్చుంది.

"జీవితంలో ఆటుపోట్లు తప్పవు. వాడేం పరాయివాడు కాదుకదా! కన్నబిడ్డ. వాడికి ఆపద వచ్చినప్పుడు మనం కాకపోతే ఎవరాదుకుంటారు? మీకు గుర్తుందో లేదో హిందీ నటుడు సంజయ్‌దత్ మాదకద్రవ్యాలకు బానిసై, ఆయుధాలు దాచాడనే నేరంమీద జైలుపాలైతే కుటుంబసభ్యులంతా అండగా నిలబడబట్టేగా బయటికొచ్చి మున్నాభాయ్ ఎమ్‌బిబిఎస్, లగేరహో మున్నాభాయ్ వంటి మంచి చిత్రాల్లో పనిచేసి పేరు ప్రఖ్యాతులు తెచ్చుకున్నాడు. ఇప్పుడంతా బ్రహ్మరథం పడుతున్నారు అతనికి. అదేవిధంగా మనం కూడా మన రవికి అండగా నిలబడాలి. అలా వాడి అవసరానికి మనం చేయూతనిస్తే రేపు మనం మూలపడ్డాక వాడు నెత్తిన పెట్టుకుని చూసుకుంటాడు" హితబోధ చేస్తూ బజ్జీలు అందించింది

ఆయన నిగ్రహం చెట్టెక్కింది. బజ్జీలు తినడం మొదలుపెట్టాడు. ఆవిడ మళ్ళీ మొదలుపెట్టింది.

"అసలు మనకే మోటారు సైకిలుంటే ఏ గొడవా వుండేదే కాదు. లేకపోబట్టికదా శ్రీను దగ్గర తీసుకున్నాడు. అదేమో ఏదో కాస్త పాడైందిట. మరి బాగుచేయించి ఇవ్వాలి కదా! అలా ఇవ్వకపోతే రవిని ఏమీ అనరు. చిన్నవాడు వాడికి తెలియకపోతే పెద్దవాడు ఆ నరసింహానికైనా తెలియద్దూ! అని మిమ్మల్నే అంటారు. ఇంత బతుకూ బతికి ఇవ్వాళ నలుగురి నోళ్ళల్లో పడతామా?" బజ్జీలు ఖాళీ అయిపోయాయి. ఆయన మళ్ళీ పుస్తకంలో మొహం దూర్చేశాడు.

"ఆవిడకి చిరాకేసింది. "ఏమిటిది? నేనింతగా మొత్తుకుంటూ వుంటే టీవీలో వార్తలు విన్నట్లు వింటున్నారేం? నేను చెప్పేది అర్థం అవుతోందా?" నిలదీసింది.

"బాగా అర్థం అవుతోంది. చెప్పు" అన్నాడు తల ఎత్తకుండానే.

"నాకే ఉద్యోగం వుండి సంపాదన వుండుంటే మీ జోలికి వచ్చేదాన్నే కాదు. దమ్మిడీ ఆదాయం లేకపోబట్టి ఇదుగో ఇలా ప్రతీసారీ మీ దగ్గర దేహీ అనాల్సి వస్తోంది. ఓ పదివేలు అప్పోసప్పో చేసి తెచ్చి ఇచ్చారంటే బైక్ బాగుచేయించి వాళ్ళకి ఇచ్చేద్దాం. పంటరాగానే బాకీ తీర్చేసుకోవచ్చు" అంది.

పుస్తకం పక్కనపెట్టి ప్రసన్నంగా నవ్వేడాయన. "పదివేలేనా? అలాగే దానికేం భాగ్యం?" అన్నాడు.

తన చెవులని తానే నమ్మలేకపోయింది లక్ష్మి. విరుచుకుపడి నానా రభస చేస్తాడేమో అనుకుంటూ వుంటే వెంటనే సరే అనేసరికి "నిజమా! నిజంగానే సర్దుబాటు చేస్తారా?" అపనమ్మకంగా అడిగింది.

"నిజమే! నువ్వు లేచి ఇవాల్టి పేపరిలా అందుకో" అన్నాడాయన.

"పేపరా? పేపరెందుకు?"

"అందులో ఒక ప్రకటన వుంది. ఎవరికో కిడ్నీ కావాలిట. బదులుగా బోలెడంత డబ్బిస్తాడుట. వాళ్లకి ఫోన్‌చేసి నా కిడ్నీ పనికొస్తుందేమో కనుక్కుని సరిపోతే అమ్మేస్తాను. ఆ డబ్బుతో నీ సుపుత్రుడి అవసరాలన్నీ తీరిపోతాయి" మెల్లిగా చెప్పాడు.

లక్ష్మి గతుక్కుమంది. "అవేం మాటలు? కిడ్నీలు అమ్ముకోవడం ఎందుకూ? పంట అమ్మితే రావా డబ్బులు?" అడిగింది.

"ఒకటి కాదు రెండుపంటల డబ్బు ఎప్పుడో ఖర్చుపెట్టేశాడు మనబ్బాయి. ఇక నేను అవయవాలు అమ్ముకుని డబ్బివ్వాల్సిందే."

"చాల్లే వూరుకోండి. మీ తమాషాలూ మీరూనూ!" నవ్వులాటగా కొట్టిపారేయాలని చూసింది.

"తమాషాకాదు. నిజంగానే చెప్తున్నాను. ఈ పిచ్చివేషాలొద్దురా అంటే వాడూ వినడు. వాడికి వత్తాసు పలకద్దే అంటే నువ్వు వినవు. వాడు అపర దుర్యోధనుడు. నువ్వు ధృతరాష్ట్రమ్మవి. మీ ఇద్దరితో పడి చావలేను నేను. నా మాట విని అందరిలాగే ఏదో ఉద్యోగంలో చేరి నాలుగురాళ్ళు సంపాదించుకున్నాడా సరే! లేదా ఓ మంచిరోజు చూసి బావిలో దూకుతా" ఖచ్చితంగా చెప్పేశాడు.

ఆయన వ్యవహారం చూసి కాస్త భయపడింది లక్ష్మి.

"అయ్యో వద్దులెండి. నేను వాడికి చెప్పి చూస్తాను... మీకంటే ఎక్కువ కాదుకదా ఇవన్నీ. మీరు పదికాలాలపాటు చల్లగా వుండాలి" అంటూ మెళ్ళోని మంగళసూత్రాలు కళ్ళకద్దుకుని మెల్లిగా లేచి వెళ్ళిపోయింది.

ఇంటివెనకాల పందిట్లో అన్నగారి దగ్గరే కూర్చుని వుంది శ్యామల.

అన్నాచెల్లెల్లిద్దరూ బజ్జీలు తిని కాఫీ తాగుతున్నారు. పిల్లిలా అక్కడికి వచ్చింది లక్ష్మి.

"ఏమ్మా! కాయా? పండా?"

"కాయకూడా కాదు పిందె. ఏవిటో అఘాయిత్యంగా మాట్లాడుతున్నారు. అవయవాలు అమ్మేస్తానంటున్నారు. ఆత్మహత్య చేసుకుంటానంటున్నారు. ఎందుకైనా మంచిది ఈసారికి నువ్వు ఏదైనా ఉద్యోగం వెతుక్కుంటే మంచిదేమోరా!" అంది లక్ష్మి.

"అలాగేలే! ఏదో ఉద్యోగం చూసుకుంటాను ఆయన సంతోషం కోసం. మరి ఈ పదివేల మాటేమిటి? ఈ ఆపద గట్టెక్కాలిగా" గుర్తుచేశాడు రవి.

ముగ్గురూ సీరియస్‌గా ఆలోచించారు. "నేను వెళ్ళి చంద్రం అన్నయ్యని అడుగుతాను" అంది శ్యామల.

లక్ష్మికి అలా అడగటం అంత ఇష్టంలేదు. కానీ తప్పనిసరి పరిస్థితి కాబట్టి సరే అనేసింది.

బట్టలు మార్చుకుని జడవేసుకుని రాజశేఖరంగారింటికి వెళ్ళింది.

ముందుగా ఆయన దగ్గరకే వెళ్లింది. "బావున్నావా శ్యామలా? నాన్నేం చేస్తున్నాడు? ఇవ్వాళ రాలేదేం?" అని పలుకరించాడాయన. ఆయనకి సమాధానం చెప్పి లోపలికి వెళ్ళింది. క్రిష్ణవేణి హాల్లోనే వుంది. "రావే శ్యామలా! ఏమిటీ బొత్తిగా నల్లపూసవైపోతున్నావు" అంటూ ఆదరంగా దగ్గర కూర్చోబెట్టుకుంది. కాసేపు ఆవిడతో కబుర్లు చెప్పి కాఫీ ఫలహారాలు సేవించాక "అన్నయ్య ఏం చేస్తున్నాడు?" అని అడిగింది.

ఆవిడ మొహం వాడిపోయింది. "మేడమీదున్నాడు వెళ్లిచూడు. శ్యామలా! ఈ మధ్య చంద్రం చాలా దిగులుగా వుంటున్నాడు. నువ్వు తరచూ వచ్చి వాడితో కబుర్లు చెప్పి పోరాదూ?" అంది.

"అలాగేలే అత్తయ్యా! వీలుచూసుకుని వస్తుంటాలే" అనిచెప్పి మేడమీదికి వెళ్లింది. తనగదిలో పడక్కుర్చీలో పడుకుని కిటికీలోంచి శూన్యంలోకి చూస్తున్నాడు చంద్రం.

"అన్నయ్యా!" శ్యామల పిలుపుతో ఉలిక్కిపడి చూశాడు చంద్రం. శ్యామలని చూడగానే అతని మొహంలోకి కాంతి వచ్చింది. "రామ్మా, కూర్చో" అన్నాడు.

పక్కనే మరో కుర్చీ లాక్కుని కూర్చుంది శ్యామల. "ఎలా వున్నావన్నయ్యా!" అని అడిగింది.

"మార్పు ఏముందే? మామూలే! బాగానే వున్నాను" నీరసంగానే చెప్పాడు.

"ఎందుకన్నయ్యా అంత విరక్తిగా వుంటావు. నీకేం తక్కువ?" అడిగింది.

"తక్కువ అని నేను అన్నానా? అన్నీ ఎక్కువే!"

శ్యామలకి అతన్ని చూస్తే జాలేసింది. ఏ పనీ లేకుండా కూర్చోడం అంత నరకం మరొకటి వుండదు. ఆ మాట పైకి చెప్పకుండా బోలెడు కబుర్లు చెప్పింది. నవ్వించింది. చంద్రం మనసు కాస్త కుదుటపడింది. మెల్లిగా తనువచ్చిన పని బయటపెట్టింది.

"అవసరం వచ్చిందన్నయ్యా! మళ్ళీ నెమ్మదిగా తీర్చేస్తాం!" అంది మొహమాటంగా.

చివాల్న లేచాడు చంద్రం. "ఈ మాత్రం దానికింత మొహమాటపడాలా? నువ్వూ, రవీ నాకు పరాయివాళ్ళా? మనకి డబ్బుకేం కొదవ? ఇదుగో బీరువా తాళాలు. నీకు కావలసినంత తీసుకో" అని తాళాలు అందించాడు. నువ్వే ఇవ్వు అన్నా వినలేదు. ఫర్వాలేదు నువ్వే తీసుకో అన్నాడు. సంకోచంగానే బీరువా తీసిన శ్యామల కళ్ళు పెద్దవయ్యాయి. నోట్లకట్టలు చాలానే వున్నాయి.

"ఇంత డబ్బు ఇంట్లో వుంచావేం? బ్యాంక్‌లో పెట్టకపోయావా?" అడిగింది.

"పూలతోటల మీదొచ్చిన లాభం ఇదంతా! ఠంచనుగా నాకిస్తుంది అమ్మ. ఖర్చు పెట్టుకోమంటుంది. నాకేం ఖర్చులుంటాయ్? ఇల్లే కదలనుగా" అన్నాడు దీనంగా.

జాలిగా చూసింది శ్యామల. అదివరకు చాలా హుషారుగా వుండే అన్నయ్య ఎంత స్థబ్దులా తయారయ్యాడు! బాధగా నిట్టూర్చింది. పదివేలు తీసుకుని చంద్రానికి చూపించి బీరువా తాళాలు వేసి తాళాలు ఇచ్చేసింది. ఇంకాస్సేపు కూర్చుని కబుర్లుచెప్పి "ఇక వెళ్తా అన్నయ్యా! ట్యూషన్‌కి పిల్లలొస్తారు" అని లేచింది.

"నీకు వీలున్నప్పుడు వస్తూ వుండమ్మా!" అన్నాడు చంద్రం. అతని మొహంలో నిరాశ స్పష్టంగా తెలిసిపోతోంది.

శ్యామల దారంతా చంద్రాన్ని తల్చుకుని బాధపడుతూనే ఇంటికొచ్చి డబ్బు రవికి ఇచ్చింది. మర్నాడు ఆ డబ్బు తీసుకెళ్ళి మెకానిక్‌కి ఇచ్చాడు రవి. దాంతో బైక్ సమస్య తీరిపోయింది. కానీ మరో సమస్య మిగిలే వుంది. శ్రీను.

అతనికి కుడిచెయ్యి మణికట్టు దగ్గర ఫ్రాక్చర్ అయింది. సిమెంటు కట్టు కట్టారు. అతని ఉద్యోగం ఇంటింటికీ తిరిగి పుస్తకాలు అమ్మటం, అమ్మిన పుస్తకాలనుబట్టి కమీషన్ ఇస్తారు. విరిగిన చేతితో ఆ ఉద్యోగం చెయ్యలేడు. ఆరేడు వారాలు శెలవుపెడితే ఉద్యోగం కాస్తా ఊడిపోతుంది. శ్రీను తల్లిదండ్రులు రవిని నిష్ఠూరాలు ఆడారు. "తా చెడ్డకోతి వనమంతా చెరిచింది అన్నట్లుగా వుంది నీ వ్యవహారం. ఇప్పుడే గంగలో దూకమంటావు?" అన్నారు.

రవికి కష్టం కలిగించాయి ఆ మాటలు. "ఎందుకు మీకంత బాధ! శ్రీను చెయ్యి బాగయ్యేదాకా నేను సాయం చేస్తాను" అని హామీ ఇచ్చాడు. "సరే అయితే ఆ పనిచేసి పుణ్యం కట్టుకో" అన్నారు వాళ్ళు.

మరో రెండు రోజుల్లో శ్రీనుకి చెయ్యినెప్పి తగ్గింది. ఆ మాటే చెప్పి రేపటినుంచే ఉద్యోగానికి వెళ్తాను అని చెప్పడానికి రవి ఇంటికి వచ్చాడు.

విషయం అంతా తెలుసుకున్న నరసింహానికి ఒక ఆలోచన వచ్చింది. రెండ్రోజుల కిందటే ఆ తండ్రీకొడుకులకి సంధి కుదిరింది. 'ఇకమీదట పిచ్చి ప్రయోగాలవీ చెయ్యననీ, ఏదో ఉద్యోగం చూసుకుంటాననే మాట ఇచ్చాక ఇంట్లో అడుగుపెట్టు. లేకపోతే పో' అన్నాడాయన. 'అలాగేనని ఒప్పుకో, తర్వాత సంగతి తర్వాత చూసుకుందాం' అని నచ్చచెప్పారు లక్ష్మి, శ్యామల. సరే అన్నాడు రవి. వెంటనే రాజశేఖరం దగ్గరికి పరిగెట్టుకువెళ్ళి ఈ శుభవార్త చెప్పి "బావా! మళ్లీ వాడికి బుర్ర తిరిగిపోయేలోగా ఏదైనా ఉద్యోగం ఇప్పించు" అన్నాడు.

అలాగేలేరా అని అప్పటికప్పుడే నలుగురికి ఫోన్లు చేశాడు.

మాకు కాస్త వ్యవధి కావాలి. తప్పకుండా ఇస్తాం అన్నారు అవతలివారు.

శ్రీనుని చూడగానే ఆయనకి ఆలోచన వచ్చింది. "శ్రీనూ నువ్వు పనిచేసేచోట వీడికీ ఏదైనా ఇప్పించరాదా!" అన్నాడు.

"అలాగేనండీ కనుక్కుంటాను" అన్నాడు శ్రీను.

మర్నాడు పొద్దున్న తొమ్మిదింటికే బయలుదేరారు శ్రీనూ, రవీ. ఆఫీసుకి వెళ్ళారు. "ఇన్నాళ్ళూ రాలేదేం? ఏమైపోయావు?" అని అడిగాడు యజమాని. వినయంగా వివరించాడు శ్రీను. సానుభూతి చూపకపోగా కాస్త విసుక్కున్నాడు ఆయన. "ఉద్యోగం కోసం వచ్చినప్పుడు ఎన్నోవిధాల ప్రాధేయపడి ఉద్యోగం సంపాదించుకుంటారు. తీరా ఉద్యోగంలో జేరాక చీటికీ మాటికీ చెప్పాచెయ్యకుండా మానేస్తారు" అన్నాడు. "మరెలా? చెయ్యి బాగాలేదు కదా! పనెలా చేస్తావు? ఉద్యోగం మానేస్తావా?" అనికూడా అడిగాడు.

"అబ్బే లేదండీ, ఇదుగో నా స్నేహితుడు. ఇతను నాకు సాయం చేస్తాడు" చెప్పాడు శ్రీను.

మళ్ళీ సణిగి పుస్తకాల సంచీ ఇచ్చాడు యజమాని. అందులో రెండురకాల పుస్తకాలున్నాయి. మొదటిది మీ ఆరోగ్యం మీ చేతుల్లో, రెండవది భారతీయ శిల్పకళ. ఒక్కోటి కిలో బరువున్నాయి. రెండూ ఇంగ్లీషు పుస్తకాలే. ధర వెయ్యేసిరూపాయలు. రెండొందలు తగ్గించి ఎనిమిది వందలుకి ఇస్తారు. ఇంటింటికీ తిరిగి ఈ పుస్తకాలు అమ్మాలి. ఇది శ్రీను ఉద్యోగం.

నవ్వొచ్చింది రవికి. ఇంతోటి పనికి ఉద్యోగం అని పేరు. వాడిని చూసి నేర్చుకో అని తండ్రి మందలింపులూ. ఇద్దరూ బయలుదేరారు.

ఆ వేళ మధ్యాహ్నానికే రవికి విరక్తి పుట్టింది. గడప గడపకీ తిరగటం వాళ్ళు విదిలించికొట్టటం. పది కిలోల బరువు మోసుకుంటూ ఎండనపడి తిరుగుతుంటే శోష వచ్చింది. శ్రీను ధైర్యం చెప్పాడు.

“కాలినడకన తిరగడం కదా! అందుకే ఇలా వుంది. బైక్‌మీద తిరిగితే ఇంత శ్రమ వుండదు. ఎంత... మరో నాలుగురోజులు ఆగితే బైక్ రిపేరై వచ్చేస్తుంది” అన్నాడు శ్రీను.

కానీ రవికి మాత్రం ఆ ఉద్యోగం ఎంతమాత్రం నచ్చలేదు. ఇంతింత ఖరీదుపెట్టి ఇటువంటి పుస్తకాలు ఎవరు కొంటారు? అలా కొనగల ధనవంతులు పుస్తకాల షాపుకే వెళ్తారు. పోనీ కొనకపోతే పోయారు. ఆ మాట మర్యాదగానైనా చెప్పరు. పురుగుని విదిలించినట్లు విదిలిస్తారు.

ఆ సాయంత్రం రవికి విరక్తి పుట్టేసింది. నాన్నగారికి ఉద్యోగం చేస్తానని మాటిచ్చి పొరపాటు చేశాను అని పశ్చాత్తాపపడ్డాడు. దిగులుగా ఇంటికి వచ్చాడు. నరసింహాన్ని రాజశేఖరం పిలిపించాడు. ఆవేళ సాయంత్రం రవి ఉద్యోగం విషయంలో ఎవరో ఫోన్ చేశారుట. ఒక ఉద్యోగం వుందిట. కాకపోతే కొద్దిమొత్తం డబ్బు కట్టాలిట. రెండేళ్ళు వాళ్ళ దగ్గరే పనిచేస్తానని లిఖితపూర్వకమైన హామీ పత్రం రాసి ఇవ్వాలిట. ఇంటికొచ్చి రవికోసం ఎదురు చూస్తూ వాకిట్లోనే పచార్లు చేస్తున్నాడు నరసింహం.

“వచ్చావుట్రా, నీకో శుభవార్త” అంటూ ఆ ఉద్యోగం విషయం చెప్పాడు. రవికి పచ్చివెలక్కాయ గొంతున పడినట్లు అయింది. ఓ వెర్రినవ్వు నవ్వేసి లోపలికి వెళ్లిపోయాడు. మర్నాడు పొద్దున్న తండ్రి ఆ విషయం మళ్ళీ ప్రస్తావించాడు.

"వెంటనే వెళ్ళలేనుకదా నాన్నగారూ! శ్రీను చెయ్యి బాగయ్యేవరకు అయినా ఆగాలి కదా!" అన్నాడు.

"ఇది మరీ బావుంది. అందాకా ఆ ఉద్యోగం వుంటుందా? శ్రీనుకోసం వేరే ఎవరినైనా చూడు" అన్నాడాయన.

"సర్లెండి" అని వెళ్లిపోయాడు. ఆ వేళంతా కూడా ఆ పుస్తకాలు మోసుకుని ఇల్లిల్లూ తిరిగేసరికి పూర్తిగా విరక్తి పుట్టింది రవికి. 'ఛ... జీవితంలో చచ్చినా ఉద్యోగం చెయ్యకూడదు' అని గట్టిగా నిర్ణయించుకున్నాడు.

ఆ వేళ సాయంత్రం రాగానే నరసింహం రవిని పిల్చి "నేను మరో మనిషిని చూశాను. ఆ శ్రీను వెంట అతను తిరుగుతాడు. నువ్వెళ్ళి ఆ ఉద్యోగంలో జేరు" అన్నాడు. ఏమీ చెప్పకుండా లోపలికి వెళ్లిపోయాడు రవి.

తల్లిని దగ్గర కూర్చోబెట్టుకుని బోలెడు విషయాలు మాట్లాడాడు.

ఆవిడ వంటింట్లోకి వెళ్లి కమ్మగా కాఫీ కలిపి గ్లాసులో పోసుకుని వరండాలోకి వెళ్లి భర్తకి కాఫీ అందించింది. పక్కన కూర్చుంది. "ఇవ్వాళెందుకో మీరు చాలా బావున్నారు" అంది.

ఆయన అనుమానంగా చూశాడు. వేళగాని వేళ కాఫీ ఇచ్చి ఇంత ప్రసన్నంగా మాట్లాడేసరికి ఇదేదో గూడుపుఠాణి వ్యవహారంలాగా వుంది అనుకొని–

"ఏవిటి? మళ్ళీ ఏం దిక్కుమాలిన ఆలోచన చేశారు నువ్వూ, ఆ వెధవా కలిసి?" అని నేరుగా అడిగాడు.

"అయ్యో! అదేం లేదండీ. వాడూ నేనూ అసలేం మాట్లాడుకోలేదు. కాకపోతే నాకే ఓ అనుమానం వస్తోంది. అన్నయ్యగారు ఇప్పిస్తానన్న ఉద్యోగంలో ఏదో తిరకాసు వుందేమో!"

ఆయనేం మాట్లాడలేదు. "మీకు జ్ఞాపకం వుందో లేదో ఆ మధ్య పేపర్లో చదివాం. ఇలానే ఎవరో డబ్బు కట్టించుకుని కాయితాల మీద సంతకాలవీ పెట్టించుకుని వాళ్లని ఏదో మారుమూల ప్రాంతానికి పంపించేశారుట. అక్కడ పాపం వాళ్లకి తినడానికి తిండీ సరిగ్గా లేదుట. ఉండడానికి వసతీ సరిగ్గా లేదుట. నానా అవస్థా పడిపోయారుట. ఉద్యోగం వదిలి వచ్చేద్దామనంటే

అలా వెళ్ళమని వాళ్ళకి రాసిచ్చారు కదా! ఇప్పుడు అన్నయ్యగారు ఇప్పిస్తానన్న ఉద్యోగంలోనూ ఇలాటి మడతపేచీ వుందేమో అని నా భయం."

ఆయనకి చాలా కోపం వచ్చింది. "వాడినిటు పిలు. అసలేమనుకుంటున్నాడు? వాడికి కలెక్టరు వుద్యోగం వస్తుందని కలలు కంటున్నాడా? ఏదో ఇప్పిస్తానన్నారు కదా అని నేను ఆనందిస్తుంటే ఆ ఉద్యోగం చెయ్యాలా వద్దా అని ఆలోచనలా మీకు" అన్నాడు.

రవి మెల్లగా వచ్చాడు లోపల్నుంచి. "ఏవిట్రా! మొన్న నేనడిగితే ఉద్యోగం చేస్తానన్నావుగా! ఇంతలోనే బుర్ర తిరిగిపోయిందా?"

"అఁ చేద్దామనే అనుకున్నాను గానీండి... ఆ శీనుగాడి ఉద్యోగం చూశాక నాకు విరక్తి వచ్చేసింది. అలాటి ఉద్యోగం పేరుకేగాని ప్రతిఫలం పెద్దగా వుండదు నాన్నగారూ! దానికంటే మనం మన ప్రయోగాలు చేసుకుంటే సుఖం" అన్నాడు ఠీవిగా.

ఆయన ఆగ్రహం అవధులు దాటింది. ఏం చేసేవాడో ఏమో సరిగ్గా అప్పుడే రాజశేఖరం గారింటి నుంచి పనివాడు పరుగెత్తుకుంటూ వచ్చాడు. "అయ్యగారు మిమ్మల్ని వున్నపాటున రమ్మన్నారు" అన్నాడు. సాధారణంగా ఆయనలా రమ్మనరు కాబట్టి వెంటనే బయలుదేరాడు నరసింహం.

రాజశేఖరంగారింట్లో అంతా గొడవగా వుంది. మేడమీద చంద్రం గదితలుపులు మూసివున్నాయి. చంద్రం లోపల్నించి గడియపెట్టుకున్నాడు. మధ్యాహ్నం నాలుగింటికి గదిలోకి వెళ్ళాడు. సర్లే నిద్రపోతున్నాడేమో అనుకున్నారు. అయిదున్నర దాటినా తలుపు తియ్యకపోయేసరికి వెళ్ళి చూశారు. సాధారణంగా లోపల్నించి గడియ వేసుకోడు. గడియ వేసుకోవడమే కాకుండా తలుపులు తట్టినా తియ్యకపోయేసరికి అందరికీ భయమేసింది. తలుపు తట్టగా తట్టగా "నేను బాగానే వున్నాను. నన్ను విసిగించకండి" అని విసుక్కున్నాడే గానీ తలుపు తియ్యలేదు.

నరసింహం వెళ్ళేసరికి ఇదీ పరిస్థితి. క్రిష్ణవేణికి ఏడుపొక్కటే తక్కువ. రాజశేఖరం కూడా కంగారుపడిపోతున్నాడు. ఆయన్ని చూసేసరికి ఆయనకి ప్రాణం లేచివచ్చింది. "రారా! వీడి వ్యవహారం నాకేం అర్థం కావడంలేదు" అని మొరపెట్టుకున్నాడు. నరసింహం చంద్రాన్ని పిలిచాడు. "చూడు నాయనా!

ఎప్పుడూ లేనిది ఎందుకిలా ప్రవర్తిస్తున్నావ్? నీకేం కావాలో చెప్పు. అసలేం జరిగిందో చెప్పు. మీ అమ్మ తల్లడిల్లిపోతోంది. ఆవిడ ఆరోగ్యం అంతంత మాత్రం కదా!" అని బతిమాలగా బతిమాలగా సమాధానం చెప్పాడు చంద్రం.

"ఒక షరతుమీద తలుపు తీస్తా" అన్నాడు.

"ఏమిటో చెప్పు" అన్నారందరూ.

"ఇకముందు ఎవరూ నా పెళ్ళిమాట ఎత్తకూడదు. నా పెళ్లి ప్రయత్నాలు మానెయ్యాలి. అలా అని మాటిస్తే తలుపు తీస్తా."

చంద్రం కోరిక విని కైకమ్మకోరిక విన్న దశరథుడిలాగా తెల్లబోయారందరూ.

"అది కాదయ్యా!" నరసింహం చెప్పబోతుంటే వారించాడతను.

"వద్దు. ఈ విషయంలో ఇంకేం మాట్లాడదల్చుకోలేదు. ఈ విషయంలో చర్చలు అనవసరం. నా మాట విని నాకు మాటిస్తే సరే. లేకపోతే ఇప్పుడే ఇక్కడే ఉరేసుకుని చచ్చిపోతాను" అన్నాడు.

ఏనాడూ లేనిది అంత కఠినంగా, ఖచ్చితంగా చెప్తుండేసరికి అందరూ కంగారుపడిపోయారు.

"వద్దు కన్నయ్యా! అంత మాటనకు. నీ ఇష్టప్రకారమే కానీ. నీ అంతట నువ్వు పెళ్లి చెయ్యమని అడిగితే తప్ప పెళ్ళి మాటెత్తం. నీ మీదొట్టు" లబలబలాడింది క్రిష్ణవేణి.

"అవున్రా! నీకు కష్టంగా వుంటే పెళ్లిమాటే ఎత్తం" అన్నాడు రాజశేఖరం.

"మామయ్యా! వింటున్నారా? దీనికి మీరే సాక్షి. ఎళ్ళు మాట తప్పితే మాత్రం నేను ప్రాణాలతో వుండను" అన్నాడు చంద్రం లోపల్నించి.

"ఏం మాటలయ్యా అవి! నాన్నగారు మాటతప్పడం ఏనాడైనా వుందా? అయినా నీ ధైర్యం కోసం చెప్తున్నాను. నేను సాక్ష్యం. వీళ్లు నీ జోలికి రాకుండా నీ పెళ్లి విషయం తలపెట్టకుండా చూసే పూచీ నాది. నువ్వు ముందు తలుపు తియ్ చంద్రం" అన్నాడు నరసింహం.

మెల్లిగా తలుపుతీసి లోపలికెళ్లి కుర్చీలో కూర్చున్నాడు. ఎవర్నీ దగ్గరికి రావద్దన్నాడు. వంటరిగా వదిలెయ్యమన్నాడు. భోజనం కూడా వద్దన్నాడు.

రాజశేఖరం పాపం చాలా బాధపడ్డాడు. "ఏం జరిగింది క్రిష్ణవేణీ?" అని అడిగాడు.

"ఏమోనండీ! మధ్యాహ్నందాకా బాగానే వున్నాడు" అందావిడ.

"అసలేం జరిగింది? వివరంగా చెప్పు" అడిగాడు.

"పొద్దున మావాళ్ళింట్లో పెళ్లికి వెళ్ళాను కదా! నా చిన్నప్పటి ఫ్రెండ్ కళ్యాణి కూడా పెళ్లికొచ్చింది. అది దాని కూతురికి పెళ్ళి చేసే ఆలోచనలో వుందిట. కూతుర్ని వెంటబెట్టుకు వచ్చింది. నేనూ మా అబ్బాయికి పెళ్ళి చేసే ఆలోచనలోనే వున్నాను అంటే అలాగా అని ఉత్సాహం చూపించింది. మనిద్దరం సంబంధం కలుపుకుంటే చాలా బావుంటుంది. మా అమ్మాయితో మాట్లాడతా అంది. అలాగే మాట్లాడిందిట. మీ అబ్బాయి రాలేదేం? వస్తే చూసేంవాళ్ళం కదా అంది. ఇప్పుడు మాత్రం ఏమైంది? నువ్వు, మీ అమ్మాయి మా ఇంటికి రండి. ఎంత? గంటలో వెళ్లిపోతాం మా ఊరికి అన్నాను. అలాగే అంది కళ్యాణి. అందరం ఇంటికొచ్చాం. ఆ అమ్మాయిని మన కన్నయ్యకు పరిచయం చేశాను. వాళ్ళేమైనా మాట్లాడుకుంటారులే అని మేమిద్దరం లోపలికెళ్లిపోయాం! మధ్యాహ్నం కాఫీ తాగి వాళ్ళు వెళ్ళిపోయారు. అంతే!" వివరంగా చెప్పింది.

"ఆ అమ్మాయి వీడినేమైనా అన్నదేమో!"

"ఆ అమ్మాయా? అయ్యో! చాలా మంచిపిల్ల. ఎంతో కలివిడిగా వుంది. వెళ్ళేముందు కూడా చాలా ఉత్సాహంగానే వుంది. ఏమిటమ్మా మరి పెళ్లి విషయం అని వాళ్ళమ్మ అడిగితే ముందు ఆయన అభిప్రాయం అడిగి తెలుసుకోండి అని చెప్పింది. అన్నివిధాలా మనకు తగిన సంబంధం కుదిరిపోయిందనే అనుకున్నాను."

"ఏమిటో నాకంతా అయోమయంగా వుంది. వీడికి ఆ పిల్ల నచ్చకపోతే ఆ మాటే చెప్పొచ్చుగా! అసలు పెళ్లే వద్దనడం ఆశ్చర్యంగా వుంది" అన్నాడాయన.

❖ ❖ ❖

గదిలో కూర్చుని వున్నాడు చంద్రం. ఎంత మర్చిపోదామనుకున్నా మరపు రావడం లేదు. మధ్యాహ్నం అమ్మ పిలిస్తే కిందికి వెళ్ళాడు. అక్కడో మెరుపుతీగ. అసలే చక్కగా వుంది. దానికి సాయం పెళ్లికొస్తూ అలంకరించుకుందేమో మరీ చక్కగా వుంది. మొదట్లో అతనేం పట్టించుకోలేదు. ఏముందిలే, మరో నిముషంలో 'అన్నయ్యా' అని పలుకరించేస్తుంది అని తలొంచుకుని కూర్చున్నాడు.

పరిచయాలు అయ్యాయి. మీరిద్దరూ మాట్లాడుకోండి అని అమ్మా, ఆవిడా లోపలికెళ్ళారు. ఆ వ్యవహారం చూసి చంద్రం ఇదేదో శుభసూచకంగానే వుందే అనుకున్నాడు. తలెత్తి సూటిగా చూశాడు. చక్కగా నవ్వింది. "మీ పేరేమిటండీ?" సంభాషణ మొదలుపెట్టాడు.

"సుస్మిత. మరి మీ పేరో!" అడిగింది.

"చంద్రం. పూర్తిపేరు చంద్రశేఖరం" చెప్పాడు.

"మీరు పెళ్ళి చేసుకుందా మనుకుంటున్నారుట కదా?" అడిగింది.

సిగ్గేసింది చంద్రానికి. "అమ్మావాళ్లూ సరదాపడుతున్నారు నాకు పెళ్లి చెయ్యాలని" అన్నాడు సిగ్గుపడిపోతూ.

ఫక్కున నవ్వింది సుస్మిత. కళ్ళనీళ్ళొచ్చేదాకా నవ్వి, ఇక అప్పుడు నోరు విప్పింది. "నువ్వు ఏ జాతికి చెందిన ప్రాణివి! మా అబ్బాయి ఇంజనీరింగ్ పాసయ్యాడని గొప్పగా చెప్తోంది మీ అమ్మ. తొక్కలో డిగ్రీ ఎందుకు పనికొస్తుంది. పైగా ఉద్యోగం సద్యోగం కూడా లేదుటగా."

ఆ పిల్లధాటికి తట్టుకోలేక తడబడిపోయాడు చంద్రం. "ఉద్యోగాలు బోలెడన్ని వచ్చాయి. కానీ అమ్మ వద్దంటే వెళ్ళలేదు" చెప్పబోయాడు.

"మా అమ్మ ఫలాన డ్రెస్ వేసుకోవే అమ్మడూ అంటేనే ఎదురు తిరుగుతాను నేను. నా సంగతి నేను చూసుకుంటాను. నువ్వు అనవసరంగా కల్పించుకొని సలహాలు చెప్పకు అని ఖచ్చితంగా చెప్తాను. మరి నువ్వు అమ్మ వద్దందని ఉద్యోగం చెయ్యవా? నేను మంచి సాఫ్ట్‌వేర్ కంపెనీలో టీమ్ లీడర్‌గా వున్నాను. ఏడాదిలోనే ప్రమోషన్ వచ్చేసింది నాకు. రెండుసార్లు విదేశాలకు వెళ్ళొచ్చాను. ఖాళీ సమయాలలో సంగీతం నేర్చుకుంటాను. ఈత కొడతాను. షటిల్

ఆడతాను. ఇన్ని వ్యాపకాలున్నా బోర్‌గా అనిపిస్తుంది నాకు. మరి నువ్వు అమ్మ వద్దందని ఉద్యోగం చెయ్యకుండా ఏ అభిరుచులూ, ఇష్టాలూ లేకుండా ఇరవై నాలుగ్గంటలూ ఎలా గడుపుతావ్? మీ అమ్మ నీ వివరాలు చెప్తే ఇటువంటి స్పెసిమన్ ఎలా వుంటుందా చూడాలని కుతూహలం కలిగి వచ్చాను. నీకు పెళ్ళెందుకు గానీ మరో రెండేళ్ళు ఆగి ముందు లిమ్కాబుక్ వాళ్లకీ, మరో రెండేళ్ళాగి గిన్నీస్ బుక్ ఆఫ్ వరల్డ్ రికార్డ్స్‌వారికీ నీ వివరాలు తెలియజేస్తే ఎంచక్కా ఆ పుస్తకాల్లోకి ఎక్కిపోవచ్చు" అనేసి పడీ పడీ నవ్వింది.

ఆ అవమానం భరించలేక అక్కడినుంచి వచ్చేశాడు. ముందా అమ్మాయిమీద పట్టరానంత కోపం వచ్చింది. తర్వాత ఉక్రోషం వచ్చింది. ఆ తర్వాత జ్ఞానోదయం అయింది. కరుగ్గా మొహంమీద చెప్పినా నిఖార్సైన మాటే చెప్పింది. నిజమే చెప్పింది. తనలాటి శుంఠని ఈ కాలంలో చలాకీగా జీవితం గడపాలనుకునే ఏ ఆడపిల్లా పెళ్లి చేసుకోదు. ఎవరి బలవంతం మీదనైనా పెళ్లి చేసుకున్నా ఆ కసి జీవితాంతం చూపిస్తూనే వుంటుంది.

అప్పుడు తన జీవితం మరింత దుర్భరంగా, మరింత దయనీయంగా తయారవుతుంది. ఆ నరకం అనుభవించడం కంటే ఇలా వంటరిగా మిగిలిపోవడమే అన్నివిధాలా మంచిది. ఈ విషయం వెంటనే పెద్దవాళ్ళకు తెలియజెయ్యాలి. అదీ చాలా ఖచ్చితంగా, కఠినంగా. ఆ నిర్ణయానికి వచ్చి అమలుపరిచాడు. అంతా తను అనుకున్నట్లే జరిగింది.

"మీకు అనుకూలవతి అయిన భార్య వస్తుంది. మీ వైవాహిక జీవితం ఆనందంగా గడుస్తుంది" సిద్ధాంతి మాటలు చెవుల్లో ప్రతిధ్వనించాయి.

'సిద్ధాంతిగారూ! ఎందుకండీ అనవసరంగా ఆశలు కల్పించారూ!' అనుకున్నాడు దీనంగా.

❖ ❖ ❖

సీతాపురంలో పెద్దాయనింట్లో సందడిగా వుంది. ఇంచుమించు ఊళ్ళోని పెద్దవారందరూ అక్కడే జేరారు. చాలా తీవ్రంగా చర్చిస్తున్నారు.

వేణుని సలహాలడుగుతున్నారు. ఓపిగ్గా సమాధానాలు చెప్తున్నాడు వేణు. ఆ వేణు సీతాపురంలోనే పుట్టిపెరిగాడు. అతని తండ్రి నరసయ్య. తల్లి

సుబ్బమ్మ. అ నరసయ్యకి లేని దురలవాటు లేదు. దమ్మిడీ సంపాదన లేకపోగా రెక్కలు ముక్కలు చేసుకునే భార్యను కొట్టి చంపేవాడు. పెద్దవాళ్ళు మందలించినా వినేవాడు కాదు. తాగి తాగి చివరకు చిన్న వయసులోనే చచ్చిపోయాడు. పదేళ్ళ కొడుకు వేణుతో మిగిలిపోయింది సుబ్బమ్మ.

తండ్రి దగ్గర్నుండి అప్పటికే మంకుతనం, చదువుపట్ల నిర్లక్ష్యం అలవడ్డాయి వేణుకి. వాడిని రెక్కపుచ్చుకుని పెద్దాయన దగ్గరకు తీసుకొచ్చింది సుబ్బమ్మ. మొగుడితో పడ్డపాట్లు చాలు. కొడుకు కూడా పెడదారిన పడితే ఇక నా గతి అధోగతే. వీడిని ఎలా దారిన పెడతారో మీ ఇష్టం అని వాళ్ళకి అప్పచెప్పింది. ఆ గురుతర బాధ్యతని గోపీ తీసుకున్నాడు. ఉత్తప్పుడు నవ్వుతూ నవ్విస్తూ వున్నా అవసరం అయితే అమిత కఠినంగా వుంటాడు గోపీ. అతని దగ్గరుండేసరికి రెండునెలల్లో వేణులో ఎంతోమార్పు వచ్చింది. బుద్ధిగా వుండటం, చక్కగా చదువుకోవడం, పెద్దల పట్ల వినయం విధేయత వంటి మంచి లక్షణాలు అలవడ్డాయి. పదోక్లాసు పాసయ్యాడు. ఇక చదవను, ఏదైనా పనిలో చేరతాను అన్నాడు. ఒక మిత్రుడి దగ్గర పనిలో పెట్టాడు వేణుని. ఆ మిత్రుడికి ట్రాన్స్‌పోర్ట్ కంపెనీ వుంది. ప్రైవేటుగా బస్సులు కూడా నడుపుతాడు. అతని దగ్గర చిన్న ఉద్యోగంలో జేరిన వేణు క్రమంగా ఆయనకి తల్లోనాలికలాగా మారిపోయాడు.

వేణు సహాయంతో యజమాని ఎంతో లాభం పొందాడు. అతనంటే ఓ విధంగా పుత్రవాత్సల్యం. బాగానే ముట్టచెప్పేవాడు. ఆ డబ్బంతా మోహన్ దగ్గర దాచుకునేవాడు వేణు. పదిహేను సంవత్సరాలు ఆయన దగ్గర ఉద్యోగం చేశాక తనే ఒక బస్సు కొనుక్కుని యాత్రలకు తిప్పుకుందామనే ఆలోచన వచ్చింది వేణుకి. యజమాని కూడా ఆ ఆలోచనకు సంతోషించాడు. నా చాతనైన సాయం చేస్తానని చెప్పాడు. ఆయన బస్సులు పాతవి అవగానే అమ్మేసి కొత్తబస్సులు కొంటూ వుంటాడు.

అలా అమ్మే పాతబస్సు ఒకటి కొనుక్కుంటానన్నాడు వేణు. యజమాని అతని మీదున్న అభిమానంతో అన్నింటిలోకి మంచిబండిని అన్నింటికంటే తక్కువ ధరకే వేణుకి అమ్మేశాడు. తను దాచుకున్న డబ్బు, మరికొంత సత్యం గారిచ్చింది అన్నీ కలిపి బస్సు కొనేసుకున్నాడు.

తనకున్న అనుభవంతో చక్కగా దక్షిణదేశయాత్ర ప్లాన్ చేసి దినపత్రికలో ప్రకటన ఇచ్చాడు. 25రో. యా.40క్షే. 2 ఇన్ టు 2 భో.వసతి. ఏడువేలు. వెంటనే సంప్రదించండి అని సెల్ నెంబరిచ్చాడు.

వారంరోజులు గడిచినా ఎవరూ ఫోన్ చెయ్యలేదు. వేణు నిరాశపడ్డాడు. మోహన్, పెద్దాయన వేణుని పిలిచారు.

"ఏవిట్రా ఇది? ఏవిటీ బీజాక్షరాలు" అడిగాడు పెద్దాయన.

"అంటే 25 రోజులు యాత్ర, 40 క్షేత్రాలు, రెండేసి సీట్ల బస్సు. భోజనం వసతి అన్నీ కలిపి ఏడువేలు అని అర్థం తాతయ్యా" చెప్పాడు వేణు.

"ఆ ముక్క తిన్నగా రాయవచ్చు కదరా! నీకర్థం అయిందని ఎదుటివాడికి అర్థం అయిపోతుందా?" మందలించాడు.

"ఈమధ్య అందరూ ఇలాగే రాస్తున్నారు. చదివేవాళ్ళకు అర్థం అవుతుంది అంత వివరంగా రాయాలంటే బోలెడంత ఖర్చు" అని చెప్పాడు వేణు.

"మరి ఎవరైనా ఫోన్ చేశారా?" అడిగాడు మోహన్.

"లేదు మావయ్యగారూ!" నిరాశపడ్డాడు.

"సర్లే, మరో పదిరోజులాగు. నెమ్మదిగా వస్తాయి" ధైర్యం చెప్పాడు మోహన్.

మరో వారం గడిచినా ఒక్క బోణీ లేదు.

అనవసరంగా తొందరపడి బస్సు కొనేసి పొరబాటు చేశానా అనుకున్నాడు వేణు.

"ఏవిటో! వీడి బస్సులో యాత్రలకి వెళ్ళొచ్చని సరదాపడ్డాను" అంది కమల. ఆవిడకి ఊళ్ళకెళ్ళాలని, అన్నీ చూడాలని సరదా. కానీ మోహన్ ఇల్లు కదిలి పొలం వదిలి వెళ్లడానికి ససేమిరా వద్దనేవాడు. అందుకే ఎక్కడికీ వెళ్ళలేదు.

వదిన బాధ చూసిన గోపీకి ఒక ఆలోచన వచ్చింది. ఎవరో ఫోన్ చేస్తారని ఎదురు చూడ్డం ఎందుకు? మనతోనే శ్రీకారం చుడితే సరి.

అమ్మ, నాన్నగారు, పెద్దన్నయ్యా, వదిన, అంటూ మొదలుపెట్టి ఊళ్లో మరో పదిమంది పేర్లు పోగేశాడు. అందరినీ అడిగాడు. పెద్దాయనతో యాత్ర మన వేణు బస్సులో అనేసరికి అందరూ సరే అన్నారు.

'నేనూ వస్తానురా' అన్నాడు సత్యం. శాంత, సుందరమ్మగారూ కూడా హుషారుగా తయారయ్యారు. ఏవిటో పిల్ల పెళ్ళి కుదరడంలేదు. పుణ్యక్షేత్రాలు దర్శించుకొస్తే దాని తల మీద తలంబ్రాలు పడతాయి అంది శాంత. గోపీ మరికొంత మంది దగ్గర బంధువులకూ, మిత్రులకూ కూడా ఫోన్లు చేసి చెప్పాడు. చాలామంది వస్తాం వస్తాం అని తయారయ్యారు. చూస్తూండగానే మూడొంతులు నిండిపోయింది బస్సు.

"మరీ అంత నిండుగా మనుషులుండకపోయినా ఫర్వాలేదు లేరా! వేణుకి నష్టం రాకుండా మిగిలింది మనమే వేసేసుకుందాం. కాస్త విశ్రాంతిగా ప్రయాణం చెయ్యొచ్చు" అన్నాడు సత్యం.

వంట విషయం బస్సు ఓనరు తల్లి సుబ్బమ్మ చూసుకుంటుంది. కేటరింగ్‌లో పనిచేసిన అనుభవం బోలెడంత వుంది. ఇద్దరు కుర్రాళ్ళని తోడు తీసుకుని ప్రయత్నాలు ప్రారంభించిందావిడ.

గోపీకూడా వెళ్దామనుకున్నాడు గానీ అందరూ వెళ్ళిపోతే రాజులేని రాజ్యం అయిపోతుంది ఆ ఊరు. అందుకే ఆగిపోయాడు.

"హమ్మయ్య! నువ్వొస్తావేమో యాత్రలకెళ్ళినా మనశ్శాంతి వుండదని భయపడ్డానయ్యా గోపీ" అంది సుందరమ్మ.

"భలేవారే మంథరమ్మగారూ! మీరు బయలుదేరారనే నేను ఆగిపోయింది. మీరెళ్ళండి. బయలుదేరిన దగ్గర్నించీ వచ్చేదాకా, ఒక్కర్నీ వదలకుండా అందర్నీ శక్తివంచన లేకుండా కాల్చుకు తినండి. మీ సత్తా ఏవిటో మరి కొత్తవాళ్ళకి కూడా తెలియాలి కదా!" అన్నాడు గోపీ.

ఏ ఏ ఊళ్ళు వెళ్ళాలో ఓ ప్రణాళిక సిద్ధం చేశాడు వేణు. పెద్దాయనా, మోహన్, సత్యం ఆమోదముద్ర వేశారు. గ్రామపురోహితుడు రామశాస్త్రుర్లు గారొచ్చి ప్రయాణానికి ముహూర్తం నిర్ణయించారు. "ఒరే రామశాస్త్రుర్లూ, నువ్వూ సతీసమేతంగా రాకూడదుట్రా... సంకల్పం అదీ స్పష్టంగా చెప్తావు" అన్నాడు పెద్దాయన.

"నేనా! అంత డబ్బు ఇచ్చుకోగలనా?" అన్నాడు శాస్త్రుర్లు.

"ఆ విషయంలో మీకేం సంకోచం వద్దులెండి. మేము చూసుకుంటాం. సంభావన ఇచ్చుకోవాలిగా ఎలాగా! మీరు ప్రయాణానికి సిద్ధం అవండి" అన్నాడు గోపీ.

ఇక బాధ్యత అంతా గోపీదే. వంటకి కావలసిన సరంజామా అంతా సుబ్బమ్మ చూసుకుంటుంది. మిగిలిన ఏర్పాట్లన్నీ గోపీ చేశాడు. ఎందుకైనా వుంటాయని పరుపులూ దిళ్ళూ, పక్కబట్టలూ సిద్ధం చేశాడు. ఇరవై బై ఇరవై అడుగుల షామియానా బస్సులో పడేయించాడు. మందులూ, మాకులూ సరేసరి. నాన్నగారి పడక్కుర్చీ, దాంతోపాటు మరో పది మడతకుర్చీలూ పోగేశాడు. ఒకటికి పదిసార్లు చూసుకుని వెళ్ళక వెళ్ళక దూరప్రయాణం పెట్టుకున్న తండ్రికీ, అన్నలకీ, వదినలకీ ఏవిధమైన అసౌకర్యమూ కలగకుండా జాగ్రత్తపడ్డాడు.

ప్రయాణానికి ఒకరోజు ముందే పొరుగూళ్ళనుంచీ వచ్చేవాళ్లు వచ్చేశారు. అందరికీ సత్యం ఇంట్లోనే భోజన కార్యక్రమాలు. ఆ వచ్చిన బంధువుల్లో గోపాలం అని ఒకాయన వున్నాడు. "సత్యంగారూ, ఏమైంది మీ అమ్మాయి పెళ్ళి విషయం?" అని అడిగాడు.

"చూస్తున్నాం. ఇంకా ఏదీ కుదరలేదు" కాస్త మొహమాటపడుతూనే చెప్పాడు సత్యం.

"మన రాజశేఖరంగారి అబ్బాయికి సంబంధాలు చూస్తున్నారుట. మీరు ప్రయత్నించి చూడకపోయారా?"

"ఏ రాజశేఖరంగారూ?"

"రామాపురంలో వుంటారూ! ఆయన వారికి ఒక్కడే కొడుకు" చెప్పాడు గోపాలం. వింటూన్న పెద్దాయన "అయ్యో! వాళ్లు తెలియకపోవటం ఏం? వారి తండ్రిగారూ నేనూ అప్పట్లో చాలాసార్లు కలుసుకున్నాం. మాకు ఏదో బీరకాయ పీచు సంబంధం కూడా వుంది. కానీ వాళ్ళు చాలా గొప్పవాళ్ళు. మరి మేము తూగగలమా?" అన్నాడు కాస్త అనుమానంగా.

"భలేవారే! మీరిద్దరూ సమాన హోదాలో వున్నవారే. ప్రయత్నించి చూడండి" అన్నాడు గోపాలం.

"నాన్నగారూ! ఊరెళ్ళేలోగా మీరే ఆయనికి ఫోన్ చేస్తే బావుంటుంది" గోపీ సలహా చెప్పాడు.

అవునవును అన్నారు అందరూ. గోపాలం దగ్గర రాజశేఖరంగారి ఫోన్ నెంబరు తీసుకున్నారు. "శుభస్యశీఘ్రం, ఇప్పుడే చెయ్యండి" అన్నాడు గోపాలం.

"అలా అయితే ఒక పనిచేద్దాం. మేము వారితో మాట్లాడి చాలాకాలం అయింది కదా! మీరే ఫోన్ చేసి నాన్నగారు మాట్లాడతారని చెప్పండి" అన్నాడు సత్యం. అలాగే అని వెంటనే ఫోన్ చేశాడు గోపాలం.

రాజశేఖరం స్వయంగా ఫోన్ చేశాడు. యోగక్షేమాలు విచారించాక, "నేను ప్రస్తుతం సీతాపురంలో వున్నాను" అని చెప్పి పెద్దాయన విషయం ప్రస్తావించాడు.

"వారు మాకు చాలా ఆప్తులు. నాన్నగారు ఎప్పుడూ వారిగురించి చెప్తూ వుండేవారు" అన్నాడు రాజశేఖరం.

"ఆయన మీతో మాట్లాడతారుట" అన్నాడు గోపాలం.

"మహద్భాగ్యం" అన్నాడు రాజశేఖరం.

పెద్దాయన ఫోన్ అందుకున్నాడు. "ఏం నాయనా బావున్నావా?" అని ఆప్యాయంగా పలకరించాడు. రాజశేఖరం వినయంగా సమాధానం చెప్పాడు. కాసేపు పాత విషయాలు మాట్లాడుకున్నారు. "మీతో ఒక విషయం మాట్లాడాలని ఫోన్ చేశాను" అన్నాడు పెద్దాయన.

"చెప్పండి" అన్నాడు రాజశేఖరం.

"మా మనవరాలికి పెళ్ళి చెయ్యాలనుకుంటున్నాం. నీకు తెలుసుగా, మా రెండోవాడిని నా తమ్ముడికే దత్తత ఇచ్చాం. వాడికూతురు ఈ అమ్మాయి. మా అబ్బాయి సత్యం ఇక్కడే వున్నాడు. మా మనవరాలిని మీ అబ్బాయికి ఇవ్వాలని మా కోరిక. మీకు అభ్యంతరం లేకపోతే ముందుకి సాగుదాం. ఇదుగో మా అబ్బాయితో మాట్లాడండి" అని సత్యానికి ఫోన్ ఇచ్చాడు.

సత్యం తన గురించి, సరోజ గురించీ చెప్పాడు.

రాజశేఖరం ప్రాణం ఉసూరుమంది. నువ్వు ఎక్కదలచుకున్న రైలు జీవిత కాలం లేటు అన్నట్లు ఈ సంబంధం పదిరోజుల ముందే వచ్చివుంటే ఎంత బాగుండేది! మరి ఏదో సమాధానం చెప్పాలిగా. అందుకే "మీవంటివారు మమ్మల్ని అడగడం మా అదృష్టం. కానీ మీకో విషయం చెప్పాలి. మా అబ్బాయి ఉద్యోగం చెయ్యడంలేదు" అన్నాడు.

"భలేవారే! ఇదేమైనా లోపమా? అతనికి ఇష్టం వుంటే చేస్తాడు. లేదా దర్జాగా కాలుమీద కాలు వేసుకుని కూర్చుంటాడు. మరామాటకి వస్తే ఈ కాలం పిల్లల్లా మా అమ్మాయీ పెద్దచదువులు చదవలేదు. డిగ్రీకూడా సగంలోనే మానేసింది" చెప్పాడు సత్యం.

"నిజమేలెండి. ఇవ్వాళా రేపు పిల్లలు అట్లాగే వుంటున్నారు. మీ అమ్మాయి డిగ్రీ పూర్తి చెయ్యనంత మాత్రాన వచ్చిన నష్టం ఏముంటుంది? తనిష్టం" అంటూ ఆయన ఉద్యోగం చెయ్యని తన కొడుకుని గురించి మంచిగానే స్పందించాడు కాబట్టి తనవంతు కర్తవ్యంగా ఆయన కూతుర్నీ సమర్థించాడు.

ఇద్దరూ కాసేపు పిల్లల గురించే మాట్లాడుకున్నారు. "మీరూ ఆలోచించుకోండి. తొందరేం లేదు. మేము రేపు యాత్రలకి వెళ్తున్నాం. తిరిగొచ్చాక మీకు ఫోన్ చేస్తాను" అన్నాడు సత్యం.

రాజశేఖరం నెత్తిన చేతులు పెట్టుకున్నాడు. ఎంత మంచివాడు... ఎంత మంచి సంబంధం. ఎలా వదులుకోవడం... వదులుకోక ఏంచెయ్యాలి?

కొడుక్కి ఇచ్చినమాట భూతంలా భయపెడుతోంది. చంద్రం చాలా పట్టుదల మనిషి. అందునా విసిగిపోయి వున్నాడు. ఇచ్చినమాట తప్పితే ఏ అఘాయిత్యమో చేసినా చేస్తాడు. కాబట్టి ఈ సంబంధం ప్రాప్తం లేదనుకుని ఊరుకోటం ఉత్తమం అనుకున్నాడు బాధగా.

ఈ విషయం భార్యకిగానీ, నరసింహానికిగానీ చెప్పకూడదనుకున్నాడు. కానీ మనసు చివుక్కుమంటూనే వుంది.

❖ ❖ ❖

సీతాపురంలో అంతా ప్రయాణ సన్నాహం. బస్సుకి మామిడాకుల తోరణాలు కట్టి గంధం బొట్లు, కుంకుమబొట్లు పెట్టారు. సామానంతా ఎక్కించారు. యాత్రీకుల పెట్టెలూ, సంచులూ కూడా ఎక్కించారు. పెందలాడే పదిన్నరకి

బయలుదేరాలి. యాత్రలకు వెళ్ళేవాళ్లూ వచ్చేశారు తమ తమ ఇళ్ళనుంచి. మిగిలిన వారంతా వాళ్ళని సాగనంపడానికి వచ్చారు. మొత్తానికి ఊరు ఊరంతా అక్కడే వుంది.

అప్పటిదాకా నడుంకట్టుకుని పెద్దరికం వహిస్తున్న గోపీ తీరా తల్లీ, తండ్రి బస్సెక్కుతుంటే చిన్నపిల్లాడిలా ఏడిచేశాడు. ఎప్పుడూ అమ్మా నాన్నని వదిలి వుండలేదు మరి! ఆయనకీ బాధ కలిగింది. మోహన్, సత్యం నిలువునా నీరైపోయారు. పోనీ నువ్వూ రారా మాతో, పోనీ మేము మానెయ్యమా అని పునరాలోచనలు మొదలుపెట్టేసరికి సీత కల్పించుకుని భర్తని కేకలేసింది.

"ఏవిటా ఏడుపు చంటిపిల్లాడిలాగా! మిమ్మల్ని చూసి అటుచూడండి ఎంతమంది ఏడుస్తున్నారో" అంది. నిజమే! మేష్టారు ఏడుస్తూంటే చూడలేక ఆయన దగ్గర చదువుకుంటున్న పిల్లలూ, పూర్వ విద్యార్థులూ కూడా ఏడవటం మొదలుపెట్టారు. "శుభమా అని వాళ్లు బయలుదేరుతుంటే ఇలా ఏడవచ్చా" అని భార్య కోప్పడేసరికి కళ్ళు తుడుచుకున్నాడు గోపీ.

"ఒరే ఏడవకండ్రా" అని తన స్టూడెంట్స్‌ని కసిరేసి తండ్రి దగ్గరకొచ్చి "జాగ్రత్తగా వెళ్ళిరండి. అమ్మా జాగర్త..." అని ఆదరంగా బస్సెక్కించాడు. మిగిలినవాళ్లు కూడా బస్సెక్కేశారు. పనివాళ్ళు కూడా ఎక్కాక వేణు గోపీ కాళ్ళకు నమస్కారం చేసి వెళ్లొస్తాం మాష్టారూ అనిచెప్పి బస్సెక్కాడు. బస్ బయలుదేరింది.

సీతా, గోపీ, సరోజా, దుర్గా దిగులుగా సత్యంగారింట్లోకి వెళ్ళారు. వాళ్ళు తిరిగొచ్చేదాకా గోపీ, సీతా, దుర్గా కూడా పెద్దింట్లోనే వుండాలని ముందే అనుకున్నారు.

వాళ్ళు వెళ్ళాక కూతుళ్ళతో బోలెడు కబుర్లు చెప్పాడు గోపీ. వాళ్ళిద్దర్నీ చూస్తుంటే అతనికి అమితమైన అనురాగం కలిగింది. 'బంగారు తల్లులు, పెళ్ళిచేసుకుని వెళ్ళిపోతారు' అనుకున్నాడు. వీళ్ళకి తగినవాళ్లు దొరికితే బాగుండు. దుర్గ సమర్థురాలు. కానీ సరోజే వుట్టి వెర్రితల్లి. వెళ్ళినచోట ఎలా నెగ్గుకొస్తుందో! సరోజ గురించి ఆలోచిస్తుంటే హఠాత్తుగా రాజశేఖరంగారి విషయం గుర్తుకొచ్చింది. ఆ సంబంధం కుదిరితే దివ్యంగా వుంటుంది.

ఇంతకాలం పెళ్ళివిషయం పెద్దవాళ్ళు చూసుకుంటారులే అని తనంతగా పట్టించుకోలేదు. వాళ్ళు యాత్రలకెళ్లి వచ్చేలోగా ఈ సంబంధం వారితో సంప్రదింపులు జరిపి వారినెలాగైనా ఒప్పిస్తే బావుంటుంది. ఈ దివ్యమైన ఆలోచన వచ్చాక వెంటనే అమల్లో పెట్టాలనుకున్నాడు.

సాయంత్రం ఏడింటికి రాజశేఖరంగారికి ఫోన్ చేశాడు.

ఆ వేళ రాజశేఖరం మనసేం బాగాలేదు. ఆయన స్నేహితుడు భార్యా సమేతంగా ఆర్భాటంగా వచ్చి తన కొడుకు పెళ్లి శుభలేఖ ఇచ్చి మరీ మరీ రమ్మని చెప్పివెళ్ళాడు. ఆ శుభలేఖ అందం వర్ణనాతీతం. కళ్ళు మూసినా తెరిచినా ఆ భార్యాభర్తలే కళ్ళముందు మెదులుతున్నారు. కొడుకు పెళ్ళి చేస్తున్నామని పొంగిపోతున్నారు. వాళ్ళు తనంత గొప్పవాళ్ళు కానే కాదు. తను అంతకంటే వెయ్యిరెట్లు ఘనంగా చెయ్యగలడు. కానీ ఆ అదృష్టం ఏదీ? చంద్రం ఉద్యోగం చేస్తానంటే అదీ వీలుకాలేదు క్రిష్ణవేణి మమకారం వల్ల. పోనీ పెళ్ళి చేద్దామంటే అదీ కుదరలేదు. ఈలోగా కొడుకు పెళ్ళే వద్దనేశాడు. ఆ విషయం ఆయనకెంతో బాధాకరంగా వుంది. కొడుకు జీవితం సరిదిద్దలేని నేనేం తండ్రిని అని కుమిలిపోతున్నాడు.

అటువంటి సమయంలో గోపీ ఫోనొచ్చింది. "నేను సత్యంగారి తమ్ముడిని" అని పరిచయం చేసుకున్నాడు. రాజశేఖరానికి విసుగు వేసింది. కానీ పైకి మర్యాద నటిస్తూ "బావున్నారా! మీ వాళ్ళంతా యాత్రలకెళ్ళారా" అని అడిగాడు. అన్నింటికీ సమాధానం చెప్పి "మరి మా సంబంధం విషయం ఏం ఆలోచించారు? మీరు ఊ అంటే మా అమ్మాయి జాతకం ఫోటో పంపిస్తాను" అన్నాడు గోపీ.

మూలిగే నక్కమీద తాటికాయ పడ్డట్లు అయింది రాజశేఖరానికి. ఎందుకు ముసుగులో గుద్దులాట అనుకుని "క్షమించాలి. ఈ విషయంలో ఇంకేం మాట్లాడేస్థితిలో నేను లేను. మీ అమ్మాయికి వేరే సంబంధం చూసుకోండి" అనేశాడు.

అటువంటి సమాధానం ఏమాత్రం ఆశించని గోపీ తెల్లబోయాడు. ఇదేవిటి ఇలా ఖచ్చితంగా ఎలా చెప్పేస్తున్నారు? మొహమాటానికైనా ఫోటో, జాతకం

పంపించండి అంటారెవరైనా. వద్దనుకుంటే జాతకాలు కుదరలేదు అనేస్తారు. అసలేమీ లేకుండా ముందే ఎలా వద్దంటున్నారు? వాళ్ళకి సరోజ గురించి వ్యతిరేకంగా ఎవరైనా చెప్పారా? కారణం తెలుసుకోవాలనే ఆదుర్దా అణుచుకోలేకపోయాడా ఆడపిల్లతండ్రి.

"నేనిలా అడుగుతున్నానని అనుకోకపోతే ఒక్క విన్నపం. ఎందుకు వద్దనుకుంటున్నారు? మీకు వేరే సంబంధం కుదిరిందా? లేకపోతే మా గురించి ఎవరైనా చెడుగా చెప్పారా?" అడిగాడు గోపీ.

ఆయనకి చాలా బాధ కలిగింది. గోపీ గొంతులో ఆప్యాయతా, వినయం ఆయనని ఆకట్టుకున్నాయి. తన బాధ అతన్తో చెప్పుకోవాలనిపించింది. వెంటనే మొదలుపెట్టి టూకీగా చంద్రం గురించి అంతా చెప్పేశాడు. "ఇదీ బాబూ సంగతి! మీ సంబంధం మరికొంతకాలం ముందుగా వచ్చివుంటే పరిస్థితి వేరేగా వుండేది. ఇప్పుడు నా చెయ్యి దాటిపోయింది" అన్నాడు దీనంగా.

అంత పెద్దాయన అలా బాధపడుతూంటే గోపీకి అయ్యోపాపం అనిపించింది. "సరేలెండి. ఏంచేస్తాం! మీతో వియ్యం అందుకునే ప్రాప్తం లేదు మాకు" అన్నాడు. అన్నాడేగానీ రాత్రంతా ఆయనే గుర్తొచ్చాడు. ఒక ఆలోచన తట్టింది గోపీకి. మర్నాడు మళ్ళీ ఫోన్ చేశాడు.

"మీరేమీ అనుకోనంటే నాకో ఆలోచన వచ్చింది" అన్నాడు.

"ఏమిటది?" అడిగాడు రాజశేఖరం.

"మీ అబ్బాయిని ఇలా వదిలేస్తే మరికొన్నాళ్ళు గడిచేసరికి మరింత విరక్తి చెంది ఏ సన్యాసుల్లోనో కలిసిపోయినా పోతాడు. అందుకే ఏదోవిధంగా అతని మనసు మార్చి పెళ్ళి చెయ్యాలి" చెప్పాడు.

ఆయన బాధగా నవ్వాడు. "కొడుకు లక్షణంగా ఒక ఇంటివాడై పిల్లాపాపలతో కళకళ్లాడుతూ తిరగాలని ఏ తండ్రికి వుండదు చెప్పు బాబూ! కానీ మార్గం ఏదీ?"

"శతకోటి దరిద్రాలకి అనంతకోటి ఉపాయాలు. మీరో చిన్న అబద్ధం ఆడండి. ఏదో విధంగా మా ఊరు పంపించండి. ఒకసారి మా ఊరొచ్చి మా

అమ్మాయిని చూస్తే అతను తప్పకుండా పెళ్ళికి ఒప్పుకుంటాడని నా ఆశ" అన్నాడు గోపీ.

ఆయన మొహం ఒక్కక్షణం దీపంలా వెలిగింది. అంతలోనే నిరాశ కలిగింది.

"మీ ఆలోచన బావుంది. కానీ మా అబ్బాయి అలా ఎవరి ఇళ్లకీ వెళ్ళడు. దగ్గరివాళ్ల ఇళ్ళకి వెళ్ళమంటేనే ఒప్పుకోడు. మరి బొత్తిగా పరిచయంకూడా లేని మీ ఊరికి ఎలా వస్తాడు?"

"ఏదో ఉపాయం ఆలోచించండి. మీ అబ్బాయికి ఉద్యోగం అంటే ఇష్టం అన్నారు కదా! ఆ వంకన పంపించండి. ఆపై ఏంచెయ్యాలో నేను చూసుకుంటాను" అన్నాడు గోపీ.

"మీదీ మాలాటి పల్లెటూరే. ఆ ఊరికి ఉద్యోగం కోసం వెళ్ళమంటే నమ్ముతాడా?"

"నమ్మించండి. ఇక్కడ ఉద్యోగం అని కాకపోతే మేము ఉద్యోగం ఇప్పిస్తామని చెప్పండి. మీరు పెద్దవారు. గ్రామపెద్దగా ఎన్నోవిధాలైన సమస్యలు పరిష్కరించే అనుభవం మీకుంది. మీ కొడుకు సమస్యను పరిష్కరించడం మీకేమంత కష్టంకాదు. ఈ సమస్య కష్టంకాదు, క్లిష్టమైనది. మీరు తల్చుకుంటే పని సానుకూలం అవుతుంది. ఆ దిశలో ఆలోచించండి. నేను మీకు తరచూ ఫోన్ చేస్తూనే వుంటాను" అని చెప్పాడు గోపీ.

గోపీ మాటలు బాగా తలకి ఎక్కాయి ఆయనకి. ఆ విషయంలో తీవ్రంగా ఆలోచించాడు. సాయంత్రం చంద్రాన్ని పిలిచాడు. "రారా! కాస్త పొలాలదాకా నడుద్దాం" అన్నాడు. ఆశ్చర్యపోయాడు చంద్రం. ఆయనెప్పుడూ అలా అడగడు. పదండి అని చెప్పులు వేసుకుని బయలుదేరాడు. వాళ్ళిద్దరూ బయటికి వచ్చేసరికి అందరూ ఆశ్యర్యంగా చూశారు. వినయంగా పక్కకి తప్పుకుని దారిచ్చారు. మరికాస్త ధైర్యం చేసి "ఎక్కడికి బాబూ! వెళ్తున్నారు?" అని అడిగారు కొందరు. చిరునవ్వే సమాధానం అందరికీ.

ఇద్దరూ పొలం దగ్గరికి వెళ్ళారు.

"చంద్రం! నీతో వంటరిగా మాట్లాడాలని ఇలా తీసుకొచ్చాను" అన్నాడు.

"పెళ్ళిమాట కాకుండా ఇంకేదైనా అయితే నిరభ్యంతరంగా మాట్లాడండి" చాలా సీరియస్‌గా సమాధానం చెప్పాడు చంద్రం.

"ఛ...ఛ... నీకు ఒట్టేసి చెప్పాక మళ్ళీ పెళ్ళిమాట ఎత్తుతానా! ఈ మధ్య నిన్ను చూస్తుంటే నాకెంతో మనస్తాపంగా వుంది. ఒక తండ్రిగా నీకు నేనేమీ చెయ్యలేకపోయాను. ఇన్నాళ్ళూ అంతగా పట్టించుకోలేదు. ఇప్పటికే చాలా కాలాతీతం అయింది. ఇక ఉపేక్షించను. నీ జీవితంకూడా మిగిలిన వారందరిలాగే సాగాలంటే ఒక ఉపాయం ఆలోచించాను."

వింటూన్న చంద్రం కుతూహలంగా చూశాడు. "ఏమిటది నాన్నగారూ!" అడిగాడు.

"సీతాపురం అనే ఊళ్ళో మనలాటి వాళ్ళే ఒక కుటుంబం వాళ్ళున్నారు. నిన్ను ఆ ఊరికి పంపిస్తాను. వాళ్ళు ఏదైనా ఉద్యోగం ఇస్తారు. నీ చదువుకి, నీ హోదాకి సరిపడేది కాకపోయినా ఆపద్ధర్మంగా ముందు చిన్నదే ఇవ్వొచ్చు. అలా కొద్దిరోజులు అక్కడున్నావనుకో, మీ అమ్మకి నిన్ను వదిలి వుండటం అలవాటవుతుంది. ఆ తర్వాత నా పలుకుబడి ఉపయోగించి విశాఖపట్నమో హైదరాబాదో ఎక్కడో ఒకచోట మంచి ఉద్యోగం చూస్తాను" చెప్పాడు.

చంద్రం మొహంలోకి కళ వచ్చింది. "నిజమేనా నాన్నగారూ, మీరు చెప్తోంది?" అతనికింకా నమ్మకం కుదరటం లేదు.

"అక్షరాలా నిజం. అసలీపని నీ చదువు పూర్తికాగానే చేసుంటే నువ్వూ నీ తోటివారిలా హాయిగా వుండేవాడివి."

"మరి అమ్మ ఒప్పుకుంటుందా?" దీనంగా ప్రశ్నించాడు.

"మీ అమ్మని ఒప్పించే పూచీ నాది. ఏదో చెప్పి ముందు నిన్ను ఊళ్ళోంచి పంపిస్తాను. ఆ తర్వాత సమయం చూసి మెల్లిగా చెప్తాను" అన్నాడు తండ్రి.

చంద్రం తన చెవులను తానే నమ్మలేకపోయాడు. అంతలోనే ఒక సందేహం కలిగింది. "ఆ ఊరూ చిన్నదే అంటున్నారు. అక్కడేం ఉద్యోగం దొరుకుతుంది? అదీగాక నేనెక్కడికి వెళ్లినా అమ్మ వెంటే వస్తుందిగా."

"అవన్నీ నాకొదిలెయ్. మీ అమ్మకి ఏదో చెప్తాను. వాళ్ళు బాగా పలుకుబడి కలవాళ్ళు. ఆ ఊళ్లో కాకపోతే పక్కఊళ్ళో ఇప్పిస్తారు. ఇక్కడ ఉద్యోగం అంత

ప్రాముఖ్యం కాదు. నువ్వు ఇంటినుండీ, ఊరునుండీ ఈ వాతావరణం నుండీ బయటపడాలి. ఇంకొన్నాళ్ళు ఇలాగే వుంటే నీకు పిచ్చెక్కడం ఖాయం. అందుకే ఎంతో ఆలోచించి ఈ నిర్ణయం తీసుకున్నాను."

తండ్రి మాటలు వింటూ పులకించిపోయాడు చంద్రం. ఎంతైనా నాన్నగారికి నేనంటే అమితప్రేమ. ఆయన చెప్పింది అక్షరాలా నిజం. ఇంకొన్నాళ్ళు ఇక్కడే వుంటే పిచ్చెక్కడం ఖాయం.

"నాన్నగారూ! గతంలో ఎన్నోసార్లు ప్రయత్నించి విఫలం అయ్యాం. అలా విఫలం అయినప్పుడల్లా నాకు భయంకరమైన నిరాశ కలుగుతోంది. తట్టుకోలేకపోతున్నాను. ఈసారీ అలాగే జరుగుతుందేమో! ఎందుకీ వ్యర్థప్రయత్నాలు? నా జీవితం ఇంతే. నన్నిలాగే వుండనివ్వండి" అన్నాడు దీనంగా.

"అలా అనకురా! ఈసారి ఆరునూరైనా నిన్ను ఊరికి పంపించడం ఖాయం. నువ్వు ప్రయాణ సన్నాహాల్లో వుండు" అని ఖచ్చితంగా చెప్పాడు.

తండ్రీ కొడుకూ ఇంటికొచ్చేశారు. ఈ విషయం అంతా ఎవరూ లేకుండా చూసి గోపీకి ఫోన్ చేసి చెప్పాడు. గోపీకూడా చాలా సంతోషించాడు. "సమయానికి పెద్దవాళ్ళెవరూ ఊళ్ళో లేరు. మీ అబ్బాయిగారిని వెంటనే పంపించండి. మా అమ్మాయికి పరిచయం చేస్తాను. వయసులో వున్న పిల్లలు. కాస్త సామరస్యంగా మాట్లాడుకుంటే పరస్పరం స్నేహం ఏర్పడుతుంది. ఆ తర్వాత సమయం చూసి పెళ్ళిప్రస్తావన తీసుకొస్తే కాదనరు" అన్నాడు. ఇంకాసేపు ఆ విషయాలే మాట్లాడుకున్నారు.

ఆ తర్వాత భార్యతో ఈ విషయం ప్రస్తావించాడు. "ఏవిటేవిటీ! కన్నయ్యను ఉద్యోగం కోసం ఎవరి దగ్గరకో పంపుతారా? మతిగానీ పోయిందా? వందమందికి ఉద్యోగాలిప్పించగలవాడు... వాడు మరొకరి దగ్గర ఉద్యోగం కోసం అర్థిస్తాడా?" అని విరుచుకుపడింది. అటూ యిటూ చూశాడు రాజశేఖరం.

"ఓసి వెర్రిమొగమా! నాకామాత్రం తెలియదా? ఉద్యోగం ఒక వంక మాత్రమే. వాళ్ళు అన్నివిధాలా మనకు తగినవాళ్ళు. వారికి ఒక అమ్మాయి

వుంది. చక్కని చుక్క. నువ్వెలాటి సంబంధం కావాలని కోరుకుంటున్నావో అన్ని లక్షణాలూ వున్నాయి. ఇటు వీడు చూడబోతే పెళ్ళొద్దని భీష్మించుకుని కూర్చున్నాడు. ఏం చెయ్యను? ఈ నెపంతో వాడిని అక్కడికి పంపిస్తే కాగల కార్యం గంధర్వులే తీరుస్తారు" అన్నాడు మెల్లిగా.

ఆవిడ మొహం వికసించింది. "అదా అసలు విషయం! అయితే సరే" అంది సంబరంగా.

"మరోమాట. అక్కడో అమ్మాయుందనీ పెళ్ళికోసమనీ వాడికి ఏమాత్రం తెలియకూడదు. తెలిస్తే వ్యవహారం బెడిసికొడుతుంది. కేవలం ఉద్యోగం కోసమనే చెప్తున్నాను. నువ్వూ అదే చెప్పు అందరికీ" అని హెచ్చరించాడు. భార్యతో మాట్లాడి కర్టెను తీసి గదిలోంచి బయటకొచ్చిన రాజశేఖరం గతుక్కుమన్నాడు. ఎదురుగా చంద్రం. అంతా విన్నట్టున్నాడు, కొరకొరా చూస్తున్నాడు.

"నాన్నగారూ! ఇంత ద్రోహమా?" ఆక్రోశించాడు.

ఆయన వెంటనే సర్దుకున్నాడు. కొడుకు రెక్కపట్టుకుని పక్కకు తీసుకెళ్ళాడు.

"వెర్రిసన్నాసీ! ఏదో కల్పించి చెప్పాను మీ అమ్మకి. లేకపోతే వంటవాడినీ, పనివాళ్ళనూ, సామాన్లనూ లారీలో ఎక్కించి నీ వెంటనే ప్రయాణం కట్టదా? అలా కాకుండా వుండాలంటే ఏదో చెప్పాలిగా మరి! ఇదంతా ఉత్తిత్తినే. నువ్వు ఉద్యోగం కోసమే వెళ్తున్నావు" అని నమ్మబలికాడు. అనుమానంగా చూస్తూనే వెళ్లిపోయాడు చంద్రం.

మరునాడు వచ్చిన నరసింహానికి కూడా కొడుకుని వేరే ఊరికి ఉద్యోగం కోసం పంపుతున్నట్లు చెప్పాడు.

నరసింహం రాజశేఖరం వంక చూశాడు. "బావా! ఇప్పటికి ఎన్నోసార్లు నాకెన్నో విధాల సహాయం చేశావు. నీ రుణం వెయ్యి జన్మలెత్తినా తీర్చుకోలేను. మాటిమాటికీ నీ సాయం అడగాలంటే నాకు ప్రాణం చచ్చిపోతోంది. ఏంచెయ్యను, తప్పటంలేదు" అన్నాడు దీనంగా.

"ఏంట్రా ఈ ఉపోద్ఘాతం! ఏం కావాలి? ఏం కావాలన్నా నిర్మొహమాటంగా అడిగెయ్!"

"ఏముందీ! నా పుత్రరత్నం విషయమే. నువ్వెవరి దగ్గరో ఉద్యోగం ఇప్పిస్తానన్నావుగా! ముందు సరే అన్నాడు. తర్వాత ఏం బుర్ర తిరిగిపోయిందో ఉద్యోగం చెయ్యనంటున్నాడు. అచ్చంగా వాడిని అనడానికి లేదులే బావా! వాడి తల్లి భ్రష్టుపట్టిస్తోంది. దాని అండ చూసుకుని వాడు రెచ్చిపోతున్నాడు. వాడు బాగుపడి మంచిదారిన నడవాలంటే ముందు వాళ్ళమ్మ దగ్గర లేకుండా ఎక్కడికైనా పంపించాలి. బావా, అడిగానని అనుకోకపోతే చంద్రంతోబాటు ఈ వెధవనీ ఆ ఊరు పంపించగలవా! చీటికీ మాటికీ వెనకేసుకొచ్చే అమ్మ ప్రమేయం లేకపోతే వాడు కాస్త బాగుపడి ఒకదారికి వస్తాడేమో అని ఆశ" అన్నాడు దీనంగా.

రాజశేఖరం ఒక్కక్షణం ఆలోచించాడు. "సర్లేరా, వాళ్ళని అడుగుదాం. అవకాశం వుందంటే అలాగే పంపిద్దాం. వీళ్ళు కాదంటే ఇంకెక్కడైనా పొరుగూర్లో వాడు చీటికీ మాటికీ రాలేనిచోట ఉద్యోగంకోసం ప్రయత్నిద్దాం" అన్నాడు.

నరసింహం వెళ్ళాక గోపీకి ఫోన్ చేశాడు. "మీతో నాకు పనిపడింది. నాకెంతో కావలసిన మిత్రుడి కొడుక్కి మీ దగ్గరేదైనా ఉద్యోగం ఇప్పించాలి. నేనిక్కడే ఇప్పించగలను. కానీ దానికి కొన్ని ఇబ్బందులున్నాయి. పిల్లవాడు అల్లరిచిల్లరివాడు కాదు. బుద్ధిమంతుడు. అంతవరకూ నాదీ పూచీ" అన్నాడు.

అంత పెద్దమనిషి! దైవం చల్లగా చూస్తే కాబోయే వియ్యంకుడు. ఆయన నోరు తెరిచి అడిగితే కాదనటం మర్యాద కాదు. అందులోనూ ఆయన అడిగింది చాలా చిన్నసాయం. ఒక బుద్ధిమంతుడికి ఏదో ఉద్యోగం ఇప్పించటం. అవలీలగా చేసెయ్యొచ్చు. ఆ మాత్రం పలుకుబడి వుంది. అందుకే "అయ్యో! దానికేం భాగ్యం? వెంటనే పంపించండి. ఎలాగా మీ అబ్బాయిగారొస్తారుగా. ఇద్దరినీ పంపించెయ్యండి" అనేశాడు.

వెంటనే ఆ కబురు నరసింహానికి అందింది. ఆయనకు చాలా సంతోషం వేసింది. వెంటనే కొడుకుని పిలిపించాడు. ఇంకా తండ్రీకొడుకులకు సంధి కుదరకపోవడంతో రవి ఇంకా పందిట్లోనే వున్నాడు. రవితోబాటే లక్ష్మి, శ్యామలా కూడా వచ్చారు.

"చూడు రవీ! చంద్రంబాబు ఏదో పనిమీద బంధువుల ఇంటికి వెళ్తున్నాడు. అతనితో నువ్వూ వెళ్తున్నావు. వాళ్ళు నీకు ఉద్యోగం ఇస్తారు. బుద్ధిగా ఉద్యోగం చేసుకుని బాగుపడు" అన్నాడు.

"ఉద్యోగమా? ఏదో అప్పట్లో తొందరపడి ఉద్యోగం చెయ్యాలని నిర్ణయించుకున్నాగానీ ఆ తర్వాత ఆ అభిప్రాయం మార్చుకున్నాం కదా!" అన్నాడు రవి ఆశ్చర్యంగా.

"నీకై నువ్వు మార్చుకున్నావేమో! నేను మాత్రం మార్చుకోలేదు. నువ్వు ఉద్యోగం చెయ్యకపోతే నేను ఉరేసుకుంటా!" ఖచ్చితంగా చెప్పేశాడాయన.

"సర్లెండి. మీకోసం ఆ ఉద్యోగం చేస్తా. ఇంతకీ ఏం ఉద్యోగంట? ఇంటింటికీ తిరిగి సబ్బుపొడీ, అప్పడాలూ అమ్మే ఉద్యోగం అయితే నేను చెయ్యను. అట్లాగే ఓ కుర్చీలో కూర్చుని కూడికలూ తీసివేతలూ దినం అస్తమానం చెయ్యమంటే కూడా చెయ్యను. ఏదైనా ఛాలెంజింగ్‌గా వుండే ఉద్యోగం అయితేనే చేస్తాను. జీతం కాస్త అటూ ఇటూ అయినా ఫర్వాలేదు" అన్నాడు ఠీవిగా.

నరసింహానికి ఏడుపొచ్చేసింది. "నువ్వెక్కడ సంప్రాప్తం అయ్యావురా నాకు? నీ వ్యవహారం చూస్తుంటే ఎవర్నో ఉద్ధరించడానికి ఉద్యోగం చేస్తున్నట్లు వుందిగానీ, అయ్యో! వాళ్ళిచ్చిన ఉద్యోగం చక్కగా చేసి మంచిపేరు తెచ్చుకుందాం అనే ఆలోచనైనా లేదేం! ఇక నువ్వేం బాగుపడతావురా!" ఆక్రోశించాడు.

"ఏదో వాడి మనసులోని మాట చెప్పాడు. దానికి మీరు అపార్థం చేసుకుని మనసు పాడుచేసుకుంటే ఎలా? ఇంతవరకూ ఎప్పుడూ ఉద్యోగం చేసి ఎరగడు కదా! కాస్త అనుభవం వస్తే అన్నీ వాడే తెలుసుకుంటాడు" కొడుకుని సమర్థించింది లక్ష్మి.

"ఆ! ప్రతీదానికీ నువ్విలా వెనకేసుకు వస్తుంటే బాగానే తెలుసుకుంటాడు. ఒరే రవీ... నువ్వు బుద్ధిగా అందరిలాగా వుంటూ వాళ్ళిచ్చిన ఉద్యోగం ఏదైనా వినయ విధేయతలతో చేసుకుంటూ జీవితంలో స్థిరపడితే సరేసరి. లేదంటే వీడి ప్రవర్తన అనుమానాస్పదంగా వుంది. బాంబుపేలుళ్ళకేసులో వీడి హస్తం

వుంది అని పోలీసులకి ఉప్పు అందిస్తాను. వాళ్లు పట్టుకుపోయి ఏ ముంబాయి జైల్లోనో పారేస్తారు. అప్పుడు నువ్వూ, మీ అమ్మ, నీ సోదరీ ఎంత లబలబలాడినా ప్రయోజనం వుండదు. జాగర్తమరి" అని చాలా సీరియస్‌గా హెచ్చరించాడు.

లక్ష్మికి భయం వేసింది. సామాన్యంగా భర్తకి ఓ పట్టాన ఆగ్రహం రాదు. చాలా ఓర్పు వహిస్తాడు. కానీ సహనం చచ్చిపోతే మాత్రం చాలా ప్రమాదమే ఆయనతో. ప్రస్తుతం అటువంటి ప్రమాదాన్ని పసికట్టింది. అందుకే వెంటనే పార్టీ మార్చేసి భర్తపక్షాన చేరిపోయింది. "నాన్నగారు చెప్పింది అక్షరాలా నిజం. నువ్వు వెంటనే నీ పద్ధతి మార్చుకుని ఉద్యోగంలో చేరిపో. తరువాత విషయం తరువాత చూసుకుందాం. ముందు కాలుపెడితే ఏదో మార్గం దొరక్కపోదు. నువ్వు బుద్ధిగా చంద్రంబాబు వెంట వెళ్ళు. ఇదే నీ తక్షణ కర్తవ్యం" అంది.

అక్కడ రాజశేఖరం ఇంటి దగ్గరకూడా తండ్రీ కొడుకుల మధ్య ఇటువంటి వాదనే నడుస్తోంది. క్రిష్ణవేణి వాలకం చూసిన చంద్రానికి అనుమానం కలిగింది. తను ఊరు వెళుతున్నట్లు తెలిస్తే ఏ వూరు? ఎందుకు? ఏం పని? నేనూ వస్తా అని ప్రయాణం కట్టడమో లేకపోతే కళ్ళు తిరిగి కిందపడిపోయి డాక్టరొచ్చి 'ఏవిటండీ ఇది? ఎన్నిసార్లు చెప్పాలి?' అని మందలించడమో జరగాలి న్యాయంగా.

మరి అలాటిది ఏమీ లేదుకదా! సంతోషంగా పెట్టెలో బట్టలు సర్దుతోంది. ప్రత్యేకమైన సందర్భాలలో మాత్రమే వాడే పైజమా లాల్చీ సెట్లూ, మెళ్లో గొలుసూ వగైరాలన్నీ పెడుతోంది. 'చందమామా చందమామా కిందికి చూడమ్మా... సంపంగి నూనెల కురులను దువ్వీ సొంపుగ కస్తూరి నామము దీర్చీ..." అంటూ పెళ్ళిపాటల కూనిరాగాలు తీస్తోంది. దాంతో అతనికి అనుమానం వచ్చి తండ్రివంక గుచ్చి గుచ్చి చూడడం మొదలుపెట్టాడు. ఆ చూపులకి తట్టుకోలేకపోయాడాయన.

"ఎందుకురా! నావంక ఏదో దొంగని చూసినట్లు చూస్తున్నావు?" అని కోప్పడ్డాడు.

"ఏమో! ఈ ప్రయాణం, అమ్మ కూనిరాగాలూ చూస్తుంటే నాకేదో అనుమానంగా వుంది. నేను వెళ్ళే బంధువుల ఇళ్ళల్లో ఆడపిల్లలు లేరుకదా!" అడిగేశాడు.

"ఏమోమరి! వాళ్లు ఉద్యోగం ఇస్తాం. మీ అబ్బాయిని పంపించండి అన్నారు. పంపిస్తాను అన్నాను. అంతేగానీ వాళ్ళింట్లో ఆడపిల్లలున్నారా ఆవుదూడలున్నాయా అంటే నాకేం తెలుసు?" విసుక్కున్నాడు ఆయన.

అయినా అనుమానం తీరలేదు చంద్రానికి. తండ్రివంక అనుమానంగా చూస్తూనే వున్నాడు.

ప్రయాణం రోజు నిర్ణయం అయింది. రాజశేఖరం చాటుగా గోపీతో మాట్లాడుతూనే వున్నాడు. "మా అబ్బాయికి అనుమానం వచ్చినట్లు వుంది. అక్కడికి వచ్చి ఏదైనా గొడవ చేస్తాడేమో! అసలే వాడికి అమోఘమైన తెలివి తేటలు. మన ఎత్తుకి పై ఎత్తు వేసి ఈ పెళ్లి జరక్కుండా చూస్తాడేమో అని నా భయం" అన్నాడోసారి.

నవ్వేశాడు గోపీ. "అప్పుడు మనం ఆ పైఎత్తుకు మరో పైఎత్తు వేద్దాం. ఒక టీచరుగా ఎంతోమంది పిల్లల్ని నా చేతులమీదుగా చదువు చెప్పి పంపించాను. వాళ్లు పెద్దవాళ్ళై, పెళ్ళిళ్ళై, ఉద్యోగాలొచ్చి మేష్టారు మేష్టారు అంటూ నా చుట్టూ తిరుగుతుంటారు. ఏ సమస్య వచ్చినా నా దగ్గరకే పరిగెత్తుకొస్తారు. ఈ కుర్రకారు గురించి నాకు బాగా తెలుసు. మీరేం దిగులు పెట్టుకోకండి. అక్కడినించి పంపించేవరకే మీ పూచీ. తరువాత ఎలా కథ నడిపిస్తానో అదంతా నా బాధ్యత" అన్నాడు ధీమాగా.

మర్నాడే ప్రయాణం. తండ్రీకొడుకూ హాల్లో కూర్చుని కబుర్లు చెప్పుకుంటూ వుంటే రాజశేఖరం సెల్‌ఫోను మోగింది. గోపీ నెంబరు చూసుకొని లేచి మేడమీదికి పరిగెట్టాడు. చంద్రానికి అనుమానం వచ్చింది. తనకు తెలియని రహస్యాలు తండ్రికేం లేవు. మరెందుకలా పరిగెడుతున్నారు? ఆ వెళ్ళడం వెళ్లడం అరగంట తరువాత తిరిగొచ్చాడాయన.

"ఎవరు నాన్నగారూ?" అడిగాడు చంద్రం.

"నా స్నేహితుడు" చెప్పాడాయన.

"ఎవరు? స్నేహితుడైతే ఇక్కడే మాట్లాడుకోవచ్చు కదా!"

ఆయనకి విసుగేసింది. "ఏవిట్రా నీ ఆరాలు? ఏదో వెళ్లాను" విసుక్కున్నాడు.

"ఏమో! ఈమధ్య మీ వ్యవహారం చూస్తుంటే నాకు అనుమానంగా వుంది. నాకు తెలియకుండా ఏదో వ్యవహారం నడుపుతున్నారేమో అనిపిస్తోంది. సర్లేండి. అలాటిదేమైనా వుంటే నా జాగర్త నేను పడగలను. ఆ మాత్రం తెలివితేటలు నాకూ వున్నాయ్" అనేసి లేచి వెళ్లిపోయాడు.

ఆయన గుండెలో రాయి పడింది. ఈ ప్రయత్నం అంతా వృధా కాదు కదా! తెల్లారింది. పదింటికి ప్రయాణం టాక్సీలో. మధ్యాహ్నం భోజనం కేరేజీలో పెట్టారు. తొమ్మిదిన్నరకే రవి వచ్చేశాడు. వెంట తల్లీతండ్రీ, చెల్లెలు. ఇద్దరి పెట్టెలూ, సంచులూ సామాన్లన్నీ కార్లో ఎక్కించారు.

క్రిష్ణవేణి కళ్ళు తుడుచుకుంటూ 'క్షేమంగా వెళ్లి లాభంగా రా కన్నయ్యా! కళ్యాణమస్తు' అని తల నిమిరింది. అదిరిపడి తండ్రివంక చూశాడు చంద్రం. ఆయన ఏం ఫర్వాలేదులే అని అభయహస్తం చూపించాడు. లక్ష్మి కూడా తెగ బాధపడిపోతోంది. "ఏనాడూ వాడిని వదిలి వుండలేదు. కొత్తచోటు. ఏం ఇబ్బంది పడతాడో ఏమో!" అనీ "అక్కడి వాతావరణం నీకు సరిపడితేనే వుండు. కాకపోతే వచ్చెయ్. మనకున్నదానిలోనే గుప్పెడు తిని బతకలేక పోం!" అంటూంటే నరసింహం కోప్పడ్డాడు. "చిన్న చిన్నపిల్లలు ఝామ్మంటూ అమెరికా, ఆస్ట్రేలియా దేశాలకు వెళ్లిపోతుంటే పాతికేళ్ళు దాటి ఎద్దులా వున్నవాడిని పక్కూరికి పంపించడానికి ఇంత గొడవ చెయ్యడం అవసరమా?" అన్నాడు. మొత్తానికి బాధగానే వాళ్ళిద్దర్నీ కారెక్కించారు.

❖ ❖ ❖

అక్కడ గోపీ సరోజన్ని, దుర్గని చెరోవైపూ కూర్చోబెట్టుకుని అసలు విషయం చెప్పటం మొదలుపెట్టాడు.

"నేను చెప్పేది శ్రద్ధగా వినండి. ఇవ్వాళ మనింటికి అతిథులు వస్తున్నారు. అతిథులంటే అతిథులు మాత్రమే కాదు. అన్నీ కలిసి వస్తే మనలో ఒకరైపోతారు" అని వివరంగా చెప్పాడు.

వింటున్న సరోజకి ఒళ్ళు పులకరించిపోయింది. "ఏవిటి బాబాయ్? మళ్లీ చెప్పు" అంది. మళ్లీ చెప్పాడు. భలే సరదా వేసింది సరోజకి. పెళ్లికొడుకు

వస్తున్నాడు. అతను పెళ్లికొడుగ్గా వస్తున్నట్లు అతనికి తెలియదుకానీ తనకు తెలుసు. ఒకవేళ అతను తనకు నచ్చితే బాబాయ్ ఏదో ప్లాన్ వేసి అతన్ని మెల్లిగా ఒప్పించి ఈ శుభకార్యం జరిగేలా చూస్తాడు. ప్రస్తుతం మాత్రం అతను తమ ఇంటికి ఉద్యోగం కోసం వస్తున్నాడు.

ఇదీ థ్రిల్ అంటే. పెళ్లిచూపులు పెళ్లి చూపులు అని వారంముందు నుంచీ హడావిడి పడి తలంటుపోసి పట్టుచీరె కట్టి గంగిరెద్దులా అలంకరించి మరీ మొద్దావతారంలా ఎదుట కూర్చోబెట్టడం, ఆ వచ్చినవాళ్ళూ, ఆ ప్రబుద్ధులూ ఏవో పిచ్చిప్రశ్నలు అడగటం, ఖర్మగాలి వాళ్ళు సరేనంటే మంచిసంబంధం వద్దంటే తర్వాత పశ్చాత్తాపపడతావు అని అమ్మా, సుందరమ్మగారూ బుర్ర తినటం ఈ వ్యవహారంతో విసిగిపోయిన సరోజకి ఇప్పుడీ వ్యవహారం ఎంతో ఉత్సాహాన్ని కలిగించింది.

అందం, ఆస్తీ అన్నీ వుండి పెళ్లొద్దని భీష్మించుకుని కూర్చున్న ఆ వింత పెళ్లికొడుకు కోసం కుతూహలంగా ఎదురు చూడసాగింది.

"దుర్గ తల్లీ! ఆ పెళ్లికొడుకుతోబాటు ఇంకో అతను కూడా వస్తున్నాడు. వాళ్ల స్థాయికి తగినవాడు కాదు కానీ మంచి స్నేహసంబంధాలున్నాయిట. అతను పాపం చాలా ఇబ్బందుల్లో వున్నాడుట. తండ్రి పెద్దవాడైపోయాడు. పెళ్లికెదిగిన చెల్లెలు. పెద్ద చదువులు కావుగానీ మంచివాడు, బుద్ధిమంతుడట. ఉద్యోగం విషయంలో అక్కడేవో ఇబ్బందులు వున్నాయిట. అందుకే ఇక్కడికి పంపిస్తున్నారు. మనకు చాతనైన సాయంచేసి ఏదో దారి చూపిస్తే పాపం తన కాళ్ళమీద తాను నిలబడతాడు" అని దుర్గతో చెప్పాడు.

"ఎవరైనా తన కాళ్ళమీద తాను నిలబడతానంటే దుర్గకి ఎంతో సంతోషం కలుగుతుంది. ఎవరైనా సాయం అడిగితే చిత్తశుద్ధితో ప్రయత్నించి ఎక్కడో ఓ దగ్గర చిన్నదో చితకదో ఉద్యోగం ఇప్పిస్తుంది. దుర్గంటే అందరికీ ఎంతో గౌరవం కాబట్టి దుర్గ అడిగితే కాదనరు. తమ దగ్గర ఖాళీ వుంటే ఉద్యోగం ఇచ్చేస్తారు. లేకపోతే "మా దగ్గర ప్రస్తుతం ఖాళీలు లేవమ్మా, కానీ ఫలానా వాళ్లు కావాలన్నారు అడిగి చూడు" అని తెలియజేస్తారు. ఇప్పుడూ అలాగే సంతోషించింది.

"సర్లే బాబాయ్! అదేం సమస్యకాదు. అతను వచ్చాక ఎంతవరకూ చదువుకున్నాడు ఏమిటి కనుక్కుని ఏదో ఓ ఏర్పాటు చేద్దాం" అనేసింది.

గోపీ రాబోయే అతిథులకు వసతి ఏర్పాటుకోసం వెళ్ళాడు. సత్యానిది సరే అదో మహలులాటి ఇల్లు. దానికి కాస్త దూరంలో పెద్దాయనగారి పెంకుటిల్లు. అందులోనే ఆయన కొడుకులూ, కోడళ్ళూ, మనవరాలూ వుంటారు.

మధ్యలో రెండు పెంకుటిళ్ళు ఎవరో అమ్మేస్తుంటే వీళ్లే కొనేశారు. "ఉండనీరా! వేరేవాళ్ళు కొనుక్కుంటే మనిళ్లకి మధ్య మరో పొరుగు ఎందుకూ? అదీగాక అనేకమంది వస్తూంటారు. అందర్నీ మనింట్లో వుంచలేం కదా" అన్నాడు సత్యం.

"మంచి ఆలోచన అన్నయ్యా! వాటిని గెస్ట్‌హౌస్‌లుగా ఉపయోగించుకుందాం" అన్నాడు గోపీ. ఆ రెండు ఇళ్ళల్లో నలుగురొచ్చినా సౌకర్యంగా వుండేందుకు కావల్సిన సదుపాయాలన్నీ అమర్చారు. ఏదో పనిమీద ఆ ఊరొచ్చే అధికారులూ, నాయకులూ అక్కడే బస చేస్తారు.

అందులో ఒక ఇంట్లో చంద్రం అతని మిత్రుడి కోసం ఏర్పాటు చేశాడు గోపీ. రాబోయే వారు ముఖ్యులు కాబట్టి ఏర్పాట్లూ ఘనంగానే వున్నాయి. వారికేం కావల్సినా తక్షణం అందించడానికి మంచి నౌకరుని అహర్నిశలూ అక్కడే వుండేలా ఏర్పాటు చేశాడు. అన్నీ మరోసారి సరిచూసుకుని తృప్తిపడి తిన్నగా తమ ఇంటికి వెళ్లి వరండాలో పడక్కుర్చీలో కూర్చున్నాడు. వాళ్ల టాక్సీ హారను వినగానే వెళ్ళొచ్చు.

❖ ❖ ❖

రవి, చంద్రంల ప్రయాణం ఆహ్లాదంగా సాగింది. ఇద్దరికీ ఇద్దరూ ఇటీవల జరిగిన సంఘటనల వలన మనస్తాపం చెంది వున్నారేమో ఈ ప్రయాణం చాలా హాయిగా వుంది. గంటకోసారి రెండుసార్లు ఆగి ఫ్లాస్క్‌లో పోసి వుంచిన కమ్మటికాఫీ తాగారు. ఒంటిగంటకి ఒక పెద్దచెట్టు నీడన ఆగి భోజనాలు ముగించారు.

సింగిల్ రోడ్డు, గతుకులు గతుకులుగా వుంది కాబట్టి ప్రయాణం నిదానంగానే సాగింది. మరో అరగంటలో గమ్యం చేరిపోతాం అన్నాడు డ్రైవరు. రోడ్డు పక్కన ఒక హోటల్ కనిపించింది. ఇక్కడ ఆగి కాఫీ తాగుదామా అన్నాడు రవి. వెంటనే ఒప్పుకున్నాడు చంద్రం. కారు అక్కడ ఆపాడు డ్రైవర్. ఇద్దరూ దిగారు. హోటల్ బయట పంపులోంచి నీళ్లు వస్తున్నాయి. కాళ్ళూ చేతులూ మొహం కడుక్కున్నారు.

ప్లాస్టిక్ కుర్చీలు వేశాడు హోటలు కుర్రాడు. అందులో కూర్చున్నారు. కాఫీ తీసుకురమ్మంటే వేడిగా బంగాళాదుంప బోండా వేస్తున్నా తినండి అన్నాడు. నరే పట్రమ్మన్నాడు చంద్రం. చుట్టూరా పంటచేలు. చక్కని గాలి బావుంది వాతావరణం.

"అవునూ! ఇంతకీ నువ్వీ ఊరెందుకొస్తున్నావు చాప్?" అడిగాడు రవి. "ఉద్యోగం కోసం" చెప్పాడు చంద్రం. అనుమానంగా చూశాడు రవి. 'వాళ్ళిద్దరికీ అంత చనువు లేదు. ఏదో నాలుగుమాటలు మాట్లాడుకుంటారు అంతే. చంద్రం మిత్రభక్తీ, వినయవిధేయతలూ అస్సలు నచ్చవు రవికి. నా చేతుల్లోనే అంత డబ్బుంటేనా! అద్భుతాలు చేసేవాడిని' అనుకుంటాడు.

ఎవరేం చెప్పినా వినడు. ఎవర్నీ లెఖ్ఖచెయ్యడు. వాడికున్న తెగువ నాకుంటే నా జీవితమే మరోలా వుండేది అని చంద్రానికి రవిని చూస్తే అసూయ. అంటీ ముట్టనట్లే వుంటారు ఇద్దరూ.

"ఉద్యోగం కోసం ఇక్కడికి పంపించారా మామయ్యగారు?" రవికి నమ్మశక్యం కాలేదు. చంద్రం ఏమీ సమాధానం చెప్పలేదు.

హోటల్ కుర్రాడు బోండాలు తెచ్చిపెట్టాడు. "ఏ ఊరెళ్తున్నారు?" అని డ్రైవర్ని అడిగాడు అతనికీ బోండాలు అందించి.

"సీతాపురం" చెప్పాడు డ్రైవర్.

ఆ కుర్రాడు లోపలికెళ్లిపోయాడు. ఓనరొచ్చాడు. "సీతాపురంలో ఎవరింటికీ?" ఈసారి చంద్రాన్నే అడిగాడు.

"సత్యంగారనీ ఆయనింటికి"

ఆ సమాధానం వినగానే ఆ హోటలు ఓనరు మొహంలో రంగులు మారాయి. అమిత గౌరవంగా "పెద్దయ్యగారింటికా! మరి చెప్పరేం?" అంటూ లోపలికి పరిగెట్టి మరికొన్ని బోండాలు తెచ్చి వద్దంటున్నా వడ్డించాడు.

పక్కకి పరిగెట్టికెళ్లి "ఒసే ఆదెమ్మా, తాజాపాలు తీసుకురా. బ్రూ కాఫీ కలుపుదాం" అని కేకేశాడు. అయిదు నిమిషాల తరువాత ఒకమ్మాయి పాలు తీసుకొచ్చింది. స్పెషల్‌గా కాఫీ కలిపి తెచ్చి ఇచ్చాడు. "చాలా బాగున్నాయి టిఫినూ, కాఫీ. ఎంతయింది?" అన్నాడు చంద్రం.

"అయ్యో, మీరు పెద్దయ్యగారింటికెళ్తున్నారు. మీ దగ్గర డబ్బు తీసుకోను" అన్నాడా హోటలతను. అలా వీల్లేదని బలవంతంగా యాభై నోటు తీసిచ్చాడు చంద్రం. చెయ్యి కడుక్కోడానికి పంపు దగ్గరికి వెళ్తే ఆదెమ్మ పరుగున వచ్చింది. చేతిమీద నీళ్లు పోసింది. "పెద్దయ్యగారింటికా బాబూ! బంధువులా?" అని అడిగింది.

"అబ్బే! బంధువులం కాదు" అన్నాడు చంద్రం.

"సరోజమ్మను చూసుకుందుకొచ్చారా?" అని ముసిముసిగా నవ్వేసింది. అదిరిపడ్డాడు చంద్రం. ఆ పళంగా వెనక్కి వెళ్ళిపోదామా అనుకున్నాడా క్షణం. చాలా కోపం వచ్చిందతనికి. 'ఎంత మోసం చేశారు నాన్నగారు! ఇక లాభం లేదు. తనూ ఏదో చెయ్యాలి.'

"ఏవిటి బాస్? ఏం చేస్తున్నావ్? వెళ్దామా?" రవి హెచ్చరికతో ఉలిక్కిపడి "పద వెళ్దాం" అని కారెక్కి కూచున్నాడు.

అతని మనసులో ఏవో ఆలోచనలు. 'చూస్తా! ఆ మాత్రం తెలివితేటలు లేవా నాకు? ఎత్తుకు పైఎత్తు వేస్తా. మీరు చెప్పిన ప్రతీదానికీ మీమీదున్న గౌరవంతో బుర్రూపుతుంటే మీకు అలుసైపోయాను కదా నాన్నగారు! కొడుకని ప్రేమ, జాలీ లేకుండా నన్నే మోసం చెయ్యాలని చూస్తారా? ఇంతదాకా వచ్చాక కూడా నేను నోరుమూసుకుని ఊరుకుంటే ఏదో మాయచేసి ఎవరో గయ్యాళి గంగమ్మకి కట్టబెట్టేస్తారు. అప్పుడు అటు ఆవిడా ఇటు అమ్మా ఏకమై నన్ను మద్దెల వాయించినట్లు వాయించేస్తారు. ఏదోవిధంగా ఈ ఆపద నుంచి తప్పించుకోవాలి' అని చాలారోజుల తర్వాత తన బుర్రకు పని కల్పించాడు.

ఇతనిక్కడ ఇలా వున్న సమయంలో రాజశేఖరం గోపీతో మాట్లాడుతున్నాడు. “పిల్లలిద్దరూ ఇప్పుడో ఇహనో మీ ఊరికొచ్చేస్తారు. వాడి వాలకం చూస్తుంటే నాకెందుకో అనుమానంగా వుంది. మరి ముందు కథ ఎలా జరుపుతారో మీదే భారం” అన్నాడు. ఆ మాట అప్పటికి పొద్దుటినుంచీ మూడుసార్లు చెప్పాడు.

“మీరు నిశ్చింతగా వుండండి. నాదీ భారం. ఇదంతా దైవనిర్ణయం అని నాకెందుకో గట్టిగా అనిపిస్తోంది. మీ అబ్బాయి వంటరిగా వచ్చి జంటగా వెళ్తాడు. మా ఇంటి అల్లుడవుతాడు. మనం వియ్యం అందుతాం. ఇది తథ్యం” అన్నాడు గోపీ.

“తథాస్తు” అన్నాడు రాజశేఖరం.

కారు ఊర్లో ప్రవేశించింది. వెళ్ళగానే కనిపించిన మొదటివ్యక్తిని సత్యంగారి ఇల్లెక్కడ అనగానే ఆ మనిషి నిటారుగా నిలబడి అతివినయంగా గుర్తులు చెప్పాడు. కారు హారన్ విని చివాల్న లేచి బయటికొచ్చాడు గోపీ.

కారాపమని సైగ చేశాడు. “మీరు రామాపురం నుంచి వస్తున్నారు కదా! నేను గోపీని” అని పరిచయం చేసుకున్నాడు. వాళ్లిద్దరూ కారుదిగారు.

ఇద్దరివంకా పరిశీలనగా చూశాడు గోపీ. రవికి మంచి అభిరుచు లున్నాయి. తల రేగనివ్వడు. బట్టలు నలగనివ్వడు. ఉన్నవి నాలుగు జతలే అయినా ఎప్పుడూ దర్జాగా వుంటాడు. మొహంలో ఆనందం, ఉత్సాహం ఎప్పుడూ తొణికిసలాడుతూ అసలే కళగా వుండే అతనికి మరింత చక్కదనాన్ని ఆపాదిస్తాయి. వల్లమాలిన ఆత్మవిశ్వాసం, అది తెచ్చిపెట్టిన ధీమా స్పష్టంగా తెలిసిపోతాయి. చంద్రం విషయానికొస్తే-

చక్కనివాడు. సౌమ్యుడు. తల్లిచాటు బిడ్డగా పెరగటం వల్ల తొందరగా కలవడు. గభాల్న మాట్లాడడు. అప్పట్లో కట్టుకునే బట్టల విషయంలో తల్లి కొనిపెట్టినవి చక్కగా వేసుకుని కడిగిన ముత్యంలా వుండేవాడు. చదువైపోయి ఖాళీగా కూర్చోవడం మొదలుపెట్టాక శ్రద్ధ పూర్తిగా తగ్గిపోయింది. ఏదో ఒకటి బీరువాలోంచి తీసి తగిలించుకోవడం వరకే పరిమితమై వుంటాడు. ఉంగరాలజుట్టు. తైలసంస్కారం వుంటే బాగా వుంటుంది. లేకపోతే ఎప్పుడూ

రేగిపోయి వుంటుంది. ఈమధ్య గడ్డంకూడా పెంచుతున్నాడు. మొహంలో దిగులు, బాధ. కళ్ళలో దైన్యం కొట్టొచ్చినట్టు కనిపిస్తుంది.

ఎన్నేళ్ళనుండో పెట్లో పడేసిన బంగారు నగలాగ కళాకాంతీ లేకుండా వుంటాడు. ప్రస్తుతం తండ్రి వ్యవహారంతో మనస్థాపం చెంది వున్నాడేమో మరీ వాడిపోయిందా మొహం.

కారు దిగి దిక్కులు చూస్తున్న రవికి హఠాత్తుగా కర్తవ్యం గుర్తొచ్చింది. "ఒరే! చంద్రంబాబు వెంట నువ్వొక్కడివే వెళ్తున్నావు. నౌకర్లెవరూ లేరు. కాబట్టి వెళ్లగానే పరిచయాలవీ నువ్వే చేయాలి. అంతేకాదు అక్కడ నీ స్థానం ఏమిటో తెలుసుకుని వినయంగా అతని వెంటే వుండాలి" అని తండ్రి చెప్పడం గుర్తొచ్చింది.

వెంటనే చేతులు జోడించాడు. "నమస్కారమండీ! ఈయన చంద్రశేఖర్ గారు. రాజశేఖరంగారబ్బాయి. నేను వారి స్నేహితుడి కొడుకుని. నా పేరు రవి" అన్నాడు.

"చాలా సంతోషం. రండి" అంటూ వాళ్ళకు ఏర్పాటు చేసిన ఇంటివైపు దారి తీశాడు. "ప్రయాణం బాగా జరిగిందా! ఏం ఇబ్బంది కాలేదుకదా!" అని కుశలప్రశ్నలు వేశాడు. సామాన్లు చేరేశారు నౌకర్లు.

మర్యాదగా కూర్చోబెట్టాడు. తనూ ఎదురుగా కూర్చున్నాడు.

ముందు చల్లని మంచినీళ్లు తర్వాత వేడిగా కాఫీలు అందించబడ్డాయి. వచ్చేవారు అతిముఖ్యులు అని ముందే చెప్పడం వల్ల నోరెత్తకుండా శ్రద్ధగా పనిచేసుకు పోతున్నారు నౌకర్లు.

"అయ్యగారూ! వేడినీళ్లు సిద్ధంగా వున్నాయి. స్నానం చేస్తారా? కాసేపు విశ్రాంతి తీసుకుంటారా?" ఓ కుర్రనౌకరు వినయంగా అడిగాడు.

రవికి ప్రయాణంవల్ల చిరాకుగా వుంది. స్నానం చేస్తా అని లేచి లోపలికి వెళ్ళాడు.

గోపీవంక చూశాడు చంద్రం.

"సార్! మీతో ఒక ముఖ్యమైన విషయం చెప్పాలి" అన్నాడు.

"అయ్యో, చెప్పండి" అన్నాడు గోపీ.

"ఇది చాలా రహస్యం. మనిద్దరిమధ్యే వుండాలి" అన్నాడు గొంతు బాగా తగ్గించి.

"అలాగే. ఏవిటా రహస్యం?" తనూ గొంతు తగ్గించాడు గోపీ.

"రాజశేఖరంగారి అబ్బాయికి పెళ్లి చెయ్యాలనే కదా మీరిక్కడికి రప్పించింది? ఉద్యోగం ఒక సాకు మాత్రమే కదా!" అడిగాడు చంద్రం.

ఆశ్చర్యపోయాడు గోపీ. "రాజశేఖరంగారబ్బాయంటే మీరే కదా! మీకు ఉద్యోగం ఇప్పించాలనే గదా రమ్మన్నాం. పెళ్ళేమిటి?" అడిగాడు.

"దాచాలని చూడకండి. మీ అమ్మాయి సరోజని చూడ్డానికి రమ్మన్నారట కదా రాజశేఖరంగారి అబ్బాయిని."

"ఎలా తెలిసింది? మీకెవరు చెప్పారు? మాటిమాటికి రాజశేఖరం గారబ్బాయి అంటారేం? మీరేగా వారు."

"కాదు నేను కాదు. ఇప్పుడు స్నానానికెళ్ళాడే అతనే చంద్రం. అతను చాలా తెలివిగలవాడు. మీ పథకం పసిగట్టాడు. మనం కూడా నాటకం ఆడదాం! నేను రవిననీ నువ్వే చంద్రానివనీ చెప్తాను. ముందుద్యోగం. ఉద్యోగం అన్నా రెండ్రోజుల తర్వాత ఆ అమ్మాయిని పరిచయం చేసి ఏదో విధంగా పెళ్లి ప్రస్తావన తెస్తారు. అప్పుడు నాకిష్టంలేదు అని స్పష్టంగా చెప్పెయ్ అని నాతో చెప్పాడు. మీకెవరికీ చెప్పొద్దని చెప్పాడు."

"మరైతే ఎందుకు చెప్తున్నారు?" అనుమానం వేసింది గోపీకి.

"ఎందుకంటే విశ్వాసం. మా కుటుంబం తరతరాలుగా వారి ఉప్పు తిని బతుకుతున్నాం. మామయ్యగారు అంటే రాజశేఖరంగారు నన్ను పిలిచి 'ఒరే నాయనా, ఇంతకాలానికి చంద్రాన్ని వంటరిగా పంపుతున్నాం. నువ్వు తోడు వెళ్లడంతో నాకు కొండంత ధైర్యంగా వుంది. ఇక భారమంతా నీదే. వాడిని కనిపెట్టి వుండు' అన్నారు.

కారెక్కగానే ఈ చంద్రం నా చెవిలో పోరు మొదలుపెట్టాడు. విషయం అంతా నాకు తెలిసిపోయింది. నాన్నగారు నన్నిలా మాయచేస్తారని నేను

కల్లోకూడా అనుకోలేదు. నువ్వు నాకు సాయం చెయ్యాలి. నేను నువ్వని చెప్తాను. నువ్వు నేనని చెప్తాను. నువ్వు అదే చెప్పాలి. అంతేకాదు ఈ ఊళ్ళో వున్నన్ని రోజులూ నువ్వు నేనుగా నేను నువ్వుగా నటించాలి అన్నారు. నేను వద్దు వద్దంటూ గోలపెట్టాను. చిన్నతనం నుండి నీకెన్నిసార్లు సాయం చేశాను? ఇంతకాలానికి నాకు పీకలమీదికి వచ్చి నేను సాయం అడిగితే కాదు పొమ్మంటావా? ఇదేనా స్నేహధర్మం! నీవల్ల కాదంటే చెప్పు, నేను దార్లోనే దిగి కాలవలో దూకుతాను అనేసరికి నాకు భయం వేసింది. అసలే చంద్రానికి ఈతకూడా రాదు. అటు మామయ్యగారి మాటా కాదనను. విశ్వాసం. ఇటు ఈయన మాటా కాదన్లేను. ఇక్కడా విశ్వాసం. దానికి తోడు స్నేహం. నేను చూడబోతే ఇంకా చిన్నవాడిని. ఈ విషమ పరిస్థితినుండి ఎలా బయటపడాలో నాకు తోచటంలేదు. మీరు పెద్దవారు కాబట్టి మీ చెవిన వేశాను. ఇక పాల ముంచుతారో, నీట ముంచుతారో మీ ఇష్టం. మీరు కూడా నేనిలా చెప్పానని, చంద్రంతో చెప్తే ఆయనగారు ఈసారి ముందు నన్ను ఏ కాలువలోనో తోసేసి తర్వాత తనూ దూకేస్తాడు. మహా నిక్కచ్చి మనిషి. ఈ కథంతా మామయ్యగారికి చెప్పడం కూడా అంత క్షేమం కాదు. విషయం తెలిసి ఆయన పరిగెట్టు కొచ్చేస్తారు. అలా వచ్చినందువల్ల ప్రాణాలేం పోవుగానీ ఏదో ఎత్తు వేసి చంద్రం పెళ్లి చెయ్యాలనే పథకం పారదు. అంతే. ఇక మీ ఇష్టం" అనేసి, "అదిగో, అలికిడి అవుతోంది" అనేసి పక్కనే ఉన్న ఓ పేపరు తీసి మొహానికి అడ్డుపెట్టుకొని కూర్చున్నాడు చంద్రం.

గోపీకి తల తిరిగిపోతోంది. బోలెడన్ని ఆలోచనలు. ఏం చెయ్యాలి? ఇప్పుడేం చెయ్యాలి? మెదడుకి పదును పెడుతున్నాడు.

మరికాసేపటికి స్నానం చేసి తల తుడుచుకుంటూ వచ్చాడు రవి. "మీరూ స్నానం చేస్తారా?" అన్నాడు చంద్రాన్ని.

'ఒరే రవీ, ఇక్కడ ఏదో స్నేహంకొద్దీ నువ్వు నువ్వు అంటూ ఏకవచన సంబోధన చేసినా కొత్తవారిముందు మీరని గౌరవంగా మాట్లాడు. చంద్రం గొప్పవారి బిడ్డ. నువ్వు చీటికీ మాటికీ వారిముందు చెయ్యిజాచే కుచేలుడి సంతానానివి. ఆ తారతమ్యం గుర్తుంచుకో. చంద్రంపట్ల వినయ విధేయతలతో మెలగాలి' అని తండ్రి చెప్పిన విషయం గుర్తొస్తూనే వుంది.

"ఆ... చేస్తా" అనేసి గోపీవంక చూసి అర్థవంతంగా నవ్వి లోపలికి వెళ్లాడు చంద్రం.

రవివంక పరిశీలనగా చూశాడు గోపీ. చక్కగా తలస్నానం చేసి వచ్చాడేమో పండులా వున్నాడు. చూడగానే అతని కళ్ళకు నదురుగా కనిపించాడు. ఇప్పుడు మరీ ముచ్చటేసింది. సరోజని ఇతనిపక్కన ఊహించుకున్నాడు. మనసుకి చాలా సంతోషం కలిగింది. అతనివంక వాత్సల్యంగా చూశాడు.

"చెప్పండి. ఏవిటి సంగతులు? నాన్నగారేం చెప్పారు?" అడిగాడు.

"ఏం చెప్పలేదండీ. మీరేదో ఉద్యోగం ఇప్పిస్తానన్నారుట కదా! వెళ్ళగానే మీకు చెప్పమన్నారు" వినయంగా చెప్పాడు రవి.

"ఉద్యోగం చెయ్యాలనే ఏముందిలెండి? ఏదో కాలక్షేపం కోసమేకదా! చూద్దాం లెండి" అన్నాడు గోపీ.

రవి మొహం వెలిగిపోయింది. "ఉద్యోగం అంటే నాకూ చిరాకే. ఏదో పని ఇప్పిస్తేచాలు. చక్కగా చేస్తాను" అన్నాడు దర్జాగా.

ఆ దర్జా చూసి మరింత మురిసిపోయాడు గోపీ. 'ఆ ఠీవి, ఆ దర్పం. కలవారింటి బిడ్డ. ఎంత దాచినా దాగవు కదా ఆ లక్షణాలు' అనుకున్నాడు.

మరికాసేపటికి చంద్రంకూడా వచ్చాడు అక్కడికి. చంద్రాన్ని అంతగా పట్టించుకోలేదు గోపీ. ఇంకాసేపు కూర్చుని "భోజనం ఇక్కడికే పంపిస్తాను. మీకేం కావాలన్నా మనుషులు వుంటారు. మీరు చెప్తే చాలు చిటికెలో సిద్ధం చేస్తారు. మరి నేను వెళ్తాను. మళ్ళీ రేప్పొద్దున కలుసుకుందాం" అనేసి గాల్లోకి తేలిపోతూ ఇంటికెళ్లాడు.

❖ ❖ ❖

దుర్గ స్థిమితంగా కూర్చుని పుస్తకం చదువుకుంటోంది. సరోజ మాత్రం కాలుగాలిన పిల్లిలాగా తిరిగేస్తోంది. బాబాయిని చూడగానే పరిగెట్టుకు వచ్చింది. "బాబాయ్, వాళ్ళొచ్చారా?" ఆత్రంగా అడిగింది.

"ఆ నచ్చారు. సరోజా, అతను ఎంత బావున్నాడో, చాకులాంటి కుర్రాడు" అంటూ విషయం అంతా పూసగుచ్చినట్లు చెప్పాడు.

"అమ్మో, అమ్మో ఎన్ని తెలివితేటలో" అని సరదాపడింది సరోజ.

"ఆ మాట నిజమేనే. ఏదో పుస్తకాలు తిరిగేసి పరీక్షలు పాసైపోయే తెలివితేటలు కావు. జన్మతః వచ్చిన తెలివితేటలు. భలే కుర్రాడులే! నాకు మాత్రం చాలా నచ్చాడు" అన్నాడు గోపీ.

"మరి అతన్ని మనింటికి పిలవచ్చు కదా! నేనూ చూసేదాన్ని" సిగ్గు దాచుకోవాలని వ్యర్థప్రయత్నం చేస్తూ అడిగింది సరోజ.

భారంగా నిట్టూర్చాడు గోపీ. "ఇది మామూలు వ్యవహారం అయితే మా ఇంటికి భోజనానికి రండి అని వెంటబెట్టుకొచ్చేసేవాడిని. ఇదలా కాదుకదా! సవాలక్ష మడతపేచీలున్నాయి. అతనెవరో దాచివుంచాలని ప్రయత్నం చేస్తున్నాడు కానీ మనకు తెలిసిపోయింది. మనకు తెలిసిపోయిందనే విషయం అతనికి తెలీదు. ఇటువంటి అయోమయంలో ఎలా పిలుస్తాను భోజనానికి? ఎవరని పిలుస్తాను? జాగర్తగా వ్యవహరించాలి. సరోజా... మనసులో మాట చెప్పేస్తున్నా. అతన్ని చూడగానే నాకెంతో నచ్చాడు. నీకు అన్నివిధాలా చక్కనివాడు. రేపు ఎలాగూ నీకు పరిచయం చేస్తాను. నీకు నచ్చితే ఆరునూరైనా అష్టకష్టాలు పడైనా ఈ పెళ్లి జరిగేలా చూస్తాను. మరి నీకోపట్టాన ఎవరూ నచ్చరు కదా! అదే నా అనుమానం. ఒకవేళ ఇతనూ నచ్చకపోతే ఏదో చెప్పి రేపే వాళ్లను పంపించేస్తాను" అన్నాడు.

సరోజ కూడా నిట్టూర్చింది. 'నువ్వు చెప్తున్నవన్నీ వింటుంటే నాక్కూడా నచ్చుతాడేమో అనే అనిపిస్తోంది' అనుకుంది మనసులో. పైకి మాత్రం "సర్లే రేపు చూద్దాం" అనేసింది.

"దుర్గ తల్లీ!" అన్నాడు గోపీ. అక్కడే వుండి అన్నీ మౌనంగా వింటోంది దుర్గ. "ఏం బాబాయ్?" అంది.

"ఆ పెళ్లికొడుకు వెంట వచ్చినతను వున్నాడే రవి, చాలా మంచివాడు. మానవతా విలువలు వున్నవాడు. అతనికి మనం ఉద్యోగం చూడాలి. రేపు సరోజకి గనక చంద్రం నచ్చితే రవి ఉద్యోగం కోసం నిజాయితీగా ప్రయత్నించాలి మనం" అన్నాడు.

దుర్గ నొసలు ముడిపడింది. "సరోజకి చంద్రం నచ్చడానికీ, రవి వుద్యోగానికీ సంబంధం ఏమిటి బాబాయ్? దానికతను నచ్చకపోతే అతన్ని

పంపించెయ్యండి. రవినెందుకు పంపటం? ఉద్యోగం దొరికితే అతని దారిన అతనుంటాడు" అంది.

"అదీ నిజమే అనుకో. కానీ ఇతన్ని పంపించేస్తే అతనుంటాడా?" అనుమానం వచ్చింది గోపీకి.

"ఇష్టమై వుంటేనే! లేకపోతే పోతాడు. రేపు నేనోసారి అతని వివరాలు అడుగుతాన్లే" అంది దుర్గ. బాబాయ్ చెప్పినదంతా వింటూ వుంటే అతని మనస్తత్వం స్వభావం అర్థమైపోతున్నాయి. తనకు మేలు చేసినవారిపట్ల విశ్వాసం, కృతజ్ఞతాభావం కలిగివుండటం చాలామంచి లక్షణం. ఆ మాత్రం నిజాయితీగా వుండేవాళ్లు కనిపించడంలేదు ఈ మధ్య.

తాము నడుపుతున్న కంప్యూటర్ సెంటర్లో అన్నీ చూసుకుంటూ బాధ్యతగా పనిచేసిన ఉద్యోగి నెలరోజుల కిందటే మరో పెద్ద ఉద్యోగం వస్తే రాజీనామా చేసి వెళ్లిపోయాడు. అర్హతలు, వాటితోపాటు నిజాయితీగా పనిచేసే వ్యక్తికోసం వెతుకుతున్నారు. ఇతని విద్యార్హతలు తెలుసుకుని అంతో ఇంతో కంప్యూటర్ జ్ఞానం వుంటే ఆ ఉద్యోగం ఇవ్వొచ్చు... దుర్గ మనసులో ఆలోచన రూపు దిద్దుకుంటోంది. దుర్గదంతా ఠకాచికీ వ్యవహారం.

తాత్సారం చేయడం, మీనమేషాలు లెక్కపెట్టడం దుర్గకి అస్సలు అలవాటు లేదు.

సరోజకి ఆ రాత్రి కలత నిద్రే అయింది.

గోపీ రాత్రి చాలాసేపు భార్యతో ఈ విషయం మీదే చర్చించాడు. "ఈ గొడవంతా మనకెందుకండీ! వాళ్లని రమ్మన్నారు. వాళ్లొచ్చారు. ఏదోవిధంగా కాలక్షేపం చేస్తే యాత్రలనుంచీ అందరూ వచ్చేస్తారు. అప్పుడు పెద్దవాళ్ళు చూసుకుంటారు ఈ విషయాలన్నీ" అంది సీత.

గోపీ నొచ్చుకున్నాడు. "మనకెందుకని వూరుకోవడానికి సరోజ పరాయిదా నాకు? ఇక పెద్దవాళ్ల సంగతంటావా? చూస్తున్నాంగా వీళ్ల పెద్దరికం. నాన్నగారికే గొడవా పట్టదు. పెద్దన్నయ్యా చిన్నన్నయ్యా కూడా సత్యకాలం మనుషులు. వదిన కూడా ఓ అయోమయం మనిషి. వాళ్లకి కాస్త ముందుచూపు వుండి వుంటే సరోజని గారం చేసి నెత్తికెక్కించుకోకుండా క్రమశిక్షణలోనే

పెంచేవాళ్ళు. అప్పుడు అదీ అందరిలాగానే వుండేది. ఇప్పుడు చూడు మొండిగా తయారైంది. ఎన్ని పెళ్లిచూపులు, ఎంత హడావిడి..! ఈ విషయంలో అంతా చెవులు కొరుక్కుంటున్నారు. ఒకటికి పది పెళ్లిచూపులు చూసేరోజులు ఏనాడో పోయాయి. మీ అమ్మాయి విషయంలో ఎందుకండీ గోపీగారూ ఇలా జరుగుతోంది అని నేరుగా నన్నే అడుగుతున్నారు. ఏదో లోపం వుండే వుంటుంది. పైకి చెప్పుకోడంలేదు అని అందరూ అనుకుంటున్నారు. ఇది ఇలాగే కొనసాగితే ముందు ముందు సరోజకి పెళ్లి కావడం కష్టం అవుతుంది.

ఇప్పుడు వచ్చిన ఈ సంబంధం అన్నివిధాలా మనకు తగినది. అబ్బాయి చాలా బావున్నాడు. కాకపోతే మనమ్మాయి లాగానే కొద్దిగా తిక్కకాబోలు. పెళ్ళొద్దని అంటున్నాడు. ఎలాగైనా అతని మనసు మార్చి ఈ పెళ్లిచేస్తే నాకు నిశ్చింతంగా వుంటుంది. పెద్దవాళ్ళుంటే ఏదో తిరకాసు పెడతారు. సమయానికి వాళ్లు లేకపోవడం కూడా మంచిదే అయింది. నేను కథ నడిపి ఈ సంబంధం కుదిరేలా చేస్తాను. నువ్వు కూడా చాదస్తానికి పోకుండా నాతో సహకరించు" అన్నాడు.

"సర్లెండి... మీ ఇష్టం. సరోజ పెళ్ళయిపోతే అంతకంటే సంతోషం ఇంకోటి వుండదు" అంది సీత. గోపీ మాత్రం ఈ వ్యవహారం ఎలా నడపాలా అని దీర్ఘాలోచనలో మునిగిపోయాడు.

❖ ❖ ❖

తెల్లవారింది. చంద్రం పెందలాడే లేచాడు. బయటికి వచ్చాడు. కొత్తచోటు. కొత్త వాతావరణం. చాలా ఆహ్లాదకరంగా వుంది. చెప్పులు వేసుకుని నడవటం ప్రారంభించాడు.

ఇల్లొదిలి బయటకు వెళ్లి చాలాకాలం అయిందేమో అతనికి ప్రాణం లేచొచ్చింది. అలా నడుస్తూ చాలాదూరం వెళ్లాడు. రోడ్డుపక్కన వున్న చిన్న హోటల్లో ఇడ్లీ తిని కాఫీ తాగాడు. వెంట నీడలా వుండే పనివాళ్ళూ, ఏ పని చెయ్యబోయినా వద్దు వద్దని వారించేవాళ్లూ లేకపోవడంతో పంజరం నుంచి బయటపడిన పక్షిలా వుంది అతని పని. అక్కడే కూర్చుని రాజకీయాలూ

లోకంపోకడలూ చర్చిస్తున్న పనీపాటాలేని వాళ్లతో మాట కలిపి తనూ చర్చలో పాల్గొన్నాడు. మరోసారి కాఫీ తాగాడు.

చంద్రం లేచిన కాసేపటికే రవికూడా లేచాడు. బ్రష్ చేసుకుని రాగానే ఆవేళ్టి పేపరు, కమ్మటి కాఫీ అందించారు. ఆ అయ్యగారేరీ అంటే "ఏమో పొద్దుటే లేచి వెళ్లిపోయారు" అన్నారు. ఇంకేమైనా కావాలంటే చెప్పండి అని ఒకటికి పదిసార్లు అడిగారు.

సరోజకూడా మామూలు కంటే ముందుగానే లేచింది. స్నానం చేసింది. శ్రద్ధగా పూజ చేసింది. యాత్రలకి వెళుతూ తల్లి ప్రత్యేకంగా చెప్పింది- మిగిలినవన్నీ పనివాళ్ళు చూసుకున్నా దేవుడి దగ్గర దీపం మాత్రం నువ్వే పెట్టు. పండో పాలో నైవేద్యం పెట్టు అని మరీ మరీ చెప్పింది. రోజూ మొక్కుబడిగా ఆ పనిచేస్తున్నా ఇవాళ చాలా శ్రద్ధగా భక్తితో పూజచేసింది.

గోపీ కాస్త ఆలస్యంగా నిద్రలేచి కిందికి వచ్చాడు. అప్పటికే చక్కగా తయారై కూచుని వుంది సరోజ. "అప్పుడే లేచావేమిటి అమ్మలూ?" అన్నాడు ప్రేమగా.

"అదేలే బాబాయ్! ఎవరైనా వస్తారేమోననీ" సిగ్గుగా సమాధానం చెప్పింది సరోజ.

పక్కనే సోఫాలో కూర్చుని సీరియస్‌గా ఆలోచించాడు గోపీ. ఒక ఉపాయం తట్టింది. లేచి లోపలికి వెళ్ళాడు. "సీతా... నీకు వీలైతే హాఫ్‌డే శెలవు పెట్టు. ఆ అబ్బాయిని మనింటికి బ్రేక్‌ఫాస్ట్‌కి పిలుస్తాను. నేను వెళ్లినా నువ్వుంటే బావుంటుంది. వాళ్ళిద్దరికీ పరిచయం అయితే తర్వాతి విషయం తర్వాత చూసుకోవచ్చు" అన్నాడు.

"అలాగే" అంది సీత.

పనివాడిని పిలిచి "ఒరే... కొత్తింటికి వెళ్లి చంద్రంగారిని అయ్యగారు రమ్మంటున్నారని చెప్పు" అనేసి నాలుక కొరుక్కుని "కాదులే... రవిగారిని రమ్మన్నారని చెప్పు" అన్నాడు. ప్రశ్నార్థకంగా చూసింది సరోజ.

"సరోజ తల్లీ! ఇకనుంచీ మనం చాలా జాగ్రత్తగా వ్యవహరించాలి. ఇక్కడ చంద్రం అంటే రవి. రవి అంటే చంద్రం. మనకు కావలసిన వ్యక్తి చంద్రం. కాబట్టి రవినే పిలవాలి. అవడానికతను చంద్రమే అయినా నేను రవిని

అంటాడు. మనమూ అవును నువ్వు రవివే అనాలి. ఇక్కడ ఇంకో పేచీ కూడా వుంది. అతనికి పెళ్ళంటే ఇష్టంలేదు. ఉద్యోగం కావాలంటాడు. దానికీ సరే అనాలి మనం. మా అన్నగారి పరోక్షంలో పెత్తనం అంతా వారి అమ్మాయిదే అని అతని బాధ్యత అంతా నీకే అప్పగిస్తాను. నువ్వూ అలాగే మాట్లాడు అతనితో" అని చాలా జాగర్తలు చెప్పాడు.

అన్నీ శ్రద్ధగా వింది సరోజ.

"జాగర్త! ఏమాత్రం అటూ ఇటూ అయినా మొదటికే మోసం వస్తుంది" అని హెచ్చరించాడు.

"సరే బాబాయ్" అంది బుద్ధిగా.

❖ ❖ ❖

పనివాడు కొత్తింటికి వెళ్లాడు. అప్పుడే వచ్చాడు చంద్రం. "ఎక్కడికెళ్ళావ్?" అని పలకరించాడు రవి.

"పొద్దున్నే మెలకువ వచ్చింది. అలా నడుచుకుంటూ వెళ్లాను" చెప్పాడు చంద్రం.

"అయ్యగారు రవిగారిని ఇంటికి పిలుచుకురమ్మన్నారు" అన్నాడు పనివాడు.

"నన్నా! నన్నెందుకు పిలుస్తారు? నిన్నే పిలిచుంటారు బాస్!" అనేసి "ఏమయ్యా ఎవర్ని రమ్మన్నారు? రవినా... చంద్రంగారినా?" అని అడిగాడు రవి.

"రవిగారినే రమ్మన్నారు" చెప్పాడతను వినయంగా.

"ఏమో! నీకు ఉద్యోగం ఇస్తామన్నారుగా! అందుకే రమ్మని వుంటారు వెళ్ళు" అన్నాడు చంద్రం.

రవి లోపలికి వెళ్లి ఇస్త్రీ బట్టలు వేసుకుని తయారైవచ్చాడు. అతన్ని వెంటబెట్టుకుని ఇంటికి తీసికెళ్ళాడు.

"అబ్బా పెద్ద ఇల్లే! దర్జాగా వుంది. రాజశేఖరంగారింటితో పోలిస్తే తీసికట్టేగాని బావుంది" అనుకుంటూ లోపలికెళ్ళాడు. వరండాలోనే ఎదురయ్యాడు గోపీ.

"రండి! రండి! రాత్రి బాగా నిద్రపట్టిందా? కాఫీ తాగారా?" అని కుశల ప్రశ్నలు వేశాడు. వినయంగా సమాధానం చెప్పాడు రవి. లోపలికి తీసికెళ్ళాడు. పెద్దహాలు. సోఫాలు, కుర్చీలు అంతా అట్టహాసంగా వుంది. మాటలు విని అప్పటిదాకా లోపలిగదిలో కాలుగాలిన పిల్లిలా పచార్లు చేస్తున్న సరోజ బయటకి వచ్చింది. రవిని చూడగానే ఆమె గుండె ఝల్లుమంది. నల్లటి జీన్స్‌పాంట్, తెల్లటి టీ షర్ట్ వేసుకున్నాడు. మొహంలో ధీమా... చక్కని విగ్రహం. మొదటి చూపులోనే ఎంతో నచ్చేశాడు.

"సీతా! సరోజా!" అంటూ ఇద్దర్నీ పిలిచాడు. ఇద్దరూ వచ్చారు. పరిచయం చేశాడు. తలెత్తకుండా వినయంగా నమస్కరించాడు రవి. అందరూ ఫలహారాలకి బల్లముందు కూర్చున్నారు. సీత అతన్ని మాట్లాడించింది. వినయంగా సమాధానం చెప్పాడు రవి. కాఫీ తాగి "నేను స్కూల్‌కి వెళ్ళాలి. మీరు మీ ఉద్యోగం విషయం మా సరోజతో మాట్లాడండి" అనిచెప్పి వెళ్ళిపోయాడు గోపీ.

అందరూ అక్కడినుంచి లేచి వచ్చి సోఫాల్లో కూర్చున్నారు. మెల్లిగా జారుకుంది సీత. సరోజ, రవి మిగిలిపోయారు.

"మీరు ఎలాంటి ఉద్యోగం కావాలనుకుంటున్నారు?" సంభాషణ మొదలు పెట్టింది సరోజ. తలెత్తి ఆవిడవంక చూసి తల దించేసుకున్నాడు.

"మీ ఇష్టం. ఏదైనా సరే" అన్నాడు.

"అలా అంటే మాకేం అర్థం అవుతుంది? నిజం చెప్పాలంటే మాదగ్గర ఉద్యోగాలు ప్రత్యేకంగా వుండవు. మీవంటివారు వచ్చి అడిగితే ఏదో కల్పిస్తాం. మాదగ్గర వీలు కాకపోతే మాకు తెలిసిన వారి దగ్గర ప్రయత్నిస్తాం" అంది.

"నిజం చెప్పాలంటే నాకు ఉద్యోగం చేయడం నచ్చదు. ఏదైనా కొత్తపద్ధతిలో నడవాలని నా ఆశ. ఏం లాభం! అందరూ నన్ను పిచ్చివాడినంటారు" అంటూ మొదలుపెట్టి తన ప్రయోగాలూ అన్నీ చెప్పుకొచ్చాడు. వింటూ వున్న సరోజ పులకించిపోయింది.

"నేనూ అంతేనండీ!" అంటూ అతను చెప్పటం ఆపేక తను మొదలుపెట్టి తన బాధ వెళ్ళబోసుకుంది. ఇద్దరూ అలా కాసేపు మాట్లాడుకున్నారు.

"ఇక నేను వెళ్తానండీ. చాలాసేపయింది వచ్చి" అనేసి లేచి వచ్చేశాడు. అతను వెళ్తుంటే ఏడుపొచ్చింది సరోజకి.

తన బసకు వచ్చాడు రవి. "చంద్రంగారేరి?" అని అడిగాడు.

"పెద్దయ్యగారింటికి వెళ్లారు" అని చెప్పాడు పనివాడు. పూటుగా టిఫిన్ తిని రెండు మూడుసార్లు కాఫీ కూడా తాగాడేమో... బద్ధకంగా వుంది. బట్టలు మార్చుకుని మంచంమీద పడుకున్నాడు రవి.

అక్కడ చంద్రం దుర్గ ఎదురుగా కూర్చుని వున్నాడు. పొద్దున్నే తనింటికి వచ్చేసింది దుర్గ. ఏవో పనులుంటే చూసుకుంది. ఉద్యోగం కోసం వచ్చిన ఆ వ్యక్తి విషయం ఏమిటో చూడాలని కబురుపెట్టింది. చంద్రం వచ్చాడు. ఉద్యోగం విషయం మాట్లాడతారుట రమ్మంటున్నారు అని చెప్తే గోపీ రమ్మన్నాడేమో అని వచ్చాడు చంద్రం. తీరా చూస్తే ఎదురుగా ఓ ఆడపిల్ల.

చంద్రానికి భయం వేసింది. గొంతెండిపోయింది. ఇటీవల కొద్దికాలంగా పాపం అతని పరిస్థితి అలాగే వుంది. ఆడపిల్లలని తల్చుకుంటేనే వెన్నులోంచి వణుకు పుట్టుకొస్తోంది. అలాంటిది హఠాత్తుగా ఎదురైన విపత్కర పరిస్థితి తట్టుకోలేకపోయాడు.

"నమస్కారం! రండి కూర్చోండి. మీ పేరు ఏమిటి? ఏం చదివారు? అదివరకు ఎక్కడైనా పనిచేశారా?" ప్రవాహంలా సాగిపోతోంది దుర్గ ప్రశ్నల వర్షం. ఉలుకూ పలుకూ లేకపోయేసరికి మాట్లాడడం మానేసి ఎదుటివ్యక్తిని పరిశీలనగా చూసింది.

తల భూమిలోకి వంచేసుకుని కూర్చున్నాడు. చేతులు వణుకుతున్నాయి. చెమటలు పడుతున్నాయి. హఠాత్తుగా ఇంటర్వ్యూ అనేసరికి భయపడి పోతున్నాడు. కొంతమంది పాపం ఇలాగే కంగారుపడతారు అనుకుని తన ధోరణి మార్చుకుంది.

"మంచినీళ్లు తాగుతారా?" అని లేచి వెళ్లి ఫ్రిజ్‌లోంచి చల్లనినీళ్ళు తెచ్చి ఇచ్చింది. గటగట రెండుగ్లాసుల నీళ్లు తాగేశాడు.

"చెప్పండి. మా ఊరు ఎలా వుంది?" ఆదరంగా అడిగింది.

“బావుందండీ” తలెత్తకుండానే చెప్పాడు.

“మా ఇంట్లో సౌకర్యంగా వుందా?” మళ్ళీ అడిగింది.

“చాలా బావుందండీ. మీ పనివాళ్ళు చాలా శ్రద్ధగా చూసుకుంటున్నారు.”

ఆ తర్వాత వాతావరణం గురించీ రాజకీయాల గురించీ కాసేపు మాట్లాడింది. తలెత్తకుండానే మాట్లాడాడు చంద్రం.

“ఇప్పుడు చెప్పండి. ఎంతవరకూ చదువుకున్నారు? మీ అర్హతలు ఏమిటి? ఇంతకు ముందు ఎక్కడైనా ఉద్యోగం చేశారా?” చాలా సౌమ్యంగా అడిగింది.

తన జీవిత గమనం అలా అస్తవ్యస్తం అయిపోవడంతో చంద్రం గుండె రాయిలా తయారైంది. అలా రాయిలా వున్న గుండె కొన్ని సందర్భాలలో కరిగి నీరైపోతుంది. ప్రస్తుతం ఒక అమ్మాయి తన చదువు, ఉద్యోగం వివరాలు అడిగేసరికి ఏం చెప్పాలో తెలియక దుఃఖం ముంచుకొచ్చింది.

“ఏం చెప్పమంటారు? నాదో విషాదగాథ. నా చదువు గురించి ఉద్యోగం గురించీ ఏమీ చెప్పలేను. నేను చెప్పగలిగింది ఒక్కటే. ఏదైనా చిన్న ఉద్యోగం అయినా సరే చేసి నా కాళ్ళమీద నేను నిలబడాలి. అదే ప్రస్తుతం నా సమస్య” అన్నాడు గద్గదస్వరంతో.

ఎవరైనా తన కాళ్ళమీద తాను నిలబడతానంటే చాలు దుర్గకి వీరావేశం వచ్చేస్తుంది. ఇప్పుడూ అదే జరిగింది. మెచ్చుకోలుగా చూసింది.

“ఆ మంచి ఆలోచన వుంటే చాలు. దేన్నయినా సాధించెయ్యొచ్చు. మీకు కంప్యూటర్ నాలెడ్జి వుందా?” అని అడిగింది.

‘నేను ఇంజినీరింగ్ కంప్యూటర్స్ చేశాను’ అని చెప్పబోయి మానేశాడు చంద్రం. “ఆ... వుందండీ! బేసిక్స్ అన్నీ తెలుసు” అన్నాడు.

“మాకు ఓ కంప్యూటర్ సెంటర్ వుంది. అక్కడ ఒక ఖాళీ వుంది. మీరు నాతో రండి. నాతో మరికొంతమంది భాగస్వాములున్నారు. వాళ్ళకి మిమ్మల్ని పరిచయం చేస్తాను. ఓ ఇంటర్వ్యూ తీసుకుని మాకు తృప్తిగా అనిపిస్తే మీకు మా సెంటర్లోనే ఉద్యోగం ఇచ్చేస్తా. లేకపోతే మరెక్కడైనా ప్రయత్నిద్దాం” అంది.

చంద్రానికి చాలా సరదా వేసింది. “చాలా థాంక్సండీ. మరి ఎప్పుడు వెళ్దాం?” అడిగాడు.

"ఎప్పుడో ఎందుకు ఇప్పుడే వెళ్దాం" అనేసి అయిదునిమిషాల్లో తయారై తలుపులు తాళం పెట్టింది. స్కూటీ తీసి ఎక్కండి అనేసరికి కాస్త మొహమాట పడ్డాడు. "మీరు వెళ్లండి. నేను ఏ బస్సులోనో వస్తాను" అన్నాడు.

"ఎందుకు మీరు విడిగా రావటం, అక్కడ అడ్రస్ వెదుక్కోవడం. ఫర్వాలేదు రండి" అనేసరికి ఇక తప్పలేదు. ఇద్దరూ బయలుదేరారు.

జీవితంలో మొట్టమొదటిసారి ద్విచక్రవాహనం ఎక్కిన చంద్రానికి కాస్త భయం వేసింది. తర్వాత హుషారొచ్చింది. అందరు కుర్రాళ్లలాగానే విద్యార్థి దశలో అతనికీ మోటర్ సైకిల్ మీద మోజుండేది. కానీ అమ్మో... ఎండా వానా పైగా గతుకుల రోడ్డు... బైక్‌ప్రయాణం ప్రమాదం... వద్దు అంది క్రిష్ణవేణి. ఆ సరదా అలాగే వుండిపోయింది. ఇప్పుడీ పల్లెటూర్లో ఓ అమ్మాయి వెనక కూర్చునే అయినా ఆ ప్రయాణం సరదాగా వుంది అతనికి.

ఇద్దరూ గమ్యం చేరారు. అందరికీ పరిచయం చేసింది. వాళ్ళంతా కలిసి ఇతనికి ఒక రాతపరీక్ష పెట్టారు. ఆ పేపరు చూసిన చంద్రానికి నవ్వొచ్చింది. గ్రాడ్యుయేట్‌కి ఒకటో తరగతి పేపరిచ్చినట్టు వుంది. ఆ భావం పైకి కనబడ నివ్వకుండా జాగర్తపడ్డాడు. అంతేకాదు, అరగంటలో చేసి అవతల పడేయకుండా కాస్త తీరిగ్గా ఓర్పుగా పూర్తి చేశాడు. కావాలని ఒకటి రెండు తప్పులుకూడా చేశాడు. వాళ్లూ తృప్తిపడ్డారు. అంతా మళ్లీ మాట్లాడుకుని ఉద్యోగం ఇవ్వాలని నిర్ణయించుకున్నారు. జీతం అయిదువేలు.

కళ్లనీళ్ళు గిర్రున తిరిగాయి చంద్రానికి. జీవితంలో మొదటిసారి ఉద్యోగంలో చేరడం... తన స్వశక్తితో సంపాదన... అతని భావోద్వేగాన్ని గమనించి 'పాపం ఎంత కష్టంలో వున్నాడు... ఈ ఉద్యోగం ఎంత అవసరమో... పోన్లే అటు అతని ఆశా నెరవేరింది... ఇటు మాకూ మంచి ఉద్యోగి దొరికాడు...' అనుకుంది తృప్తిగా.

ఇలా రండి అని చంద్రాన్ని వెంటబెట్టుకుని సెంటరంతా చూపించింది. ఉద్యోగులనూ విద్యార్థులనూ పరిచయం చేసింది. అప్పటికే భోజనం వేళ అయింది. అందరూ కలిసి చిలోపాలోమని కబుర్లు చెప్పుకుంటూ భోజనం చేశారు. కాసేపు విశ్రాంతి. తర్వాత అతనేం పనిచేయాలో వివరంగా చెప్పింది. తర్వాత తన పనిలో మునిగిపోయింది.

❖ ❖ ❖

మధ్యాహ్నం భోజనానికి వచ్చాడు గోపీ. తన గదిలో వుంది సరోజ. సీత హాల్లో కూర్చుని టీవీ చూస్తోంది. "సరోజేదీ?" అని అడిగాడు.

"మేడమీద వుంది" చెప్పింది సీత.

వెంటనే మేడమీదికి వెళ్లాడు. సరోజ మంచంమీద కూర్చుని వుంది. మొహం వాడిపోయింది. ఇతన్ని చూడగానే వచ్చి కావలించుకుని "బాబాయ్" అని ఏడ్చేసింది. కంగారుపడ్డాడు గోపీ. "ఏమైందే... కొంపదీసి ఇతనూ నచ్చలేదా?" అడిగాడు.

కళ్లు తుడుచుకుంది సరోజ. "కాదు బాబాయ్, నాతకను నచ్చాడు."

"మరింకేం? అతను నిన్నొద్దన్నాడా?" అడిగాడు.

"అలా ఎందుకంటాడూ? అతను పెళ్లి చూపులకి రాలేదు కదా" గుర్తు చేసింది.

"అవును కదా! మర్చేపోయాను. నువ్వెందుకేడుస్తున్నావు?"

"ఏడవక ఏం చెయ్యను బాబాయ్? ఇంత కాలానికి నాకు నచ్చినతను కనిపించాడు. అతని అభిరుచులూ నా అభిరుచులూ ఒక్కటే. పాపం అతని కష్టాలూ నా కష్టాలూ ఒక్కటే. తీరా చూస్తే అతనికి పెళ్లి ఇష్టంలేదని చెప్తున్నావు. ఇదంతా ఏమిటి బాబాయ్ నా ఖర్మకాకపోతేనూ" మళ్లీ ఏడ్చింది.

"నువ్వేడవకే. నీకు నచ్చాడు కదా! నెమ్మదిగా మన ప్రయత్నం మనం చేద్దాం. అతనికి పెళ్ళెందుకు ఇష్టంలేదో కనుక్కుందాం. నా వుద్దేశం ఇతను భగ్న ప్రేమికుడేమో."

"అలాంటి మాటలు మాట్లాడకు బాబాయ్. నేను భరించలేను" ఆక్రోశించింది.

"నీ మొహంలే. ఈ ప్రేమలూ దోమలూ ఈ రోజుల్లో సర్వసాధారణం. అయిదోక్లాసు పిల్లలే ప్రేమలో పడిపోతున్నారు. మరి ఇంత చక్కటి కుర్రాడు, ఆస్తీ, చదువూ అన్నీ వున్నవాడు ఇతను ప్రేమిస్తే వింతేముంది? అవన్నీ వదిలెయ్. నీకు అతను నచ్చాడు కదా! అది చాలు మిగిలిన కథ నేను నడుపుతాను. నాదీ పూచీ. ఎలాగైనా అతనితో నీ వివాహం జరిపించే బాధ్యత నాది. నువ్వు నిశ్చింతగా వుండు" అన్నాడు.

"బాబాయ్... నువ్వు ఆ పని చెయ్యాలేగానీ నీ మేలు ఈ జన్మలో మర్చిపోను."

"సర్లే... ఇందులో నీకు మేలు చేయడం ఏముంది? ఇది నా బాధ్యత" అన్నాడు.

ఈ వ్యవహారం అంతా చాలా ఉత్సాహంగా వుంది గోపీకి. అన్నగార్లిద్దరూ గోపీ గోపీ అంటూ ప్రతీపనికీ తననే నమ్ముకుంటారు. వ్యవహారాలన్నీ తనే చక్కబెడుతూ వుంటాడు. విత్తనాలిప్పించటం, ఎరువులు కొనుక్కురావటం, పంట అమ్మించటం, పనివాళ్ల గొడవలు తీర్చటం, ఊరి వ్యవహారాలు సరేసరి.

అవన్నీ ఒక ఎత్తు అయితే ఇప్పుడు సరోజ పెళ్లి విషయం ఒక్కటీ ఒక ఎత్తు. ఇది గనక తన తెలివితేటలతో చక్కబెడితే ఇంట్లో అందర్నీ పీడిస్తున్న సమస్య తీరిపోతుంది. సరోజకి మంచిచోట పెళ్ళవుతుంది. ఇక దుర్గ విషయంలో ఏ సమస్యాలేదు. కళ్ళు మూసి తెరిచేలోగా పెళ్లి కుదిరిపోతుంది. ఆ తర్వాత వాళ్ళిద్దరి ముద్దూ ముచ్చట్లు చూసుకుంటూ ముగ్గురన్నదమ్ములం హాయిగా కాలక్షేపం చేస్తాం.

"బాబాయ్! ఏం మాట్లాడవేం? నా కోరిక తీరుతుందంటావా?" దీనంగా అడుగుతున్న సరోజ మాటలకు ఉలిక్కిపడి ఇహలోకంలోకి వచ్చాడు గోపీ.

"తీరకుండా పోయే సమస్యేలేదు. నువ్వు వీలైనప్పుడల్లా చంద్రాన్ని అదేలే రవిని కలుసుకుని కాస్త స్నేహం పెంచుకో. అలా అని వంటరిగా షికార్లవీ చేయకు. నలుగురూ చెవులు కొరుక్కుంటారు. మన పొలాలవీ చూపిస్తానని వంక పెట్టుకుని ఏ పనిమనిషినో తోడు తీసుకుని వెళ్ళు. అలాగే గుళ్ళకి వెళ్ళు. మెల్లిగా మాటల్లో పెట్టి అసలతను పెళ్ళెందుకు వద్దంటున్నాడో తెలుసుకో. తర్వాత ఏం చేయాలో నేను చూసుకుంటాను" అంటూ చెప్పాడు సరోజతో.

అన్నీ శ్రద్ధగా, బుద్ధిగా విన్నది సరోజ.

సాయంత్రం ఏదో పనుండి టౌన్‌కి వెళ్ళి కాస్త ఆలస్యంగా వచ్చాడు గోపీ. దుర్గ హాల్లోనే వుంది.

"బాబాయ్, నీకో గుడ్‌న్యూస్" అంది.

"ఏవిటదీ?" అడిగాడు.

"ఊర్నించీ వచ్చాడే అతను చంద్రం అంటే రవికి ఇవ్వాళ ఉద్యోగం ఇచ్చేశాను."

నోరావలించాడు. "ఓసి నీ ఇల్లు బంగారం గానూ! నిన్న ఊళ్ళోకి వచ్చిన మనిషికి ఇవ్వాళ ఎలా ఇచ్చేశావే ఉద్యోగం."

"వేరేచోట వెతకటం అయితే ఆలస్యం అయ్యేదేమో! లక్కీగా మా సెంటర్‌లోనే ఖాళీ వుండటంతో వెంటనే పని అయిపోయింది."

"ఎలా వున్నాడతనూ? తెలివిగలవాడేనా?"

"ఆ... చాకులాంటివాడు. అలా అని తలపొగరూ లేదు. వినయంగా వున్నాడు బాబాయ్! పాపం ఎంత కష్టంలో వున్నాడో ఏమో! ఉద్యోగం ఇచ్చాం అనగానే కళ్ళనీళ్ళ పర్యంతం అయిపోయాడు" జాలిగా చెప్పింది.

"అవునట పాపం. రాజశేఖరంగారు ఫోన్లో చెప్పారు. వాళ్ళ నాన్న చాలా బాధపడుతున్నాడు. ఏదైనా ఉద్యోగం చూడండి అని ఎంతో ఇదిగా చెప్పారు. పోన్లే ఆయన చెప్పినందుకు వెంటనే దొరికింది ఉద్యోగం. జీతం ఎంత?"

"అయిదువేలు"

"అంతేనా?"

"ఇంకో రెండు వేలివ్వచ్చు. కానీ మరి మా ఇబ్బందులు మాకుంటాయి కదా."

"అవుననుకో... ఆ డబ్బులో అతనేం తింటాడు? తండ్రికేం పంపిస్తాడు?"

"ప్రస్తుతానికి ఇంతకన్నా ఇవ్వలేం మేము" నిస్సహాయంగా చెప్పింది.

"సర్లే ఓ పని చేద్దాం. అతన్ని పర్మనెంట్‌గా ఆ ఇంట్లోనే వుండమందాం. భోజనం ఫలహారాలు, కాఫీలు అన్నీ మనమే సప్లై చేద్దాం."

"ఈ ఆలోచన బావుంది బాబాయ్. నాతోనే వస్తాడు కాబట్టి ట్రాన్స్‌పోర్ట్ ఖర్చు కూడా వుండదు."

"ఇంకేం ఖర్చుంటుంది? కాస్త చేతిఖర్చుకు వుంచుకుని మిగిలినది తండ్రికి పంపిస్తాడు. ప్రస్తుతానికి ఇలా గడవనీ. ముందంటావా? చూద్దాం. ఏ రాజు ఏ రాజ్యం ఏల్తాడో పరిస్థితులు ఎలా మారతాయో?" అన్నాడు గోపీ.

మరికాసేపటికి రాజశేఖరంగారు ఫోన్‌చేశారు.

విషయం అంతా చెప్పేద్దామా అనుకుని కూడా చంద్రం అంటే రవి చేసిన హెచ్చరిక గుర్తొచ్చి మానేశాడు. "అంతా బావుంది. మీకెందుకు? అంతా నేను చూసుకుంటాగా! మీరు నిశ్చింతగా వుండండి. త్వరలో మీకు శుభ వర్తమానం అందచేస్తాను" అన్నాడు.

"చల్లని మాట చెప్పారు" అన్నాడు రాజశేఖరం.

"మీకు నేను తరుచూ ఫోన్ చెయ్యలేకపోవచ్చు. మీరు వేరేగా అనుకోకండి. ఇదంతా రహస్యంగా జరుగుతోంది కదా! గోడలకి చెవులుంటాయి!" అన్నాడు గోపీ.

"అలాగే! నేనూ మీకు తరచూ ఫోన్ చెయ్యను. మావాడు బాగున్నాడుగా" అడిగాడు.

"ఇంకా మీవాడేమిటీ? మావాడే. లక్షణంగా వున్నాడు. మరో మంచి మాట చెప్పనా! ఉద్యోగం వంకన పిలిపించి మా అమ్మాయిని పరిచయం చేశాను. వాళ్ళిద్దరూ చాలాసేపు స్నేహంగా మాట్లాడుకున్నారు" అన్నాడు సంతోషంగా. సరోజ అతన్ని చాలా ఇష్టపడుతోందని మాత్రం చెప్పలేదు. అవతల అబ్బాయి అభిప్రాయం తెలుసుకోకుండా అమ్మాయి గురించి చెప్పడం తొందరపాటు చర్య కదా!

ఆయన చాలా సంతోషించాడు. ఆడపిల్ల పేరెత్తితే ఆత్మహత్య చేసుకుంటానన్నవాడు ఓ అమ్మాయితో స్నేహంగా మాట్లాడ్డం శుభసూచకంగా అనిపించింది. ఆయన కుడికన్ను శుభసూచకంగా అదిరింది.

❖ ❖ ❖

యాత్రకు బయలుదేరినవాళ్ళు ప్రస్తుతం తెనాలి దగ్గర వేమూరులో వున్నారు. అసలు ముందు అనుకున్న ప్రకారం అయితే దుర్గ దర్శనం పూర్తి చేసుకుని అన్నవరం చూసేసుకుని ముందుకి సాగాల్సిందే. కానీ కాస్త తేడా వచ్చింది. ముహూర్తం అదీ బాగానే చూసుకుని బయలుదేరినా వాళ్ల ప్రయాణం సాఫీగా సాగటం లేదు. అలా అని ఆటంకాలు వస్తున్నాయా అంటే అదీ కాదు. అనుకున్న ప్రకారం జరగడంలేదు.

అసలేం జరిగిందంటే బోలెడంత దూరం ప్రయాణం పెట్టుకున్నాం కాబట్టి పక్కూళ్లోని రామలింగేశ్వరస్వామిని దర్శించుకుని అభిషేకం చేసుకుని అప్పుడు ముందుకి సాగుదాం అనుకున్నారు. అలాగే వెళ్లి అభిషేకాలు, అర్చనలూ చేసుకుని భోజనాలు చేసి బస్సెక్కారు. వీళ్ళిలా బయలుదేరారో లేదో జోరున వాన. కుంభవృష్టి. మరి కాస్త దూరం వెళ్లేసరికి ఎదురుగా వాగు పొంగింది. మరి నీరు తీసేదాకా ఆగాలి కదా! బస్సు రోడ్డు పక్కకి తీసి అందరూ దిగి రోడ్డు పక్కనే కూర్చున్నారు.

వంటవాళ్లు కాఫీ పెట్టారు. అటుగా వస్తున్న వాళ్ళు ఈ బస్సునూ, దానిమీద సీతాపురం వారి కాశీయాత్ర అని కట్టిన బేనరు చూసి ఆగి వాళ్ళని పలకరించారు. క్షణాలమీద ఈ వార్త పక్కనే వున్న ఊరికి పాకిపోయింది. ఆ ఊరి పెద్ద మరో నలుగుర్ని వెంటబెట్టుకొచ్చాడు. గతంలో ఆయన సత్యంగారి ద్వారా లబ్ధిపొందాడు.

"అయ్యా, ఇదేమైనా బాగుందా! మా ఊరిమీదుగా వెళ్తూ మా ఇంటికి రాకుండా వెళ్తారా" అని లబలబలాడాడు. వాగు తీసేసరికి మరికొంత సమయం పడుతుంది. అప్పటిదాకా ఇలా రోడ్డుమీదనే వుంటారా? అలా వీల్లేదు పదండి" అని బలవంతపెట్టి ఊళ్లోకి తీసుకెళ్ళాడు.

ఆయనంత బలవంతపెడుతుంటే సరేననక తప్పలేదు.

వారు ముందు దారి చూపిస్తుంటే బస్ అనుసరించింది. వారిది పెద్ద మండువా ఇల్లు. సాదరంగా ఆహ్వానించారు. మంచాలూ, కుర్చీలూ వేసి కూర్చోబెట్టారు. కొబ్బరిబోండాలు కొట్టి ఇచ్చారు. పిల్లా పెద్దా అందరూ వచ్చి ఆప్యాయంగా పలకరించారు. ఏరు తగ్గగానే బయలుదేరి వెళ్లిపోతాం అన్నారు. ఐతే ఇక్కడే వంట చేసేస్తాం అని సుబ్బమ్మ "ఒరే అబ్బాయిలూ, సామాన్లు దించండి" అంది. అది విని ఇంటి యజమాని నొచ్చుకున్నాడు. "మా ఇంటికొచ్చి మీ వంటలు మీరొండుకుంటారా? మీకు ఒక్కపూట అన్నం పెట్టలేమా?" అని బాధపడ్డాడు. ఇంతమందిమి వున్నాంకదా అంటే మరో ఇంతమంది వచ్చినా ఫర్వాలేదు అని హామీ ఇచ్చాడాయన.

సుబ్బమ్మ "సామాన్లు దించొద్దు. వంటలిక్కడేట. వెళ్లి తలో చెయ్యా వేద్దాం

పదండి" అంది. పొయ్యిలు వెలిగించి వంట చేసేశారు. విస్తళ్ళు వేసి వడ్డించేశారు. భోజనాలయ్యాక బయలుదేరుదాం అనుకుంటూ వుంటే ఇంత రాత్రివేళ వెళ్తారా, ఇంకా నయం. ఇవ్వాళిక్కడ పడుకుని రేపు తెల్లారకట్లే లేచి వెళ్ళచ్చు అని పక్కలు వేసేశారు. ఆ విధంగా ఈ యాత్రికులు ఆ వేళ వారి ఊరికి ఇరవైమైళ్ళ దూరంలోనే బస చెయ్యాల్సి వచ్చింది.

అదీ ఒక విధంగా మంచిదే అయింది. వీళ్ళొచ్చారని తెలిసి ఒకాయన పరిగెట్టుకుంటూ వచ్చాడు. ఆయనది గోవాడ. మర్నాడు ఆయన కూతురి వివాహం. ఆయనకూడా సత్యంగారి దగ్గర ఏదో లబ్ది పొంది వున్నాడు. "పెళ్ళనుకోగానే మీ దగ్గరకొచ్చి చెప్పాను. చూస్తాంలే వీలవుతుందో లేదో! అన్నారు. మరి నా పుణ్యం ఏవిటో మీరు ఈ ప్రాంతాలకి వచ్చారని తెలిసి పీకలదాకా పనిలో వున్నా పరిగెట్టుకొచ్చాను. ముహర్తం ఉదయం ఎనిమిదింటికి. మీరు దయచేసి పిల్లనెత్తిన అక్షింతలు వేసి ఆశీర్వదిస్తే దాని జన్మ, నా జన్మ కూడా ధన్యం అవుతాయి" అన్నాడు చేతులు జోడించి.

"అదికాదయ్యా! ముందు పెద్ద ప్రయాణం వుంది" అని సత్యం చెప్పబోతే "కాదనకండి. ఎంత! పదిమైళ్ల దూరం" అని ప్రాధేయపడుతుంటే కాదనలేక పోయాడు పెద్దాయన. "ఆడపిల్ల పెళ్లి చూస్తే అశ్వమేధయాగం చేసినంత పుణ్యం కదుట్రా. వెళ్దాంలే" అన్నాడు. ఇక ఆయన మాటకు తిరుగేముంది!

మర్నాడు తెల్లారగట్లే లేచి, స్నానాలు చేసేసి బస్సెక్కారు. తిన్నగా గోవాడ చేరారు. అక్కడ ఆడపెళ్లివారు, మగపెళ్లివారు కూడా పిల్చి వీరిని ఆహ్వానించారు. మేళాలు ఎలాగా వుండనే వున్నాయి. ముహూర్తం కాగానే వెళ్తామంటే ఆ కన్యాదాత ఎంతో బాధపడ్డాడు. పెళ్లికొచ్చి భోజనాలు చెయ్యకుండా వెళ్తారా? ఈ పేదవాడింట మీరు భోజనం చేస్తే నా జన్మ ధన్యం అన్నాడు.

సర్లే ఎలాగా గుళ్ళోకెళ్ళాలి. గుడికెళ్ళి పూజలవీ చేసుకుని భోజనాలు చేసి వెళదాం అనుకున్నారు. అలాగే భోజనం చేసి బయలుదేరారు. దార్లో అమర్తలూరు. కమల పినతండ్రి కొడుకుది ఆ ఊరే. ఎన్నాళ్ళైందో వాళ్ళని చూసి పలకరించి పోదాం అంది కమల.

కాబట్టి వాళ్ళింటికి వెళ్ళారు. వాళ్ళూ చాలా సంతోషించారు. ఆయన పేరు వెంకటరత్నం. ముందుగా చెప్తే నేనూ వచ్చేవాడినే యాత్రలకి అన్నాడాయన నొచ్చుకుంటూ. "ఇప్పుడు మాత్రం ఏం బావగారూ, బస్సులో ఖాళీలున్నాయి. బయలుదేరండి" అన్నాడు మోహన్.

"ఇప్పటికిప్పుడంటే మరి అన్నీ చూసుకోవాలి గదా" అని నీళ్ళు నమిలాడు వెంకటరత్నం.

"మీరేం చూసుకోనక్కర్లేదు. సామాన్లు సర్దుకొని బయలుదేరండి" అని బలవంతపెట్టాడు.

ఆయనా మెత్తబడ్డాడు. కాపోతే ఆడపిల్లతో వ్యవహారం. వాళ్ళెంత చెప్పినా మరీ చేతులూపుకుంటూ వెళ్ళలేరుకదా! అదీగాక మరి అంత ప్రయాణం అంటే బట్టలవీ సర్దుకోవాలి. ఎంత చచ్చుగా చూసుకున్నా ఓ నాలుగుగంటలు పడుతుంది ప్రిపరేషన్‌కి. ఆ మాట చెప్తే ఏం ఫర్వాలేదు. మన బస్సేగా అని హామీ ఇచ్చాడు మోహన్. వెంకటరత్నం ప్రయాణసన్నాహాలు మొదలయ్యాయి. డబ్బు సమకూర్చుకోడానికీ, రేవుకి వెళ్లిన బట్టలు ఇస్త్రీ చేయించి తెచ్చుకోడానికీ బాగానే సమయం పట్టింది. చీకటి పడింది.

సుబ్బమ్మ సామాను సరంజమా దింపించి వంట చేసేసింది.

భోజనాలు చేసి బయలుదేరి బెజవాడ వెళ్దాం అన్నాడు వేణు.

"రాత్రంతా నడుములు పడిపోయేలా ప్రయాణం ఎలా చేస్తాంరా? అయినా యాత్రల్లో రాత్రి ప్రయాణాలుండవని నువ్వు చెప్పబట్టేగా బయలుదేరాం" అని నిలదీసింది శ్రీలక్ష్మమ్మ.

"నిజమేననుకోండి బామ్మగారూ! మరి మన ప్రయాణం అనుకున్న రీతిలో సాగటం లేదు కదా!" అన్నాడు వేణు.

"అలా సాగకపోయినంత మాత్రాన నీకు నష్టం ఏమైనా వస్తుందా?" అని అడిగాడు మోహన్.

"నష్టం ఏంలేదు. ఎక్కడా హోటల్ రూములు బుక్ చెయ్యలేదు. దేవస్థానం వారి వసతిగృహాలే. సీజన్‌కాదు కాబట్టి అవి ఎప్పుడైనా దొరుకుతాయి. కానీ

మరి ప్రయాణం అన్న తర్వాత ఒక ప్లాన్ ప్రకారం జరగాలి కదా!" అన్నాడు వేణు.

"జరగాలి నిజమే. మరి అనుకోని అవాంతరాలు వస్తే అటూ ఇటూ అవుతుందికదా!" అన్నాడు మోహన్. అంతా కలిసి చర్చించారు. రాత్రి ప్రయాణం వద్దు. పగలే వెళ్దాం. రాత్రిపూట ప్రయాణం ప్రమాదం" అని తీర్మానించారు.

ఆవేళ అక్కడే విశ్రాంతి తీసుకుని తెల్లారే బయలుదేరి వెళ్ళిపోదాం అనుకున్నారు. "ఎలాగా ఇంతదూరం వచ్చాంకదా! చిలుమూరు శివాలయంలో దర్శనం చేసుకుని వెళ్దాం" అంది కమల.

వేణుకి చిరాకు వేసింది. "అమ్మా! పొన్నూరులో ఆంజనేయస్వామినీ బాపట్ల భావనారాయణస్వామినీ చూసి వెళ్దాం అన్నారు. సరేనన్నా, ఇలా ప్రతిచోటా ఆగాలంటే ఎలా చెప్పండి?"

"ఇదేం ఆలస్యం కాదురా. ఇక్కడినించీ బయలుదేరినా తెల్లారి అందరి స్నానాలూ అయ్యేసరికి ఆలస్యం అయిపోతుంది. అదే చిలుమూరు వెళ్లామనుకో క్రిష్ణలో బుడుంగున మునకవేసి చిటికెలో దర్శనం చేసుకుని బయలుదేరొచ్చు" అని సర్దిచెప్పింది ఓ ఇల్లాలు. చివరికి అదే ఖాయం అయింది.

తెల్లారుజామునే లేచి ఇంకా సూర్యోదయం కాకుండానే చిలుమూరు చేరారు. క్రిష్ణలో స్నానాలు చేసి స్వామిని దర్శించుకున్నారు. సుబ్బమ్మ ఉప్మా తిప్పేసింది. తినేసి బస్సెక్కారు. తర్వాత మజిలీ పొన్నూరు. కాస్తదూరం వెళ్ళేసరికి చేబ్రోలు 20 కి.మీ. అని బోర్డు కనిపించింది.

చేబ్రోలులో బ్రహ్మదేవుడి గుడి వుంది." భారతదేశంలో బ్రహ్మదేవుడి గుళ్లు చాలా అరుదు. రాజస్థాన్‌లో పుష్కర్‌లో వుందిట. ఇక్కడుంది" అన్నాడో యాత్రికుడు.

"అలాగా, ఒరే వేణూ! మన యాత్రలో రాజస్థాను బ్రహ్మగుడికి వెళ్తామా" అని అడిగింది ఓ పెద్దావిడ.

"లేదు" అన్నాడు.

"మరైతే ఇక్కడే చూసేద్దాం. అయినా మన ఇంటిపక్కన బ్రహ్మగుడి పెట్టుకుని ఎక్కడో రాజస్థాను వెళ్ళడం ఎందుకూ?" అందావిడ.

"అవును. తిప్పు తిప్పు, ఆ గుడీ చూసే పోదాం" అన్నారు అందరూ.

వేణుకి విసుగొచ్చేస్తోంది.

కానీ ఏంచేస్తాడు? అందరూ పెద్దవాళ్ళు. ఎదిరించలేడు కదా! "సరే తిప్పవయ్యా!" అన్నాడు డ్రైవర్‌తో.

చేబ్రోలు చేరారు. అందరూ దైవదర్శనం చేసుకుని బయటికొచ్చి సోడాలు తాగి వక్కపొడి పొట్లాలు, దగ్గు బిళ్ళలూ వగైరా కొన్నారు. తాపీగా వచ్చి బస్సెక్కారు. అందరూ ఎక్కాక బస్ బయలుదేరింది.

వేణు లేచి నిలబడి అందర్నీ ఉద్దేశించి మాట్లాడాడు.

"చూడండి. మనకు ముందు చాలా పెద్ద ప్రయాణం వుంది. పొన్నూరు బాపట్ల అవగానే నేరుగా బెజవాడ వెళ్ళిపోదాం. ఇంకా అక్కడికి పోదాం ఇక్కడికి పోదాం బస్సు తిప్పు అనకండి. ఈ చుట్టుపక్కల వున్న గుళ్ళదేముంది ఎప్పుడైనా చూడొచ్చు" అన్నాడు.

"సరే" అన్నారు అందరూ.

పొన్నూరు చేరారు. ఆంజనేయస్వామిని దర్శించుకుని బయలుదేరబోతుంటే బస్సు కాస్త మొరాయించింది. మళ్ళీ స్టార్ట్ అయింది. బాపట్ల అంత దూరంలో వుండగా మళ్ళీ ఆగిపోయింది. డ్రైవర్ దిగి రిపేర్ మొదలుపెట్టాడు.

సరిగ్గా ఆ సమయంలోనే గోపీ ఫోన్ చేశాడు. బస్సాగిపోయిందని తెలిసి కంగారుపడ్డాడు. "ఆదిలోనే హంసపాదు అన్నట్లు అప్పుడే బస్సాగిపోవడం ఏమిటి?" అన్నాడు.

అక్కడికి పక్కనే వున్న యాజలి గోపీ అత్తవారి ఊరు. అతని మామగారు రఘురాంగారు చాలా మర్యాదస్తులు. బావ రాంబాబు చూసి రమ్మంటే కాల్చి వచ్చేరకం. గోపీ వెంటనే రాంబాబుకి ఫోన్ చేశాడు.

రాంబాబు వున్నపళంగా లేచి తండ్రిని వెంటబెట్టుకుని తన సుమోలో బయలుదేరాడు. దార్లోనుంచే మరో స్నేహితుడికి ఫోన్‌చేశాడు. అతను మరో సుమో తీసుకుని బయలుదేరాడు. రాంబాబు బాపట్ల ఫోన్ చేసి మెకానిక్‌ని బస్ దగ్గరికి రమ్మన్నాడు.

ఇంచుమించు అందరూ ఒకేసారి బస్ దగ్గరికి చేరారు. రఘురాంగారు బస్సెక్కి వియ్యంకుడికి వినయంగా నమస్కారం చేశాడు. వీళ్ళందర్నీ చూసేసరికి బస్‌లోని వాళ్ళకు ప్రాణం లేచివచ్చింది.

మీకెలా తెలిసింది అంటే "బావగారు ఫోన్ చేశారు. అయినా ఇంతవరకూ వచ్చి మా యింటికి రాకుండా వెళ్ళడం ఏమిటి?" అన్నాడు రాంబాబు.

"యాత్రలకి బయలుదేరాం కదా! ముందు ఇటు రావాలనుకోలేదు. మధ్యలో రూట్ మారింది. అందుకే చెప్పలేదు" అన్నాడు పెద్దాయన.

"కాదులెండి. మావల్లే ఏదో పొరపాటు జరిగుంటుంది. లేకపోతే ఇలా చెప్పకుండా ఎందుకు వెళ్తారు?" అని చేతులు పట్టుకుని కళ్ళనీళ్ళు పెట్టుకున్నాడు రఘురాంగారు. అయ్యో అలాటిదేమీ కాదండీ అని మొత్తుకున్నా వినలేదు.

"మరి అటువంటిదేం లేకపోతే ఇప్పుడైనా మా ఇంటికి రండి" అన్నాడు.

"ఏమ్మా, మా అమ్మాయి వచ్చుంటే ఇలా వెళ్ళిపోయేదేనా... సీతొకటీ మీరొకటీనా?" అని మళ్ళీ కళ్ళనీళ్ళు పెట్టుకుంటే శాంత, కమల చాలా బాధ పడిపోయారు.

"అయ్యో, ఎంతమాట బాబాయ్‌గారూ! ఇదీ మాకు పుట్టిల్లే" అన్నారు.

"మరైతే పదండి" అన్నాడాయన.

మోహన్‌కి ఏంచెయ్యాలో తోచలేదు. అంతలోనే గోపీ ఫోన్ చేశాడు.

"ఏమిటి ఏం చేస్తున్నారు? బస్ రిపేర్ అయిందా?" అని ఆదుర్దాగా అడిగాడు.

"ఇదీ విషయం. మీ మామగారొచ్చారు. వాళ్ళింటికి రమ్మని బలవంతం చేస్తున్నారు" అన్నాడు మోహన్.

గోపీ అదిరిపడ్డాడు. "వచ్చారా మా మామగారు! నేననుకుంటూనే వున్నా. వెళ్ళకండి. వెళ్లారంటే బలైపోతారు. ఏదో ఓ కారణం చెప్పి ఎలాగైనా తప్పించుకోండి" అన్నాడు.

"చెప్తున్నాం రా! వినడం లేదు" దీనంగా చెప్పాడు మోహన్.

నిట్టూర్చాడు గోపీ. "ఏవిటీ ఖర్మ! ఆ దిక్కుమాలిన బస్సు సరిగ్గా అక్కడే చెడిపోవాలా! సరే ప్రయత్నించి చూడండి. లేకపోతే దేవుడిమీద భారం వేసి వెళ్ళండి మా అత్తారింటికి" అన్నాడు.

అంతేకాదు వేణుని పిలిచి కాస్త గట్టిగానే మందలించాడు. "ఏవిట్రా ఇది? పెద్దవాళ్లతో ప్రయాణం పెట్టుకున్నప్పుడు బస్ కండీషన్‌లో వుంచుకో వద్దా? అప్పుడే రిపేరేమిటి?" అన్నాడు.

"అన్నీ సరిగ్గా చూసుకునే బయలుదేరాను మాష్టారూ! మరేం తేడా వచ్చిందో" అన్నాడు భయంగా వేణు.

"సర్లే, వెంట ఓ మెకానిక్‌ని కూడా తీసుకెళ్ళు. ఫోను మా బామ్మరిదికివ్వు" అన్నాడు.

రాంబాబు ఫోన్ అందుకున్నాడు.

"చూడండి బావగారూ! ఎవరైనా మెకానిక్‌ని చూసి మా వాళ్ళవెంట పంపించే ఏర్పాటు చెయ్యండి. అలా చేస్తే నాకు ధైర్యంగా వుంటుంది" అన్నాడు.

"అలాగే బావగారూ! ఇంకెవరో మెకానిక్ ఎందుకు? ఇప్పుడు బస్ బాగుచేస్తున్నవాడు మంచి గట్టివాడే. పేరు రంగడు. అతన్నే పంపిస్తాను" అని మాట ఇచ్చాడు రాంబాబు.

"నేనూ మాట్లాడతా అల్లుడుగారితో" అంటూ రఘురాంగారు ఫోన్ అందుకున్నారు.

యోగక్షేమాలు అడిగాడు. "చూశారా అల్లుడూ! మీవాళ్ళు మా ఇంటికి రానంటున్నారు" అన్నాడు.

"అవునండీ. బోలెడంత ప్రయాణం ముందుంది కదా! మరోసారి వస్తారు లెండి" అన్నాడు గోపీ అతిమర్యాదగా.

ఇతనెంత మర్యాదగా చెప్పినా ఆయన ఏడిచినంత పని చేశాడు.

"నువ్వా ఇలానే అంటున్నావంటే ఖచ్చితంగా ఏదో పొరపాటు జరిగే వుంటుంది మావల్ల" అన్నాడు.

"అయ్యో! అందే లేదండీ. మళ్లీ వస్తారు."

"ఏం వస్తారు? ఊరి పక్కకొచ్చి కూడా రానివారు పనికట్టుకుని వస్తారంటే ఎలా నమ్మను? ఇప్పుడు రాకపోతే నామీదొట్టే!" అన్నాడు గద్గద కంఠంతో.

అంత పెద్దాయన అలా ప్రాధేయపడుతుంటే బస్సులోని మిగిలిన యాత్రీకులకి మనసు కరిగిపోయింది. "మోహన్‌గారు! వెళదాం. ఈ రోజుల్లో ఇంత ఆప్యాయంగా పిలిచేవాళ్ళు మాత్రం ఎవరున్నారు" అన్నారు.

సరేననక తప్పలేదు మోహన్‌కి. వెంటనే బస్సులోని యాత్రీకులు రెండు సుమోలలో ట్రిప్పుల ప్రకారం రఘురాంగారింటికి తరలించబడ్డారు. ఘనస్వాగతం లభించింది. ఊళ్ళో అందరూ ఎంతో సంతోషించారు. "ఎప్పుడో మా సీతమ్మ పెళ్లికొచ్చారు. మళ్ళీ ఇన్నాళ్ళకి. పన్లో పనిగా సీతనీ అల్లుడినీ కూడా రప్పించి ఏ సత్యనారాయణ స్వామి వ్రతమో చేయించకూడదూ బావుంటుంది" అన్నారు.

ఇక్కడ వీళ్ళిలా ఆనందంగా వుంటే అక్కడ గోపీ మాత్రం తెగ టెన్షన్ పడిపోతున్నాడు.

దిక్కుమాలిన బస్సు సరిగ్గా యాజలి రోడ్డుమీదే చెడిపోవాలా? వాళ్ళంతా మా అత్తారింటికెళ్ళారు. వాళ్ళింటికెళ్ళడం అంటే పులిగుహలోకి వెళ్లినట్లే. బయటపడటం కష్టం. అందరూ మాటలతో చంపుకుతింటే మా మామగారు మర్యాదలతో చంపుకు తింటారు అని కంగారుపడ్డాడు.

"సీతా! మీ నాన్నగారికి ఫోన్‌చెయ్. వాళ్ళని కాళ్ళావేళ్లాపడి ప్రయాణం ఆపకుండా బస్సు బాగవగానే పంపించెయ్యమని చెప్పు" అని భార్య పీకలమీద కూర్చున్నాడు. సీత వెంటనే తండ్రికి ఫోన్ చేసి భర్త చెప్పమన్నట్లే చెప్పింది.

అయినా గోపీ గుండెలు పీచుపీచుమంటూనే వున్నాయి. అతనికి అత్తారింటికి వెళ్ళాలంటే చచ్చేంత భయం. పెళ్ళికాగానే మూడునిద్రలకి వెళ్ళాడు అత్తారింటికి. వెళ్ళీ వెళ్ళగానే వాళ్లు చేస్తున్న మర్యాదలు చూసి ఇదంతా

నా అదృష్టం అని మురిసిపోయాడు. సాయంత్రానికి ఇవేం మర్యాదలు మరీ చాదస్తం మనుషుల్లా వున్నారు వీళ్ళు అని విసుక్కున్నాడు మనసులోనే.

మర్నాడు తెల్లారేసరికి ఏడుపొచ్చేసింది గోపీకి. "సీతా, ఏమిటోయ్ ఇది? మీ ఇంట్లో ఎవరొచ్చినా ఇలాగే మర్యాదలు చేసి చావగొడతారా" అని అడిగాడు.

"మా ఇంట్లో మర్యాదలవీ కాస్త ఎక్కువే. అందులోనూ మీరు అల్లుడు కదా! కాబట్టి వాళ్ళకి మురిపెంగా వుంది" అంది కొత్త పెళ్ళికూతురు సీత సిగ్గు సిగ్గుగా.

"ఏం మురిపమో ఏం పాడో? నాకు ఊపిరాడ్డంలేదు. ఇవ్వాళా రేపు త్వరగా గడిచిపోతే బాగుండు. మా ఇంటికి పోయి పడిపోతే అప్పుడు నా ప్రాణానికి సుఖం" అని వాపోయాడు. పాపం అతను అనుకున్నట్లు మూడ్రోజులు కాగానే పంపలేదు మామగారు. మంచిరోజు కాదనీ, మరో రెండ్రోజులుండమని పీకి పాకాన పెట్టి వారం రోజుల తర్వాత వదిలిపెట్టారు.

ఇంటికొచ్చేశాడు గోపీ. ఇంకా తర్వాత పండగనీ, పర్వదినమనీ ఎన్నిసార్లు పిల్చినా నేను వెళ్ళను అనేవాడు. పంపించమని ఆయనగోల. వెళ్ళనని ఇతని గోల. మధ్యలో పెద్దవాళ్లు నలిగిపోయేవాళ్ళు.

ప్రస్తుతం గోపీ భయపడినట్లే వుంది అక్కడి పరిస్థితి.

యాత్రీకులంతా వంతులవారీగా వాహనంలో రఘురాంగారింటికి చేరిన. కాసేపటికే బస్సు బాగైపోయి వీళ్ల వెనకాలే వచ్చేసింది.

భోజనాలుచేసి బయలుదేరుతాం అంటే రఘురాంగారు కళ్ళనీళ్ళు పెట్టేసుకున్నారు. "ఇదేం భోజనం? హడావిడిగా పచ్చడీ చారూ వేసి పని గడిపేశాం. రాత్రికి కాస్త పిండివంటతో భోజనంపెట్టి పంపిస్తాం. కాదనకండి. ఇవి చేతులు కావు కాళ్ళు" అని ప్రాధేయపడుతుంటే ఏంచెయ్యాలో తోచలేదు యాత్రీకులకి. సరే అనేశారు. రాత్రికి విందుభోజనం పెట్టారు. తెల్లవారు జామునే బయలుదేరుదాం అనుకున్నారు.

మళ్ళీ ఏడిచేశాడాయన. "రాక రాక వచ్చిన వియ్యాలవారు. నా బిడ్డ కాకపోయినా, దాని తోటికోడళ్ళు ఇంటికొస్తే పరగడుపున పంపించనా?

పెందలాడే ఇంత అన్నం తిని పసుపు కుంకుమలు తీసుకుని బస్సెక్కుతారు" అన్నాడు.

మళ్లీ సరేననక తప్పలేదు. తెల్లవారి లేచారు. ఎలాగా వున్నారు కాబట్టి స్నానాలయ్యాక అందర్నీ శివాలయానికి తీసుకెళ్ళారు రఘురాంగారు. శివాలయం, విష్ణ్వాలయం, ఆంజనేయాలయం ఒకే ప్రాంగణంలో వుంటాయక్కడ. అందరు దేవుళ్లకీ ఇంతమందీ పూజలూ గట్రా చేయించుకుని ఇంటికొచ్చేసరికి పన్నెండయింది. ఆడపిల్లలొచ్చారు కాబట్టి పచ్చ పచ్చగా ఇంత పులిహోర పరమాణ్ణం, కూరలూ, పప్పూ, పులుసూ, పచ్చడీ సరేసరి, వేసి భోజనాలు పెట్టి అందరూ తినేసరికి ఒంటిగంట. వియ్యాలవారింటి ఆడవారికి చీరెలూ, మిగిలిన ముత్తైదువులకు జాకెట్లు, బట్టలు పెట్టి మగవారందరికీ తాంబూలాలు ఇచ్చి పంపేసరికి రెండు. మెకానిక్‌ని వెంటబెట్టుకుని మరీ బయలుదేరారు.

వాళ్ల బస్సు యాజలి దాటి రోడ్డెక్కిందని విని గోపీ హమ్మయ్య! ఎలాగైతేనేం బయటపడ్డారు మావాళ్లు అనుకున్నాడు.

బాపట్ల చేరి కాస్త కాఫీ తాగి భావనారాయణ స్వామి ఆలయానికి వెళ్లి దర్శనం చేసుకున్నారు. ఇక తిన్నగా విజయవాడ వెళ్ళిపోదాం అన్నాడు వేణు.

ఇంతదాకా వచ్చాక జిల్లెళ్లమూడి వెళ్లి అమ్మవారిని దర్శించుకుని వెళ్దాం అంది ఒకావిడ. "ఇలా అడుగడుగునా దణ్ణంలాగా ఆగిపోతే ఎప్పటికి అవుతుంది మన యాత్ర? ఇలా చుట్టుపక్కలున్న చిన్న దేవాలయాలు చూడాలంటే మళ్ళీ విడిగా ఓ ట్రిప్ వేస్తాను. ఇప్పుడు మాత్రం బెజవాడ వెళ్లిపోదాం" అన్నాడు వేణు విసుగ్గా.

"ఆ! ఎంతోసేపు పట్టదు. అలా వెళ్ళి చూసి వచ్చేద్దాం" అని పట్టుబట్టింది ఆవిడ.

ఈసారి వేణు కాస్త మొండికేశాడు. అయినా ఆవిడ పట్టుదలే గెల్చింది. జిల్లెళ్ళమూడికెళ్లి అమ్మ దర్శనం చేసుకుని ఇక వెళ్దాం అనుకుంటూ వుండగా ప్రసాదం తిని వెళ్లమన్నారు అక్కడివాళ్లు. వేణు సణుగుతున్నా వినకుండా కాసేపాగి అన్నపూర్ణాలయంలో భోజనం చేసి రాత్రి ఎనిమిదింటికి బస్సెక్కారు.

"ఇక నా వల్ల కాదు. కనిపించిన ప్రతి గుడిముందు ఆగుతూ వుంటే ఎప్పటికయ్యేను యాత్ర? ముందు అనుకున్న ప్రకారం అసలీపాటికి అన్నవరం వెళ్లిపోవాలి. ఇంకెవరూ నోరెత్తకండి" అనేశాడు ఓర్పు నశించిపోయిన వేణు.

"సర్లే పాపం. వాడి ఇబ్బంది వాడిది. వాడి మాట ప్రకారమే కానిద్దాం" అన్నాడు పెద్దాయన. పెదనందిపాడు జేరింది బస్సు. గర్‌గర్‌మని ఆగిపోయింది.

వేణు కంగారుపడ్డాడు. మెకానిక్ వెంటనే వున్నాడు కాబట్టి వెంటనే రంగంలోకి దూకాడు.

"ఒరే వేణూ! ఇంత పెద్ద ప్రయాణం పెట్టుకునే ముందు బస్సు కండీషన్లో వుందో లేదో చూసుకోవద్దుట్రా!" అని మందలించాడు మోహన్.

"ఒకటికి పదిసార్లు చెక్ చేయించాను. ఇది మొదటిసారా నేను యాత్రలకి వెళ్ళడం? ఇప్పటికి లెక్కలేనన్ని సార్లు బస్ తీసుకుని దేశం అంతా తిరిగొచ్చాం. ఏనాడూ ఏ ఇబ్బందీ రాలేదు. మరీసారి ఎందుకిలా జరుగుతోందో నాకే అర్థంకావడం లేదు" అన్నాడు వేణు దిగులుగా.

"నీకు అర్థం కాకపోయినా నాకు బాగా అర్థం అయింది" అంది కాంతమ్మగారు.

"ఏమిటి పిన్నీ!" అన్నాడు సత్యం.

"ఏముందీ? వీడి వాలకం చూస్తూనే వున్నారుగా. కాస్త బస్సాపరా నాయనా దేవుడి దర్శనం చేసుకుంటాం అంటే ఓ సణుగుడు. సణిగి అగినా బాగుండును. ఈ చిన్న దేవాలయాలు, ఈ చిన్న చిన్న దేవుళ్ళూ అంటూ నోటికొచ్చినట్లు పిచ్చివాగుడంతా వాగేశాడు. ఏవిరా చిన్న గుళ్ళు? ఎవర్రా మామూలు దేవుళ్ళు? మోపిదేవి సుబ్రహ్మణ్యేశ్వరుడు మామూలువాడా? మంగళగిరి పానకాలస్వామివారు మామూలువాడా? ఈ వెధవగాడి తలపొగరుచూసి ఒళ్లు మండి తగిన శాస్తి చేస్తున్నారు. ఇంకా ఆ దేవుళ్ళు కరుణ దలచబట్టి ఈ మాత్రం బస్సుని ఆపేసి వూరుకుంటున్నారు. ఆగ్రహం వచ్చివుంటే ఏ వంతెన మీంచో దొర్లించేసేవాళ్ళే" అంది కాంతమ్మగారు.

బస్సులోని వారందరూ “అవును. నిజమే... అపచారం” అన్నారు.

“అపచారంలో కాస్తా, ఒరే వేణాయ్! చేసిన వెధవ పనికి ఆ దేవుళ్లందరికీ దణ్ణం పెట్టుకుని అపరాధం అయిపోయిందని లెంపలేసుకో” అంది కాంతమ్మగారు.

వేణు తల్లి కొడుకుని పెట్టుకుని ఆ కాంతమ్మగారి పంచలోనే ఓ మూల వుండి ఇంత వుడకేసుకుంటూ కాలక్షేపం చేసింది ఇంతకాలం. వేలెడు వెధవ దగ్గర్నించీ తన కళ్ళముందే వున్న వేణుని ఆ మాత్రం కేకలేసే హక్కు ఆవిడకి వుంది మరి!

వేణుకీ భయమేసింది. వెంటనే దణ్ణం పెట్టుకుని లెంపలేసుకున్నాడు. ఏ దేవుడినీ తేలికచేసి మాట్లాడనని ఒట్టేసుకున్నాడు.

బస్సు బాగైపోయింది. “ఏమిటయ్యా, ఏమైంది?” అని అడిగాడు సత్యం.

“ఏం లేదండీ. అదివరకు వున్న డీజిల్‌లో చివరి బొట్టుదాకా బండి నడిపినట్లు వున్నారు. అందుకే ఆ చెత్త ఏదో చేరి ఇంజన్ ఆగిపోయింది. క్లీన్ చేశాక శుభ్రమైన ఇంధనం ఇంజనుకి అంది ఇక రేసుగుర్రంలా పరిగెడుతుంది” అని చెప్పబోయిన మెకానిక్ రంగడు మానేశాడు. మరి ప్రాబ్లం తీరిపోయింది కదా నువ్వెళ్ళిపో అంటారేమోనని భయపడి “మరి ఇంజను కదా సార్! ఏదో చిన్న చిన్న సమస్యలు వస్తూనే వుంటాయి. నేనున్నాగా... క్షణంలో రిపేరు చేస్తా” అన్నాడు.

బస్ బయలుదేరింది. ఎక్కడా ఆగకుండా బెజవాడ చేరింది. అందరూ అక్కడ విశ్రాంతి తీసుకున్నారు.

తెల్లారి క్రిష్ణస్నానం. దుర్గమ్మతల్లి దర్శనం చక్కగా పూర్తిచేసుకున్నారు. భోజనాలయ్యాక ఏలూరు దారి పట్టారు. ద్వారకా తిరుమల చేరి దర్శనం చేసుకుని ఆ రాత్రి అక్కడే బస చేశారు.

తెల్లారి బస్ ఎక్కారు. “కోనసీమ ఇక్కడికెంత దూరం?” అడిగింది శాంత.

“ఎంతో దూరం లేదు పక్కనే” సమాధానం చెప్పాడు సత్యం.

"కోనసీమ భూతల స్వర్గంలా వుంటుందిట. ఎప్పుడూ చూడాలనుకోవడమే గానీ చూడ్డం పడలేదు. ఎప్పటికి ప్రాప్తమో మరి!" అంది శాంత.

భార్య అలా అనేసరికి సత్యంగారికి మనసు చివుక్కుమంది.

"ఒరే వేణూ ఇటు రారా!" అని పిలిచి ఈ విషయంమీద చర్చించారు.

"మరీ, మనం కోనసీమ చూసుకుని మనయాత్ర కొనసాగించవచ్చునా? అలా చేసే అవకాశం వుందా?" అని అడిగాడు.

"కోనసీమా? అసలది మన ప్రోగ్రాంలో లేదుకదా!" అన్నాడు వేణు.

"లేదనుకో. వెళ్ళే అవకాశం వుందా? అలా వెళ్తే ఏమైనా కొంపలు అంటుకుంటాయా? మన యాత్రకి ఆటంకం కలుగుతుందా?" అని అడిగాడు సత్యం.

వేణు ఆలోచించాడు. "కొంపేం మునిగిపోదుగానీ ఖర్చెక్కువ అవుతుంది" అంటూ మొదలుపెట్టి చెప్పుకొచ్చాడు.

అందరూ చర్చించారు. డబ్బు విషయలో సత్యం వున్నాడు కల్పవృక్షంలాగా. అందరూ ఉద్యోగాలూ సద్యోగాలూ లేనివారే కాబట్టి శెలవులు గట్రా సమస్య లేదు. ప్రతిచోటా దేవాలయాలకు సంబంధించిన వసతిగృహాలలోనే వుందామని ముందే అనుకోవడం వల్ల హోటళ్ళలో అడ్వాన్స్‌లు కట్టి గదులు బుక్ చెయ్యలేదు కాబట్టి ఆ సమస్య లేదు. ఈ యాత్ర కాగానే మరో యాత్ర వుంది, దానికెళ్ళాలనే సమస్య టూర్ ఆపరేటర్‌కీ లేదు. ఏ విధంగా చూసినా ఏమీ నష్టం వాటిల్లదు కాబట్టి కోనసీమ చూసే పోదాం అనుకున్నారు. ఆడవాళ్ళంతా మరో పదిరోజులు ఇల్లొదిలిపెట్టి యాత్రలు చెయ్యొచ్చని సంబరాలు పడ్డారు.

బస్సు దిశ మార్చుకుని కోనసీమవైపు మళ్లింది.

ఓసారి కోనసీమలో కాలుపెట్టాక ఇక చెప్పేది ఏముంది? భూతలస్వర్గం. కనువిందు చేసే ప్రకృతి సౌందర్యం. గోదావరి తల్లి అందాలు కనురెప్ప వేస్తే ఆ ఆనందం తరిగిపోతుందేమోనని తంటాలు పడ్డారు యాత్రికులు.

ఆ ప్రాంతం పుణ్యక్షేత్రాలకు కొలువు. ద్రాక్షారామం, కోటిపల్లి, అరసవిల్లి, అప్పనపల్లి, ర్యాలి, అంతర్వేది, మందపల్లి... ఒకటేమిటి, చక్కగా గోదావరిలో

స్నానాలు చేస్తూ దైవదర్శనాలు చేసుకుంటూ దొరికినచోట ఏ సత్రంలోనో వుంటూ లేనిచోట షామియానాలలో విశ్రాంతి తీసుకుంటూ సాగిపోతోంది వారి యాత్ర.

పరుగులు పెట్టాల్సిన పనిలేదు. హడావిడి అసలే లేదు. మన బస్సు. మన వేణు. యాత్రంటే ఇలాగే వుండాలనిపించేలా సాగిపోతోంది.

❖ ❖ ❖

సీతాపురంలో పరిస్థితులు అనుకూలంగానే వున్నాయి.

బాబాయ్ చెప్పిన సలహా తు.చ. తప్పకుండా పాటిస్తోంది సరోజ. రవీ వాళ్లు వచ్చిన మర్నాడే రవికోసం కబురు పంపించింది. వెంటనే వచ్చేశాడు.

"మా తోటలవీ చూపిస్తాను. అంతా ఓసారి చూస్తే మీకు ఏ విషయంలో ఇంట్రస్ట్ వుందో తెలుస్తుంది. అప్పుడు అక్కడే వుద్యోగం చూసుకోవచ్చు" అంది.

రవికి చెప్పలేనంత సంతోషం కలిగింది. ఈవిడలా మనదేశంలోని వారందరూ ఆలోచిస్తే, ఏడుస్తూ మొత్తుకుంటూ బలవంతాన ఉద్యోగాలు చేసే ఖర్మ వుండదు. ఎవరికిష్టమైన రంగంలో వాళ్లు కృషి చేస్తారు. వాళ్ళూ సుఖంగా వుంటారు. ఇటు దేశమూ బాగుపడుతుంది. ఆ మాటే మనసులో దాచుకోకుండా సరోజతో చెప్పేశాడు.

అతను తనని ప్రశంసించడం విని చాలా ఆనందించింది సరోజ. పరిచయం మొదట్లోనే ఇతనికి తనపట్ల గౌరవం కలిగింది. ఈ గౌరవం ప్రేమగా మారితే ఇక ఆపై పెళ్ళెంతసేపు? క్షణాలమీద పని.

ఇద్దరూ కలిసి పొలాలవైపు నడిచారు. అదే దినచర్యగా మారింది. వెంట ఓ పనమ్మాయి ఫ్లాస్క్‌లో కాఫీ, గొడుగు పుచ్చుకుని ఓ పనివాడు. ఓ గంటా రెండు గంటలు తిరిగి ఇంటికొచ్చి భోజనంచేసి విశ్రాంతి. సాయంత్రం కావలిస్తే బయటికి వెళ్ళటం లేకపోతే సరోజావాళ్ళింట్లో కబుర్లు చెప్పుకుంటూ కూర్చోడం. నాలుగురోజులు గడిచిపోయాయి.

సరోజ మనసు పరిపరివిధాల పోతోంది. రవి వాలకం అంతుబట్టటంలేదు. ఎంతో స్నేహంగా వుంటాడు. ఆదరంగా మాట్లాడతాడు. అతని ప్రవర్తనలో ఏ మార్పూ లేదు. మొదటిరోజున ఎలా వున్నాడో నాల్రోజులు గడిచినా అలాగే వున్నాడు.

ఎంతో గౌరవం మర్యాద తొణికిసలాడుతూ వుంటుంది అతని ప్రవర్తన. అంతేగానీ ఎదురుగా వున్న అందమైన అమ్మాయిపట్ల ఒక యువకుడికి వుండవలసిన ఆసక్తిగానీ, కుతూహలంగానీ కాగడా వేసి వెతికినా కనిపించడం లేదు.

అప్పటికీ తనే చొరవ తీసుకుని మీకీ డ్రెస్ చాలా బాగా నప్పిందని, మీరివ్వాళ చాలా బాగున్నారనో అంటే... అంతా మీ అభిమానం అని గౌరవంగా అంటాడే తప్ప మీరూ బావున్నారని పొరపాటున కూడా అనడు. ఏమిటతని ప్రవర్తనకర్థం? పెళ్ళంటే ఎందుకిష్టం లేదు? అనేకానేకమైన ఆలోచనలతో బుర్ర వేడెక్కిపోతోంది సరోజకి. రేపు పెద్దవాళ్లు రంగంలోకి దిగిపోయి పెళ్లిప్రసక్తి తెచ్చి నీ అభిప్రాయం ఏమిటి అని సూటిగా అడిగితే సరేనంటే సరే. కాదంటే... ఆ ఊహకే తట్టుకోలేక చిగురాకులా వణికిపోతోంది సరోజ.

ఒక్కోసారి పట్టలేనంత ఆవేశం, ఆగ్రహం కలుగుతాయి. ఇదీ విషయం నిన్నిక్కడికి పిల్చింది ఉద్యోగంకోసం కాదు పెళ్లికోసం అని చెప్పేయాలని పిస్తుంది. కానీ అలా చెప్తే మొదటికే మోసం వస్తుందేమో అని భయం వేస్తోంది.

దిగులు పడిపోతోంది సరోజ.

అక్కడ దుర్గకి చంద్రాన్ని చూస్తుంటే ఆశ్చర్యం వేస్తోంది. మొదటిరోజు కాస్త మొహమాటంగా వున్నా మర్నాటి నుండి అతని ప్రవర్తన చూసి అందరూ నిర్ఘాంతపోతున్నారు. ఎంత చురుకుదనం... ఏం తెలివితేటలు? ఎవరైనా డౌట్ అడిగితే అరక్షణంలో తీర్చేస్తున్నాడు. తను హైరానాపడిపోయి ఎదుటివాళ్ళను హైరానా పెట్టకుండా అరటిపండు ఒలిచి చేతుల్లో పెట్టినట్లు చెప్పేస్తున్నాడు.

స్టూడెంట్సూ తెగ సరదా పడిపోతున్నారు.

ఇదిలాగే కొనసాగితే సెంటర్‌కొచ్చే విద్యార్థుల సంఖ్య రెట్టింపు అవడం ఖాయం. ఇటువంటి మెరికలాంటి వ్యక్తికి ఇంతకాలం ఎందుకు దొరకలేదు ఉద్యోగం? ఉద్యోగం కోసం ఊరొదిలి అయినవాళ్లను వదిలి ఇంతదూరం రావలసిన అవసరం ఏమిటి? ఇతను కావాలనుకుంటే ఇటువంటి చిన్న కంప్యూటర్ సెంటర్లో కాదు పేరుమోసిన ఇంజనీరింగ్ కాలేజీలోనే అవలీలగా పాఠాలు చెప్పగలడు.

ఒకటి రెండుసార్లు 'అసలు ఏమిటి విషయం?' అని అడుగుదామని నోటిదాకా వచ్చింది దుర్గకి. కానీ అలా అడగడం ఎంతమాత్రం సబబుగా వుంటుంది అని వెనక్కు తగ్గింది. కానీ అతని తెలివితేటలు, చురుకుదనం చూసి మెచ్చుకోకుండా వుండలేకపోతోంది. దుర్గకి ఓ అలవాటుంది. ఎదుటివారు మంచిపని చేస్తే మనసారా ప్రశంసిస్తుంది. పొరపాటు చేస్తే మెత్తగా మందలిస్తుంది. ప్రస్తుతం చంద్రాన్ని మెచ్చుకుంటోంది రోజులో కనీసం నాలుగుసార్లు.

చంద్రానికి ఇదో కొత్త అనుభవం. జీవితంలో ఎంతోమంది అమ్మాయిలు తారసపడ్డారు. అందులో సగంమంది మీ అమ్మ పచ్చళ్ళు బాగా చేస్తుంది అని తల్లిని పొగిడితే, మిగిలిన సగంమంది మీ ఇల్లు బావుంటుంది. మీ తోటలు బావుంటాయి అని పొగిడేరు. ఇంచుమించు అందరూ తనని అన్నయ్యా అన్నవాళ్లే. ఇంతకాలానికి ఒక అమ్మాయి 'మీరు చాలా తెలివిగలవారు. చాలా బాగా పనిచేస్తారు. మీలాంటివారు మా కంప్యూటర్ సెంటర్‌కి రావడం మా అదృష్టం' అని మెచ్చుకుంటూ వుంటే కొత్తగా, వింతగా వుంది.

అన్నింటినీ మించి పుట్టిన ఇంతకాలానికి పురుషుడు యజ్ఞం చేశాడన్నట్లే జీవితంలో మొదటిసారి ఓ అమ్మాయి అన్నయ్యా అనకుండా పేరుపెట్టి పిలుస్తూ మెచ్చుకోలుగా చూస్తుంటే జీవితంలో మొదటిసారి మనసులో ఏదో అనిర్వచనీయమైన అనుభూతి. ఏదో చెప్పలేని ఆనందం. ఫలితం చాలాకాలం తర్వాత జీవితం మీద ఆసక్తి కలగసాగింది. నూతనోత్సాహం నెలకొంది అతనిలో. దాంతో చుట్టూ వున్న ప్రపంచం అంతా అందంగా కనిపించసాగింది.

❖ ❖ ❖

సరోజ, రవి ఆవేళ వాళ్ల మామిడి తోటలోకి వెళ్లారు. కిందగా వున్న కొమ్మమీద కూర్చున్నారు.

"మీ తోట చాలా బావుంది" అన్నాడు రవి.

పేలవంగా నవ్వేసింది సరోజ. ఆవేళ ఎంతో శ్రద్ధగా తయారైంది. అద్దంలో చూసుకుంటే తనకు తానే ముద్దొస్తోంది. పిన్నీ, వంటావిడా, పనివాళ్ళూ అందరూ 'సరోజ, ఇవ్వాళ ఎంత బావుందో!' అని మెచ్చుకున్నారు.

ఆ మెచ్చుకోలు రవి దగ్గరనుంచి లభిస్తుందేమోనని కొండంత ఆశపడింది. కానీ ఫలితం శూన్యం. రోజూ ఎలా వుంటాడో ఆవేళా అలాగే వున్నాడు. వీసమంతైనా తేడా లేదు అతని ప్రవర్తనలో.

అందం గురించి ఓ మాట కూడా అనలేదు సరికదా "మేడమ్! మరి నేనొచ్చి నాల్రోజులైపోయింది. నా ఉద్యోగం విషయం ఏం ఆలోచించారు?" అన్నాడు అతిమర్యాదగా.

రవికీ ఇలా తిని తిరుగుతూ కాలక్షేపం చెయ్యడం అంతగా నచ్చలేదు. అందుకే అడిగాడు.

అసలే చిరాగ్గా వున్న సరోజకి మరింత చిరాకొచ్చేసింది.

"ఉద్యోగమా? ఇప్పుడంత అవసరమా ఉద్యోగం?" అంది గొంతు పెంచి.

తెల్లబోయాడు రవి. ఇప్పుడంత కోపం ఎందుకొచ్చిందావిడకి?

"మీకు అవసరం లేకపోవచ్చు. డబ్బున్న ఇంట పుట్టిన ఏకైక పుత్రిక మీరు. మీకు ఉద్యోగం వున్నా లేకపోయినా ఏం ముంచుకుపోదు. కానీ రెక్కాడితేగానీ డొక్కాడని మామూలువాడిని. నాకు కావాలిగా వుద్యోగం" అన్నాడు చిరాగ్గా.

కళ్లనీళ్లు తిరిగాయి సరోజకి. ఇంకా అదే అబద్ధం. ఇంకా అదే నాటకం. ఇన్నాళ్ళుగా తనతో స్నేహంగా వున్నా ఇతని ఆలోచనల్లో ఏ మార్పూ రాలేదు. సరోజ ఎంతో అందమైంది అంటారందరూ. ఆ మాటలు వినీ వినీ బోలెడంత గర్వం వచ్చేసింది తనకి. ఆ గర్వం అంతా గాల్లో కలిసిపోతోంది. తనకెంతో

నచ్చిన ఒక యువకుడిని ఏమాత్రం ఆకట్టుకోలేని తన అందం ఎందుకు? దండగ. శుద్ధ దండగ. కళ్లనీళ్లు తుడుచుకుంది.

అదిచూసి అదిరిపడ్డాడు రవి. ఎంత పొరబాటు జరిగింది!

ఆవిడకి చిరాకేసి తనని ఓ మాట పరుషంగా మాట్లాడవచ్చు. ఒక మాట కాదు ఛెడామడా తిట్టగల అధికారం ఆవిడకి వుంది. ఎదురు చెప్పే అర్హత తనకు లేదు. వాళ్ళదగ్గర ఉద్యోగం ఆశించి వచ్చిన పేదవాడు తను. ఈ ఊరు, ఈ వాతావరణం గోపీగారు, సరోజగారు ఎంతో నచ్చారు. ముఖ్యంగా సరోజగారు తనలాగే మంచి అభిప్రాయాలున్న వ్యక్తి. ఆవిడని ఆశ్రయించి ఏదైనా తనకు నచ్చిన ఉద్యోగం సంపాదించుకోవలసిన తరుణంలో ఇలా తలపొగరుగా ప్రవర్తిస్తే కూర్చున్న కొమ్మను నరుక్కున్నట్లే అయిపోదూ. పశ్చాత్తాపం కలిగింది రవికి.

వెంటనే దీనంగా సరోజని బతిమలాడాడు. తప్పైపోయిందన్నాడు. ఉద్యోగం విషయంలో తొందరపెట్టడం తన తొందరపాటే అన్నాడు. మీరు నిదానంగా ఆలోచించుకుని అప్పుడే ఇవ్వండి ఉద్యోగం అన్నాడు.

అతనలా సౌమ్యంగా మాట్లాడడంతో మనసు చల్లబడింది సరోజకి. కానీ మాటిమాటికీ మేడమ్ మేడమ్ అంటుంటే పంటికింద రాయిపడ్డట్టుగా వుంది. అందుకే "ఏమిటండీ అది. ఇద్దరం ఒకే వయసువాళ్ళం. మేడమ్ మేడమ్ అంటారేం? చక్కగా సరోజా అని పేరుపెట్టి పిలవచ్చు కదా" అంది.

"ఇంకానయం. మిమ్మల్ని పేరుపెట్టి పిలవడమా! మీరు బాస్, నేను ఉద్యోగిని" అనేశాడు రవి.

బరువుగా నిట్టూర్చింది సరోజ. తలనెప్పి వచ్చేసింది. దూరంగా కూర్చున్న పనమ్మాయిని పిలిచి కాఫీ యివ్వమంది.

కాఫీ కప్పు తీసుకుని ఓ రౌండ్ వేసొచ్చాడు రవి.

"మీ తోట చాలా బావుందండీ" అన్నాడు.

"ఏం బావుండడమో... దీనివల్ల లాభాలంతగా రావడం లేదుట. కొట్టించేసి ఇంకేదైనా పంట వేద్దామని ఆలోచిస్తున్నారుట" అంది సరోజ.

"ఇంత మంచి తోట కొట్టించేస్తారా?" బాధ, ఆశ్చర్యం కలిగాయి రవికి.

"అవును, నష్టాలొస్తున్నాయిట" చెప్పింది.

వెంటనే లేచి తోటంతా తిరిగివచ్చాడు రవి. సూర్యుడు కిందికి దిగుతున్నాడు.

"ఇక వెళ్దామా అమ్మా" హెచ్చరించింది పనమ్మాయి.

"పద" అంది సరోజ. రవి ఏదో సీరియస్‌గా ఆలోచిస్తున్నాడు.

ఇంటికెళ్ళేదాకా ఇద్దరూ ఇంకేం మాట్లాడుకోలేదు.

ఆ రాత్రంతా కలత నిద్రే అయింది సరోజకి. పరుషంగా మాట్లాడి అతని మనసు కష్టపెట్టానేమో...? ఛ... నేనో తలతిక్కదాన్ని అనుకుని కళ్ళనీళ్లు పెట్టుకుంది. రేప్పొద్దున కలుసుకున్నప్పుడు ఆదరంగా మాట్లాడాలి అనుకుంది.

మర్నాడు ఉదయం తయారై రవికి కబురు చేసింది. అతను లేడు. ఎక్కడికో వెళ్ళాడని చెప్పాడు పనివాడు.

"ఎక్కడికి వెళ్ళాడు" ఆదుర్దాగా అడిగింది.

"ఏమోనమ్మా! పొద్దున్నే వెళ్ళారుట. టిఫిన్ కూడా చెయ్యలేదుట" అని చెప్పాడు పనివాడు.

మనసు చివుక్కుమంది సరోజకి. టిఫిన్ తినాలనిపించలేదు. సాయంత్రం అతనికోసం కబురు చేద్దాం అనుకుంటుండగా రవే వచ్చేశాడు.

"నిన్న మనం వెళ్లిన మామిడి తోటకి వెళ్దామా మేడమ్?" అని అడిగాడు.

ఏమీ జరగనట్లే ఎప్పటిలాగా రవి మాట్లాడ్డంతో సరోజకు ప్రాణం లేచి వచ్చింది. నిన్నరాత్రినుంచి పడిన బాధంతా చేత్తో తీసేసినట్లు పోయింది.

"పదండి వెళ్దాం" అని కాఫీ టిఫినూ తీసుకుని పనిమనిషి వెంటరాగా హుషారుగా బయలుదేరింది. దారంతా సరోజే మాట్లాడింది. రవి ఊ కొడ్తూ వుండిపోయాడు. ఇద్దరూ తోటకెళ్ళారు.

మరోసారి రౌండేసి వచ్చాడు రవి. "మేడమ్! మీతో ఓ ముఖ్యమైన విషయం మాట్లాడాలి" అన్నాడు.

"ఏమిటది చెప్పండి" అంది సరోజ ఎంతో కుతూహలంతో.

"ఈ మామిడి తోట మీదేనా? దీని విషయంలో ఏ నిర్ణయమైనా తీసుకునే అధికారం మీకుందా?" అడిగాడు.

"మీకెందుకొచ్చిందా సందేహం! ఈ తోట ఒక్కటే కాదు మొత్తం ఆస్తి అంతా నాదే. నాకన్ని అధికారాలూ వున్నాయి" చెప్పింది.

"ఏంలేదు! నిన్న మీరు చెప్పారుకదా! ఈ తోట నరికించేద్దామను కుంటున్నారని. అది విన్న తర్వాత నాకో ఆలోచన వచ్చింది."

"ఏమిటది?"

"ఈ మామిడితోటలో చిన్న హాలీడే రిసార్ట్ డెవలప్ చేస్తే బావుంటుంది కదా!"

"హాలీడే రిసార్టా?" సరోజకి అర్థంకాలేదు.

"అవును మేడమ్. ఈ మామిడితోటలో కొన్ని కాటేజెస్ అంటే పూరిగుడిసెలే కట్టించి రోజుకి ఇంత అని అద్దె వసూలుచేస్తే బావుంటుంది. భోజనాలవీ ఇక్కడే. పక్కనే కాలవ వుంది. దాంట్లో బోటింగ్ కూడా పెట్టుకోవచ్చు. రాజస్థాన్ ఎడారిలో ఇసుకదిబ్బలమీద సాయంత్రం చీకటిపడ్డాక ఓ ప్రోగ్రాం పెడతారు. సంప్రదాయ నృత్యాలు, సాంప్రదాయ భోజనాలు. మనం అలా చెయ్యొచ్చు. ఆరుబయటే వంట. అక్కడే భోజనాలు. మనకు జానపద కళలకేం కొరతలేదు. పాటో పద్యమో పెట్టించొచ్చు" అంటూ వివరంగా చెప్పాడు.

"ఇదంతా వర్కవుట్ అవుతుందంటారా?" అడిగింది.

"అవుతుందనే నా నమ్మకం. పట్నపు వాతవరణంలో ఉక్కిరి బిక్కిరైపోతున్న జనం ప్రశాంతమైన పల్లె జీవితాన్ని కోరుకుంటున్నారు. పర్మనెంట్‌గా పల్లెకి వెళ్ళలేరు కాబట్టి వారాంతంలో ఇటువంటి రిసార్ట్‌కి పరిగెత్తుకొస్తున్నారు. కాబట్టి నడుస్తుంది. అదీగాక పెట్టుబడి మరీ ఎక్కువేం వుండదు. ఇప్పుడీ తోటంతా నరికించి నేల దున్నించి మరో పంట వేసి అది పెరిగి లాభం చేతికందాలంటే ఎంత హీనంగా చూసుకున్నా నాలుగైదేళ్లుపడుతుంది. ఒక్క

ఏడాది ఈ రిసార్ట్ నడిపి చూస్తే నడిస్తే ఇక వెనక్కి తిరిగి చూసుకోనక్కరలేదు. నడవకపోతే అప్పుడే ఈ తోట నరికించి మరో పంట వేసుకోవచ్చు" అన్నాడు.

అతని మొహంలో పట్టుదల, నమ్మకం చూసి ముచ్చట వేసింది సరోజకి. అసలే అందంగా వుంటాడు. భవిష్యత్తు పట్ల ఆశ ప్రతిఫలిస్తున్న ఆ మొహం వెలిగిపోతూ మరింత అందంగా వున్నాడు.

"ఏమంటారు మేడమ్? మీకూ మంచి మంచి ఆలోచనలున్నాయ్. వాటన్నింటినీ బయటపెట్టండి. ఈ రిసార్ట్‌ని అద్భుతంగా రూపొందిద్దాం. మనిద్దరం కృషిచేస్తే ఈ ప్లాన్ సక్సెస్ అవుతుందని నాకు చాలా ఆశగా వుంది."

అతనలా అడిగేసరికి పరవశించిపోయింది సరోజ. 'పోన్లే మనిద్దరం అనేమాట నీ నోట వచ్చింది. అదే పదివేలు" అనుకుంది. అంతేకాదు 'పిచ్చివాడా! ఈ మాత్రందానికి నన్నింతగా అడగాలా! నువ్వు ఊ అంటే ఈ ఆస్తంతా నీదికాదా?' అని నవ్వుకుంది.

"ఏమిటి మేడమ్ అలా మీలో మీరే నవ్వుకుంటున్నారు?, నన్ను చూస్తుంటే ఇదంతా జరిగేపని కాదని నవ్వొస్తోందా మీకు?" కాస్త నొచ్చుకున్నాడు.

తుళ్ళిపడింది. "ఎంతమాట... ఇంతకాలం మాకెవరికీ ఈ ఆలోచన ఎందుకు రాలేదా అని నవ్వుకుంటున్నాను" అంది.

"మరైతే మీరు ఓకే అంటున్నారా?" సంభ్రమంగా అడిగాడు.

"ఇంకా సందేహమా? డబల్ ఓకే. ఇవ్వాళే బాబాయ్‌కి ఈ విషయం చెప్తాను. రేపు అందరం మాట్లాడుకున్నాక మీరు పని మొదలెట్టచ్చు" అంది.

కొండెక్కినంత సంబరపడ్డాడు రవి. పదే పదే కృతజ్ఞతలు చెప్పుకున్నాడు.

ఇద్దరూ కాఫీ తాగారు. ఇక వెళ్దాం అనుకుని బయలుదేరారు.

"నాకో సందేహం. అడగొచ్చా?" అంది సరోజ.

"అడగండి మేడమ్" వినయంగా అన్నాడు రవి.

"మరి మీ ఊళ్లోనూ ఇలాంటి తోటలవీ బోలెడన్ని వుండుంటాయి కదా! అక్కడే ఇలాంటి ప్రాజెక్ట్ ఎందుకు మొదలెట్టలేదు మీరు?"

నిట్టూర్చాడు రవి. "అక్కడ నాకంత స్వతంత్రమే వుండుంటే నేనీపాటికి ఎక్కడో వుండుండేవాడిని. నేను ఏం చెయ్యబోయినా అంతా అడ్డుతగుల్తారు. ప్రోత్సహించి వెన్నుతట్టేవాళ్ళే లేరు" దీనంగా చెప్పాడు.

సరోజ మనసు కరిగిపోయింది. 'నిజమే పాపం. ఏదో బాధ వుంది ఇతని మనసులో. ఏదో కథ వుంది. మెల్లిగా అదేవిటో తెలుసుకోవాలి. ఆస్తి ఉన్నంత మాత్రాన ఆనందం వుంటుందనుకుంటే అది చాలా తప్పు. తనకీ వుందిగా బోలెడంత అనుభవం! తనకు నచ్చిన విధంగా సంగీతం నేర్చుకునే అదృష్టంకూడా లేదు. తామిద్దరిదీ ఒకేరకమైన జీవితం' అనుకుంది బాధగా.

ఆ రాత్రి గోపీని కూర్చోపెట్టి ఇదంతా చెప్పింది. ఆశ్చర్యంగా విన్నాడు గోపీ.

"ఈ ఊళ్ళో హాలీడే రిసార్ట్ అంటే ఎవరొస్తారే సరోజా?" అన్నాడు.

"రాకపోతే పోతారు. శనాదివారాల్లో పాలోమని మనమే పోయి అక్కడుందాం. ఏది ఏమైనా అతని కోరిక తీర్చాల్సిందే. ఇటువంటి సమయంలో అతని మనసు నొప్పించటం నాకెంత మాత్రం ఇష్టంలేదు" అని ఖచ్చితంగా చెప్పింది సరోజ.

గోపీ సీరియస్‌గా ఆలోచించాడు. ఆలోచన బానే వుంది. కాకపోతే ఎంతవరకూ విజయవంతం అవుతుందనేదే సమస్య. అలా అని లక్షలూ కోట్లూ గుమ్మరించే వ్యాపారమేం కాదు. పెట్టుబడి అంత అవసరం వుండక పోవచ్చు. ఏం చెయ్యాలా అని కాసేపు ఆలోచించాడు. సరోజ భవిష్యత్తు దృష్ట్యా ఆలోచిస్తే వెనక్కి తగ్గే ఆలోచనే అనర్థం. అతని మాటకు సరే అనాల్సిందే.

ఆ పరిస్థితుల్లో ఒకసారి అసలు రవితో మాట్లాడితే మంచిదనిపించింది.

వెంటనే ఆ ఇంటికి వెళ్ళాడు. పనివాడు వాకిట్లోనే వున్నాడు. ఇతన్ని చూడగానే పరుగున వచ్చేశాడు. "వాళ్ళిద్దరూ ఏం చేస్తున్నారు?" అని అడిగాడు గోపీ.

"టి.వి. చూస్తున్నారయ్యగారూ" చెప్పాడు.

"రవిగారిని రమ్మను" అన్నాడు. వెళ్లి చెప్పాడతను. వెంటనే వచ్చేశాడు రవి. అతన్ని చూసి నాలిక కొరుక్కున్నాడు గోపీ. వీళ్ల నాటకం కాదుగానీ చెడ్డచిరాగ్గా వుంది. ఒకర్ని పిలిస్తే మరొకరొస్తారు.

రవి వస్తూనే గోపీకి వినయంగా నమస్కారం పెట్టాడు. "మీరొచ్చారేం కబురుచేస్తే నేనే వచ్చేవాడినిగా" అన్నాడు.

ఏం చెప్పాలో అర్థం కాలేదు గోపీకి. "సరోజ మీ గురించి చెప్పింది. ఓసారి మాట్లాడదామని వచ్చాను" అన్నాడు.

"రండి అలా అరుగుమీద కూర్చుని మాట్లాడుకుందాం" అన్నాడు రవి.

ఇద్దరూ అరుగుమీద కూర్చున్నారు. "ఇప్పుడు చెప్పండి" అన్నాడు గోపీ. వివరంగా పూసగుచ్చినట్లు చెప్పాడు రవి.

"ఇంతదూరం ఈ మూలకి శెలవులు గడపడానికి ఎవరొస్తారు?" గోపీ తన సందేహం బయటపెట్టుకున్నాడు.

"ఎంత దూరమండీ! నాలుగ్గంటలు డ్రైవ్‌కూడా లేదు సిటీనుంచి. ఈ రోజుల్లో భార్యాభర్తలిద్దరూ డ్రైవ్ చేస్తూనే వున్నారు. హైవే మీద డ్రైవ్ చేస్తూ పాటలు వింటూ వెళ్ళడంలో ఎంతో విశ్రాంతినీ, ఆహ్లాదాన్నీ పొందుతున్నారు. కాబట్టి దూరం సమస్యే లేదు" చెప్పాడు రవి.

"మరి పెట్టుబడి?"

"పెట్టుబడి కూడా అంతగా వుండదు. అసలుండదని చెప్పనుగానీ మీరు భరించలేనంత ఖర్చు కానే కాదు. వీలైనంత తక్కువ ఖర్చు అయ్యేలా చూద్దాం. ఇటువంటి రిసార్ట్స్‌ల్లో సింపుల్ లైఫ్ స్టయిల్‌ని ఇష్టపడతారు జనాలు. మీరు చూశారో లేదో. ఈ మధ్యన చాలా రిసార్ట్స్‌ల్లో నులకమంచాలు వేసి గుడ్డిదీపాల వెల్తురులో ఆకుల్లో అన్నాలు పెట్టి మట్టిముంతలతో మంచినీళ్ళిస్తున్నారు. జనం ఉబ్బితబ్బిబ్బైపోతున్నారు.

మనమూ అలాగే చేద్దాం. వెన్నెల్లో ఈ మామిడితోటలో ఆరుబయట ఆవకాయ అన్నం పెట్టి ఏ పల్లెపదాలో వినిపిస్తే పడిపోతారు జనాలు" అంటూ వివరంగా చెప్పాడు.

వింటూంటే ఇదేదో బాగానే వుందనిపించింది.

"అలాగే ఆలోచిద్దాం" అన్నాడు గోపీ. "చంద్రంగారేం చేస్తున్నారు?" అడిగాడు.

"లోపలున్నారు" చెప్పాడు రవి.

"ఓసారి పిలుస్తారా?" అన్నాడు.

లోపలికెళ్ళి చంద్రాన్ని పిల్చుకొచ్చాడు రవి.

వినయంగా నమస్కారం పెట్టాడు చంద్రం. "రండి లోపలికి" అన్నాడు.

"వద్దు. మీరే రండి అలా నడుస్తూ మాట్లాడుకుందాం!" అన్నాడు గోపీ.

చెప్పులేసుకొచ్చేశాడు చంద్రం.

"ఎలా వుందండీ మీ ఉద్యోగం?" అడిగాడు గోపీ.

"చాలా బావుంది. ఎంతో తృప్తిగా వుంది. మీ అమ్మాయిగారికి థాంక్స్ చెప్పుకోవాలి. వెంటనే మంచి జాబ్ ఇప్పించారు" అన్నాడు చంద్రం.

"మా దుర్గ అంతే. తల్చుకుందంటే ఆ పని వెంటనే జరిగిపోవాల్సిందే. వాయిదాలు వెయ్యడం దానికలవాటు లేదు"

"నిజమేనండీ. దుర్గగారిలాంటి వ్యక్తులు చాలా అరుదుగా వుంటారు. ఆ తెలివితేటలు, ఆ అథార్టీ, ఆ లీడర్‌షిప్ క్వాలిటీస్. ఓహ్ అద్భుతం" అన్నాడు చంద్రం.

"నిజమే! దుర్గ చిన్నతనంనుండీ అంతే. చదువులో ఎప్పుడూ ఫస్టే. అదేమంత గొప్ప విషయం కాదుగానీ దానికున్న ఓర్పు, సహనం, వ్యవహార దక్షత చూస్తుంటే నాకే ఆశ్చర్యం వేస్తుంది. మా పనివాళ్ళమధ్య పెద్ద పెద్ద తగాదాలవీ జరిగినప్పుడు కూడా పరుగున వెళ్ళి చిటికెలో సమస్య పరిష్కారం చేస్తుంది" అంటూ కూతుర్ని పొగిడాడు చాలాసేపు. గోపీకి కూతుళ్ళని పొగడ్డం అంటే పరమానందం. అలా తనివితీరాగా పొగిడేసి "రవిగారూ! మీ దగ్గర్నించే నాకు కొన్ని వివరాలు కావాలి" అన్నాడు హఠాత్తుగా.

రవిగారంటారేమిటండీ అనబోయి గుర్తు తెచ్చుకుని "ఏమిటవి?" అన్నాడు.

"రవిగారి గురించి అదేలెండి చంద్రంగారి గురించి నాకు వివరాలు కావాలి. ఆయనేదో హాలీడే రిసార్ట్ అని ఏమిటేమిటో ప్లాన్లు వేస్తున్నారు. నాకంతా అయోమయంగా వుంది. అసలాయన ఎటువంటివాడు, ఏమిటీ?" అడిగాడు.

"చాలా సమర్థుడు. కాలం కలిసిరాక ఇలా వున్నాడు గానీ ఎంతో ఎత్తున వుండాల్సినవాడు. ఆత్మవిశ్వాసం అతనికి భగవంతుడిచ్చిన వరం. ఎటువంటి అటుపోట్లు ఎదురైనా తొణకడు బెణకడు. పట్టుదల అతని ఆయుధం. ఎటువంటి దుర్వ్యసనాలు లేవు. ఒక్కమాటలో చెప్పాలంటే ప్రత్యేకమైన వ్యక్తి" మనస్ఫూర్తిగా రవిపట్ల తనకున్న అభిప్రాయం చెప్పేశాడు చంద్రం.

గోపీ తృప్తిపడ్డాడు. మరికాసేపు మామూలు కబుర్లు చెప్పుకున్నాక ఇంటికొచ్చేశారు. చంద్రానికి హఠాత్తుగా ఒక సందేహం కలిగింది. రవిని చంద్రం అని అబద్ధం చెప్పాడు తను. వాళ్ళూ అలాగే అనుకుని అమ్మాయినిచ్చి పెళ్లి చేద్దామనుకుంటున్నారా? అలా అయితే ఒక ఆడపిల్ల జీవితంతో ఆడుకున్నట్లు అవుతుందా? అది చాలా తప్పు. అందుకే వెళ్ళగానే రవిని మాటల్లో పెట్టాడు. రవికి సరోజమీద గౌరవం తప్ప మరేమీ లేదని తెలుసు కున్నాడు. గోపీగారు నువ్వేదో రిసార్ట్ విషయం ప్లాన్ చేస్తున్నావని చెప్పారు అనగానే రవి చివాల్న లేచి కూర్చున్నాడు. "ఏమన్నారు?"

"నీ వివరాలడిగారు. నువ్వు చాలా సమర్థుడివని చెప్పాను" అన్నాడు చంద్రం.

రవి కృతజ్ఞతగా చూశాడు. "బాస్! నా అదృష్టం బావుండి ఆయన ఒప్పుకుంటే నేనూ నాకు నచ్చినపని చెయ్యగలుగుతాను. ఈ ప్లాన్ సక్సెస్ అవుతుందని నాకెంతో నమ్మకంగా వుంది. జీవితంలో అన్నీ ఫెయిల్యూర్సే వుండవు కదా! ఎప్పుడో సక్సెస్ కూడా తలుపు తడుతుంది కదా! నీకు తెలీనిది ఏముంది బాస్? నేనొక లక్ష్యం ఏర్పరుచుకున్నాను. ఆ లక్ష్యం సాధించాలని నాన్నగారిని, అమ్మనీ, శ్యామలనీ ఎంత శ్రమపెడుతున్నానో తెలుసు నాకు. ఏదోరోజు దీనికి పదింతలు వాళ్లని సంతోషపెట్టాలి. ఇవ్వాళ పనికిరాని వెధవగా నాన్నగారిచేత ముద్ర వేయించుకున్న నన్ను చూసి వీడే మా అబ్బాయి అని గర్వంగా చెప్పుకునే స్థాయికి చేరుకోవాలి. ఇంతకాలం ఏమోగానీ

అనుకోకుండా ఈ ఊరు రావడం ఇదంతా చూస్తుంటే నాకూ మంచిరోజులొస్తాయని ఆశగా వుంది" అన్నాడు.

అతని కళ్ళలోని వెలుగుచూసి నిట్టూర్చాడు చంద్రం.

"నిజమేలే! ఆశయం అలా వుంచు. మరి ఆ అమ్మాయి గురించి ఏమిటి?" అల్లరిగా అడిగాడు.

నొచ్చుకున్నాడు రవి. "ప్లీజ్ బాస్! అలాంటి మాటలు మాట్లాడితే నాకు చాలా బాధగా వుంటుంది. ఆవిడ నా బాస్. అంతే. ఆ మాత్రం జ్ఞానం నాకుంది. నా హద్దులేమిటో నాకు తెలుసు. గోపీగారు ఉద్యోగం హడావుడిలో వుండబట్టీ, సత్యంగారు యాత్రలకెళ్ళబట్టీ ఈ వ్యవహారం అంతా సరోజగారు చూస్తున్నారుగానీ వాళ్ళ నాన్నగారొచ్చాక ఆయన్తోనే డీల్ చేస్తాను" అన్నాడు.

తేలిగ్గా వూపిరి పీల్చుకున్నాడు చంద్రం. తన భయం నిరాధారం. రవి తన హద్దుల్లో తనుంటాడు. ఆ అమ్మాయి పెళ్లి విషయానికొస్తే కో అంటే కోటిమంది వస్తారు అనుకున్నాడు.

సరోజ పెళ్ళికి ఎన్ని ఆటంకాలొచ్చాయో చంద్రానికి తెలియదుకదా! ఇకా విషయంలో అంత ఆలోచించే తీరికలేదు.

అతని మనసులో వేరే ఆలోచనలున్నాయి. దుర్గ, దుర్గరూపం కళ్లముందు కదలాడుతోంది. అతని మనసులో ఏదో కలవరం రేకెత్తిస్తోంది. ఎంత మంచిది దుర్గ! అందం సరే దేవుడిచ్చింది. ఆ మంచీ, మర్యాద, ఆ ఠీవీ దర్జా, విలక్షణమైన వ్యక్తి.

మరునాడు మామూలుగానే దుర్గ వెనక సీట్‌మీద కూర్చున్నాడు.

పెర్‌ఫ్యూమ్ సువాసనలు. గాలికి ఎగిరివచ్చినజుట్టు మొహానికి తగులుతోంది. చున్నీ గాల్లో తేలుతూ పలకరించిపోతోంది. అరగంట ప్రయాణం అరక్షణంలో అయినట్లుగా అనిపించింది.

దుర్గ కూడా అతని గురించే ఆలోచిస్తోంది. ఎంత ఇంటెలిజెంట్! ఇన్నాళ్లూ ఏం పనిచేశాడు? ఇంతదూరం వచ్చి ఇంత తక్కువ జీతానికి ఎందుకు పని చేస్తున్నాడు? ఒకటి రెండుసార్లు ఇలా అడగడం సభ్యత కాదని మనసు

హెచ్చరిస్తున్నా కుతూహలం ఆపుకోలేక అడిగితే అతనేం చెప్పలేదు. గతం గురించి నన్నేం అడక్కండి అనేశాడు. అతనలా అన్నాక ఇంకెలా అడగడం? కానీ ఏదో బలమైన కారణం మాత్రం వుంది.

ఆ వేళ మధ్యాహ్నం భోజనాల టైంలో దుర్గ, చంద్రం ఒకదగ్గర కూర్చున్నారు. కేరేజి విప్పింది దుర్గ. ఇద్దరికోసం సత్యంగారింటి నుంచే వస్తోంది భోజనం. ప్లేట్లలో వడ్డించింది.

తింటూ సంభాషణ ప్రారంభించింది దుర్గ. "రవిగారూ! మిమ్మల్నో మాట అడగచ్చా?"

"అయ్యో! తప్పకుండా అడగవచ్చు.,"

"ఏం అనుకోరుగా?"

"ఛ. ఎంతమాట?"

"మిమ్మల్ని చూస్తుంటే ఏదో అనుమానంగా వుంది నాకు. నిజం చెప్పండి. అసలు మీరేం చదివారు?"

తలొంచుకున్నాడు చంద్రం. "ఈ విషయంలో నన్నేం అడగొద్దని చెప్పాను కదండీ."

"చెప్పారు. కానీ అడగలేకుండా వుండలేకపోతున్నాను. నన్ను మీ ఫ్రెండ్‌లా అనుకుని చెప్పొచ్చు కదా!" బతిమాలింది.

"ఏం చెప్పనూ! మీరింత ఆప్యాయంగా అడిగినా చెప్పే కండీషన్లో లేను నేను. ఐయాం సారీ" దీనంగా చెప్పాడు.

బరువుగా నిట్టూర్చింది దుర్గ.

"సరే. వద్దులెండి. మీ తెలివితేటలకి ఈ ఉద్యోగం, ఈ జీతం ఇవికాదు. మీరింకా ఎంతో పైకిరావాలి. మరి మీ మాటలు వింటూ వుంటే ఆర్థిక ఇబ్బందులవల్ల సరిగ్గా చదువుకోలేకపోయారేమో అనిపిస్తోంది. పాస్ట్ ఈజ్ పాస్ట్. ఇప్పుడు మళ్ళీ చదువుకోండి. డబ్బు విషయంలో మీరేం బాధపడొద్దు. మా సత్యం బాబాయ్ చాలా మంచివాడు. ఎవరైనా చదువుకుంటానంటే చాలు

ఆనందంగా సాయం చేస్తారు. అలా ఎంతోమందికి సాయం చేశారు కూడానూ" అంది.

నవ్వాలో ఏడవాలో అర్థం కాలేదు చంద్రానికి.

మళ్లీ మొదలెట్టింది దుర్గ. "ఇందులో తప్పుగానీ, సిగ్గుపడాల్సిందిగానీ ఏమీ లేదు. మీకో మాట చెప్పనా? ఈ సెంటర్‌కి కావాల్సిన పెట్టుబడి మా సత్యం బాబాయ్ దగ్గరే తీసుకున్నాను. తర్వాత నెమ్మదిగా తీర్చేశాను. మీరూ అలాగే తీర్చేయొచ్చు. కాదూ నాకలా ఇష్టం లేదని మీరనుకుంటే ఏ బేంక్‌లోనో లోన్ తీసుకు చదవండి. ఏదైనా సరే మీరు పెద్దచదువు చదవాలి. పెద్ద ఉద్యోగం చెయ్యాలి" అంది ఆవేశంగా.

"ఎందుకవన్నీ? ఈ ఉద్యోగం చాలదా?" అడిగాడు.

"చాలదు. మీ ఇంటెలిజెన్స్‌కి ఈ జాబ్ చాలా తక్కువ. మీ తెలివితేటలన్నీ వేస్ట్ అయిపోకూడదు. మీలాటి మేధావులు పెద్దచదువులు చదివితే సమాజానికి ఎంతో మేలు జరుగుతుంది" అంది.

"సర్లెండి. మీరింతగా చెప్తున్నారు కాబట్టి ఆలోచిస్తాను" అన్నాడు.

ఇద్దరూ ఇంటికొచ్చేశారు.

ఆ రాత్రి మంచంమీద పడుకుని ఏదో పుస్తకం తీశాడు చంద్రం. దృష్టి నిలవలేదు. పుస్తకం గుండెలమీద పెట్టుకుని ఆలోచనలో మునిగిపోయాడు. మధ్యాహ్నం జరిగిన సంఘటనే గుర్తుకొచ్చింది. ఆర్థిక పరిస్థితుల వల్ల చదువుకోలేదేమో అన్న దుర్గమాటలు గుర్తుకొచ్చి నవ్వొచ్చింది. ఫక్కున నవ్వేశాడు.

పక్క మంచంమీద పడుకుని నవల చదువుకుంటున్న రవి, చంద్రాన్ని చూసి ఆశ్చర్యపోయాడు. "ఏంటి బాస్? ఎందుకు నవ్వుతున్నావ్?" అడిగాడు. ఉలిక్కిపడి ఇహలోకంలోకి వచ్చాడు చంద్రం.

"ఏం లేదులే. ఏదో గుర్తొచ్చింది" అన్నాడు.

"ఏమిటో అది చెప్తే నేనూ ఆనందిస్తాగా" అన్నాడు రవి.

"చెప్పేందుకేం లేదు. వూరికే నవ్వొచ్చింది" అనేసి మళ్ళీ నవ్వేశాడు.

"బాస్! నువ్విలా నవ్వుతూ వుంటే చూసి చాలారోజులైంది. ఎంతో సంతోషంగా వుంది నాకు" అన్నాడు రవి మనస్ఫూర్తిగా.

"నిజంగానే రవీ! నేనిలా నవ్వి చాలాకాలం అయింది. ఈ ఊరు రావటం నా జీవితంలో చాలా మార్పు తీసుకొచ్చింది" అన్నాడు చంద్రం.

"నిజమే! నీకు సరే, నాకూ చాలా బావుంది. ఆ దేవుడి దయవల్ల నా లైఫ్‌లో మార్పు వస్తుందేమో అని ఆశగా వుంది" అన్నాడు రవి.

"ఏమో! మనిద్దరి జీవితాల్లో మంచి మార్పొస్తుందేమో" అన్నాడు చంద్రం.

ఆ తర్వాత ఇద్దరూ లైట్ ఆపేసి పడుకున్నారు. ఇద్దరికీ నిద్ర రావటంలేదు. ఎవరి ఆలోచనలు వారివి.

ఆ పెర్‌ఫ్యూమ్ సువాసనలింకా తాజాగా వున్నాయి. ఆ వెంట్రుకల స్పర్శ, ఆ చున్నీ స్పర్శ గిలిగింతలు పెడుతోంది. తన గురించి ఆ అమ్మాయి పడుతున్న ఆరాటం మనసుని పరవశింపజేస్తోంది. మధురమైన ఊహల్లో తేలిపోతున్నాడు చంద్రం.

❖ ❖ ❖

రవి కళ్ళముందు ఓ మనోహర దృశ్యం. అందంగా రూపుదిద్దుకున్న రిసార్ట్. మేనేజరు హోదాలో తను. చేతికింద మంచి స్టాఫ్. వచ్చిన టూరిస్ట్‌ల మెచ్చుకోళ్ళు. లాభాలు. గోపీ, సరోజ తనని అభినందిస్తున్నారు. మరింత వృద్ధి చెయ్యి అని ప్రోత్సహిస్తున్నారు.

తల్లీ, తండ్రీ, శ్యామలా వచ్చి ఇదంతా చూసి సంతోషిస్తున్నారు. ఎవరి ఊహాలోకాల్లో వారు విహరించి ఎప్పటికో నిద్రపోయారు.

మర్నాడు మామూలుగా లేచి వెళ్ళిపోయాడు చంద్రం.

రవికూడా తయారై సరోజా వాళ్ళింటికి వెళ్ళాడు.

గోపీ, సీతా స్కూల్‌కి వెళ్ళడానికి రెడీగా వున్నారు.

సరోజ టి.వి. చూస్తోంది. రవిని చూడగానే ముగ్గురూ నవ్వుతూ ఆహ్వానించారు.

"రండి. రండి. నేనే మీ దగ్గరకొద్దామనుకుంటున్నా. మీరు చెప్పిన ఆ హాలీడే రిసార్ట్ ప్లాన్ బాగానే వుందనిస్తోంది. మీరో పనిచెయ్యండి. ఈ ప్రాజెక్ట్ మీద వివరంగా ఓ ప్లాన్ తయారుచేశారంటే అన్నయ్యావాళ్లూ యాత్రల నుంచీ రాగానే మనం పని మొదలుపెట్టేద్దాం" అన్నాడు గోపీ.

రవికి ఎగిరి గంతెయ్యాలనిపించింది. గోపీకి పదే పదే కృతజ్ఞతలు చెప్పుకుని గాల్లో తేలిపోతూ తన బసకు వెళ్లిపోయాడు. అక్కడినుంచీ తిన్నగా మామిడితోట దగ్గరకి.

సరోజకి ఒళ్ళు మండిపోతోంది. రాత్రి బాబాయ్ వచ్చి ఈ విషయం తనతో మాట్లాడాడు. ఓకే అనేద్దాం అన్నాడు. తనకి చాలా సరదా వేసింది. ఆ శుభవార్త ఆ రవి అనబడే చంద్రానికి స్వయంగా చెప్పాలనుకుంది.

ఈలోగా ఊరు తెల్లారకుండా ఏదో కొంపలు అంటుకుపోయినట్లు అతను రావడంతోనే బాబాయ్ అతన్తో చెప్పాల్సిందంతా చెప్పేశాడు. అసలీ గోపీబాబాయ్‌కి వున్నంత హడావుడి ఇంకెవరికీ వుండదు. అలా తనే చెప్పేసే బదులు మా సరోజ నడగండి అనేసి వూరుకుంటే ఆ తర్వాత కథంతా తను నడిపించేది కదా! ఆ శుభవార్త తనే స్వయంగా చెప్పడం, అతను సరదాపడి ఆ కృతజ్ఞతలన్నీ తనకే తెలియజేయటం, ఈ మాత్రం దానికేనా ఇంత ఆనందం? నువ్వు ఊ అంటే ఈ ఆస్తంతా నీదే కదా! అని అనేదేమో. ఈ బాబాయ్ తొందరపాటువల్ల అంతా కంగాళీ అయిపోయింది. అసలీ బాబాయి ఎప్పుడూ ఇంతే. స్కూలుకెళ్ళే హడావిడిలో వున్నాడు కదా. అందుకే తామిద్దరూ కూర్చుని హాయిగా జీవితాంతం గుర్తువుండిపోయేలా చెప్పుకోవాల్సిన శుభవార్తని న్యూస్ హెడ్‌లైన్స్‌లా చెప్పేసి చక్కాపోయాడు.

బాబాయ్ సరే, ఏదో హడావిడి పడిపోయాడనుకోవచ్చు. ఆ పెద్దమనిషికైనా బుద్ధీ బుర్రా వుండాలా! వెంటనే తన దగ్గరకొచ్చి 'సరోజగారూ! చాలా థాంక్స్. నాకెంతో సంతోషంగా వుంది' అని చెప్పాలా వద్దా? గోపీబాబాయికి చెప్పేసి వెనక్కి తిరిగి చూడకుండా అదే పోత పోయాడు. ఎదురుగా తనుంది కదా. కనీసం పలకరించాలా. అబ్బే! ఏమీ లేదు అలా వెళ్లిపోయాడు. తల్చుకున్నకొద్దీ ఒళ్ళు మండిపోతోంది సరోజకి. ఆ తర్వాత నీరసం వచ్చింది.

ఆయనే వుంటే అని సుందరమ్మ బామ్మ చెప్పే సామెతలాగా ఆ ప్రబుద్ధుడికి ఆ మాత్రం తెలివితేటలుంటే తనకీ కష్టాలెందుకు? తను పరిచయం అయిన మర్నాడే తనవంక ఆసక్తిగా చూసేవాడు. ఆ తర్వాత 'సరోజగారూ, మీరెంతో అందంగా వున్నారు' అనేవాడు. ఆ మర్నాడు 'మీకు అభ్యంతరం లేకపోతే మనం పెళ్లి చేసుకుందాం' అనేసేవాడే. కానీ కాదుగా. ఉత్త దద్దోజనం టైపు. ఎంతసేపూ మేడమ్ మేడమ్ అంటూ భూమిలోకి తలొంచేసుకొని కబుర్లు చెప్తాడంతే.

పెళ్లొద్దుట. అలా అని శపథం పట్టాడుట. ఏం పోయేకాలం? చక్కని రూపం వుంది. కావలసినంత ఆస్తి వుంది. అన్నింటినీ మించి ఎదురుగా చక్కని అమ్మాయుంది. ఇంకా పెళ్ళొద్దని భీష్మించుకు కూర్చుంటే అదేదో మెంటల్ డిజార్డర్.

ఇక లాభం లేదు. అతనేదో చొరవచేసి అడుగుతాడని కూర్చుంటే ముసలితనం వచ్చేస్తుంది. ఇక తనే చొరవచెయ్యాలి. నిలదీసి అడగాలి. అసలు పెళ్ళెందుకు చేసుకోనంటున్నావు? ఎవర్నైనా ప్రేమించావా? అని కాలరు పుచ్చుకుని అడిగి అసలు విషయం తెలుసుకోవాలి.

ఈ నిర్ణయానికొచ్చాక వెంటనే పనిమనిషి రాములమ్మని కేకేసింది.

"నువ్వెళ్లి ఆ చంద్రంగారిని అర్జెంటుగా రమ్మన్నానని పిల్చుకురా" అని ఆదేశించింది.

రాములమ్మ వెళ్లి తిరుగు టపాలో వచ్చి "చంద్రంగారు దుర్గమ్మగారితో ఊరెళ్ళారటమ్మా ఉద్యోగానికి– రవిబాబుగారు చెప్పారు. సాయంత్రం వస్తారుట. రాగానే పంపిస్తానని చెప్పమన్నారు" అంది వినయంగా.

తల బాదుకుంది సరోజ. ఉన్న అయోమయం వ్యవహారానికి తోడు ఈ పేర్ల తికమక ఒకటి అని విసుక్కుంది. "చంద్రంగారు కాదు. రవిబాబుగారితోనే నాకు పనుంది. వెళ్లి ఆయన్నే రమ్మను" అంది.

"అదేవిటమ్మా ఇందాక చంద్రంగారిని రమ్మన్నారుగా" వెర్రిమొహం వేసింది రాములమ్మ.

"అంటే అన్నాను. ఇప్పుడు కాదంటున్నాను. ఏం అన్నీ నీకు చెప్పాలా? ఫో. పోయి చెప్పిన పని చేసి తగలడు" అని అరిచింది.

అదిరిపడి పరిగెట్టింది రాములమ్మ. పావుగంట తర్వాత వచ్చింది.

"రవిబాబుగారు లేరమ్మా" అంది.

"అదేవిటి? ఇప్పుడేగా వున్నారన్నావ్"

"అప్పుడున్నారు. ఇప్పుడు లేరు."

"ఎక్కడికెళ్లారుట?"

"ఏమో మరి. ఏం చెప్పలేదుట, పనివాడు చెప్పాడు."

ఏడిసినట్లుంది? ఎక్కడికి పోయాడు?

"మామిడి తోటకేమైనా వెళ్లాడేమో చూసి రమ్మను" అని మళ్ళీ రాములమ్మను పరుగు పెట్టించింది సరోజ.

అక్కడా లేడని తెలిసింది. "సర్లే, రాగానే నేను రమ్మన్నానని చెప్పు" అని రాములమ్మని మళ్లీ తరిమింది.

అటూ యిటూ పచార్లు చేస్తోంది. దేనిమీదా బుద్ధి నిలవడం లేదు. విసుగ్గా వుంది. అందరిమీదా చిర్రుబుర్రులాడుతోంది.

మధ్యాహ్నం భోజనానికి రాలేదుట రవి. రాత్రి పొద్దుపోయాక వచ్చాడు. మళ్ళీ మర్నాడు తెల్లారకుండానే ఎక్కడికో వెళ్లిపోయాడు.

ఆ విషయం తెలిసి సరోజకి మరీ తిక్కరేగింది. "నేను రమ్మన్నానని చెప్పలేదా? మర్చిపోయావా?" అని నిలదీసింది పనివాడిని.

"చెప్పానమ్మాయిగారూ! ఆయనగారికేదో అర్జెంటు పనుందిట. సాయంత్రం వస్తానని చెప్పు మేడమ్‌గారితో అన్నారమ్మా" చెప్పాడతను.

హాల్లో పేపరు చదువుకుంటున్నాడు గోపీ. "బాబాయ్... ఆ పేపరు పక్కన పడేసి లే. నువ్వు అర్జెంట్‌గా ఓ పనిచెయ్యాలి" అంది విసురుగా.

"ఏవిటంత అర్జెంటు?" పేపర్లోంచే అడిగాడు.

"ఆ శాల్తీని వెళ్ళగొట్టేయ్."

"ఏ శాల్తీని?"

"ఇంకెవరు ఆ రవిని!"

ఆశ్చర్యంగా చూశాడు గోపీ. "ఎందుకూ! పాపం బుద్ధిగా ఉద్యోగం చేసుకుంటున్నవాడిని వెళ్ళగొట్టడం? దుర్గ అతన్ని ఎంతో మెచ్చుకుంటోంది" అన్నాడు.

తలబాదుకుంది సరోజ. "ఇదో తలకాయనొప్పి. రవి అంటే రవి కాదు. చంద్రం. ఇంకా వివరంగా చెప్పాలంటే మామిడితోటల్లో రిసార్టు అంటూ ప్లానేసాడే అతన్ని. అతన్ని అర్జెంటుగా వెళ్ళగొట్టు."

"అదేవిటి? ఇంతలోనే మళ్లీ నీ బుర్ర తిరిగిపోయిందా? అతను నచ్చాడన్నావ్, పెళ్ళి చేసుకుంటానన్నావ్? నీ మాట నమ్మి అతనికి ప్రోత్సాహం ఇచ్చాను. ఇప్పుడు హఠాత్తుగా వెళ్లగొట్టమంటావేమిటీ?"

"అదంతే. ముందు అతగాడిని సాగనంపిరా. మనిషి ఎటో పోయాడుట. పెట్టే బేడా ఇచ్చి ఊరిబయట మన పనివాడిని నిలబెట్టు. అతను కనిపించగానే ఈ పెట్టె అతని మొహాన్నేసి వచ్చిన దారినే పొమ్మను" అంది కోపంగా.

"పొమ్మంటే మహారాజులా పోతాడు. మనం రమ్మంటేనే వచ్చాడు. తనకై తాను రాలేదు. చూడమ్మలూ! ఇది సంగీతమో, చిత్రలేఖనమో కాదు. నీకు విసుగెయ్యగానే వద్దు పొమ్మండానికి. జీవితం. ఇలా తలతిక్కపన్లు చేస్తే ఎట్లా?" మందలించాడు.

"నా తలతిక్కపన్లే కనిపిస్తున్నాయిగానీ అతగాడి వ్యవహారంలో ఏ తప్పూ కనిపించలేదా?" నిలదీసింది.

"ఏం చేశాడతను"

"నిన్న నువ్వు ఆ రిసార్ట్ విషయంలో పచ్చజెండా వూపావుకదా! ఆ తర్వాత పత్తాలేకుండా పోయాడు."

"బావుందే సరోజా! మనం సరే అన్నాం కాబట్టి మిగిలిన విషయాలు చూసుకోవాలి కదా! అందుకే వెళ్ళుంటాడు."

"వెళ్ళమను. ఎవరొద్దన్నారు? కానీ నా దగ్గరకొచ్చి సరోజగారూ చాలా థాంక్స్ అని మంచిగా నాలుగు మాటలు మాట్లాడి వెళ్లొచ్చుకదా?"

"ఆ సంతోషంలో మర్చిపోయింటాడు."

"అదేమిటి బాబాయ్! అంత సంతోషం వస్తే కాబోయే భార్యని నాతో షేర్ చేసుకోవద్దా? అలా నావంక కూడా చూడకుండా వెళ్లిపోతాడా? ఇలా అయితే రేపు పెళ్లి అయ్యాక నా జీవితం ఏడిసినట్టే వుంటుంది" ఉక్రోషంతో ఏడుపొచ్చేసింది సరోజకి.

"వెర్రితల్లీ! నీకు ఆవేశం ఎక్కువ, ఆలోచన తక్కువానూ. అతనికి కాబోయే భార్యవని నువ్వనుకుంటున్నావుగానీ నీక్కాబోయే భర్తని అతననుకోవడం లేదు కదా" చెప్పాడు గోపీ.

మళ్ళీ తల బాదుకుంది సరోజ. ఇదో తలనొప్పి. నాకు విసుగ్గా వుంది. నువ్వా శాల్తీని వెతికి పట్టుకుని ఇదీ విషయం. మా సరోజ చాలా బాధపడు తోందని చెప్పేయ్. అంతేకాదు నీ నాటకాలు చాలు. మా సరోజ నిన్ను పెళ్లి చేసుకోవాలనుకుంటోంది అనికూడా చెప్పేయ్."

"ఇంకా నయం అలా చెప్తే కొంపలంటుకోవూ? అతనికి పెళ్ళంటే ఇష్టం లేదుకదా! పెళ్లి పేరెత్తితే పారిపోడూ."

"ఇదో తలనొప్పి. మరేం చేద్దాం బాబాయ్? సినిమాల్లో లాగా ఏ తుపాకీనో గురిపెట్టి బలవంతంగా పెళ్లి చేసుకుంటేనో?" విసుగేస్తోంది సరోజకి ఓర్పు నశించిపోతోంది.

"అది మరీ డేంజరుకదా సరోజతల్లీ! పెళ్లిచేసుకున్నాక పారిపోతే నీ జీవితం ఎడారైపోదూ" హెచ్చరించాడు.

"ఏమిటో అంతా అయోమయంగా వుంది. ఇప్పుడు నేనే గంగలో దూకనూ?" ఆక్రోశించింది.

"ఏ గంగలోనూ దూకద్దు. కాస్త ఓర్పుగా వుండు. ఇప్పుడేం కొంపలంటుకు పోయాయని ఇంత గొడవ చేస్తున్నావ్? అతను నీకు థాంక్స్ చెప్పలేదనేగా? చెప్తాడు. నిదానంగా ఎదురు చూడు. అంతేకాదు అసలెందుకు పెళ్ళంటే

పారిపోతున్నాడో కనుక్కో. మెల్లిగా అతన్ని మంచి చేసుకో. చూడమ్మలూ! నీకో సీక్రెట్ చెప్తున్నా విను. ఏ మగవాడైనా ఆడపిల్ల ప్రేమగా, స్నేహంగా వుంటే ఆకర్షింపబడతాడుగానీ చిర్రుబుర్రులాడావంటే ఆమడదూరం పారిపోతాడు. ఇంతకాలానికి నీకు నచ్చినవాడు దొరికాడు. పని సానుకూలం అయ్యేలాగానే వుంది. ఇంతదాకా వచ్చాక ఏదో తిక్కపని చేస్తే సిద్ధాన్నంలో దుమ్ము పోసుకున్నట్లు అవుతుంది. కాస్త తెలివిగా వుండు..." అని మందలించాడు.

తలాడించింది దుర్గ. తనకెంతో నచ్చిన ఈ ఘటాన్ని వదులుకోవడమే! అమ్మో! ఆ ఊహే భయంకరంగా వుంది.

ఓర్పుగా నేర్పుగా వ్యవహారం చక్కబెట్టుకోవాలి.

"సర్లే బాబాయ్! నువ్వు ఆ శాస్త్రీ దగ్గరికెళ్లి నువ్వు కనీసం థాంక్స్ అయినా చెప్పలేదని మా సరోజ చాలా బాధపడుతోంది. అలా ఎందుకు చేశావ్ అని మందలించు" అంది.

"అలాగేలే. మందలించకపోయినా ఇదీ విషయం అని చెప్తాను. సరేనా" అన్నాడు గోపీ.

తలాడించింది సరోజ. ఆ మర్నాడంతా ఎదురుచూసింది రవి కోసం. రాలేదు. ఆ తరువాత రోజు పొద్దున వచ్చాడు.

రాగానే "గుడ్‌మార్నింగ్" అన్నాడు. ఎగాదిగా చూసింది సరోజ. అలిసిపోయినట్లు వున్నాడు. కానీ ఆ మొహంలో సంతోషం కొట్టొచ్చినట్లు కనిపిస్తోంది.

సరోజ సమాధానం చెప్పకపోయేసరికి "మేడమ్! గుడ్‌మార్నింగ్" మళ్ళీ చెప్పాడు.

"గుడ్‌మానింగ్ సరే. ఇంతకాలం కనిపించలేదు. ఎక్కడికెళ్ళారు?" నిలదీసింది.

"బోలెడన్ని పన్లున్నాయి మేడమ్" చెప్పాడు.

"అయితే ఏ పనీ లేకపోతే అప్పుడు గుర్తొస్తానన్నమాట! అప్పుడొచ్చి పలకరిస్తారు నన్ను అంతేగా."

"అబ్బే అదేంకాదు. పనుల హడావిడిలో పడిపోయా కదా! పొద్దున్నే వెళ్లి రాత్రి బాగా ఆలస్యంగా వస్తున్నా. అందుకే వీలవలేదు. అయినా ఎన్నాళ్ళయింది రెండ్రోజులేగా?"

'ఎంత తేలిగ్గా చెప్పేస్తున్నాడు రెండ్రోజులేగా అని! ఈ బండరాయికి ఏం తెలుస్తుంది రెండ్రోజులు ఎంత నరకంలా గడిచాయో' అనుకుంది మనసులో.

"సరే! పీకల్లోతు పనిలో మునిగిపోయారు. ఒప్పుకుంటాం. కనీసం థాంక్స్ చెప్పారా? ఇదేమైనా బావుందా? మర్యాదస్తుల లక్షణమేనా ఇది?"

తెల్లబోయాడు రవి. "అదేమిటి మేడమ్ అలా అంటారు? వెంటనే మీకు థాంక్స్ చెప్పాను కదా!"

ఈసారి తెల్లబోవడం సరోజ వంతైంది. "అదేవిటీ? ఎప్పుడు చెప్పారు?"

"భలేవారే! మీ బాబాయిగారు ఆ విషయం చెప్పగానే మీ దగ్గరకొచ్చి మీకు థాంక్స్ చెప్పాను. మీరేమో థాంక్స్ ఎందుకు ఈ ప్లాన్ సక్సెస్ అయితే మాకు లాభం వస్తుంది కదా! అన్నారు."

రవి మాటలు వింటుంటే అనుమానం వచ్చింది సరోజకి. నిజంగానే చెప్పాడా అతను! తనే మర్చిపోయిందా! జాగర్తగా గుర్తుచేసుకుంది. "హలో... ఇక చాలాపండి. థాంక్స్ చెప్పలేదు. అసలు నావంక తిరిగి చూళ్ళేదు. బాబాయ్ చెప్పగానే ఆయనకి థాంక్స్ చెప్పి అదే పోత. మళ్ళీ ఇదే రావడం" అంది విసుగ్గా.

"ఆర్ యూ ష్యూర్" అడిగాడు రవి.

"మళ్ళీ అందులో డౌటా? ష్యూరే."

"అలా జరిగేందుకు ఛాన్స్ లేదే! దీనికంతటికీ కారణం మీరు. మీకు థాంక్స్ చెప్పకుండా ఎందుకెళ్లిపోయుంటానబ్బా" అని ఆలోచించాడు.

"మరదే నాకూ అంతుపట్టడం లేదు. రెండ్రోజుల నుండి బుర్ర బద్దలు కొట్టుకుంటున్నాను" విసుక్కుంది.

"మరీ మేడమ్! ఆపుకోలేనంత ఆనందం కలిగినప్పుడు నాకు బుర్ర సరిగా పనిచేయదు. మొన్నకూడా అలాగే అయిందేమో కొంపతీసి" అన్నాడు.

'ఆనందం కలిగినప్పుడేం ఖర్మ! నీకు మామూలుగానే బుర్ర పనిచెయ్యదు' కసిగా అనుకుంది.

"అవునవును. అలాగే అయింది. అందుకే వెనక్కి తిరిగి చూడకుండా వెళ్ళిపోయారు. అయితే నాకో డౌటు" అంది.

"ఏమిటి మేడమ్."

"ఆనందం వచ్చినప్పుడు బుర్ర పనిచెయ్యదు. సరే. ఒప్పుకున్నాం. ఆ తర్వాతనైనా బుర్ర పనిచేస్తుందా?"

సరోజ అలా నిలదీసి అడిగేసరికి ఒక్కక్షణం అయోమయంగా అనిపించింది.

అప్పుడు వెలిగింది బుర్రలో. నాలిక కరుచుకున్నాడు.

"సారీ మేడమ్! వెరీ సారీ. అసలు ఇప్పుడు మీకు కృతజ్ఞతలు చెప్పుకోవాలనే వచ్చాను. మీకెలా థాంక్స్ చెప్పాలో అర్థం కావడంలేదు నాకు. మీరే లేకపోతే నా జీవితం ఏమైపోయేదో" అన్నాడు చేతులు జోడించి.

"ఇక చాలు. ఏదో కోరి సన్మానం చేయించుకున్నట్లుగా వుంది ఈ గొడవంతా" చికాకుపడింది.

"అయ్యో, అలా అంటారేమిటి మేడమ్! నేను నిజంగానే చెప్తున్నా. ఈ మాట నా గుండెలోతుల్లోంచీ వస్తోంది."

"వద్దు. మరీ తెలుగుసినిమా డైలాగుల్లా వున్నాయి ఈ మాటలు. నేను భరించలేకపోతున్నా."

"డైలాగులు కాదు. నిజం. దేవుడిమీదొట్టు. మీరు నాకెంత మేలు చేశారో మీకు తెలియదు. కానీ నాకు తెలుసు. మీరుణం ఈ జన్మలో తీర్చుకోలేను" అన్నాడు చాలా నిజాయితీగా.

"అలా వాయిదాలు వెయ్యొద్దు. నేనీ జన్మలోనే కదా సాయం చేసింది! కాబట్టి ఈ రుణం ఈ జన్మలోనే తీర్చేలా చూడండి" అంది నవ్వుతూ.

"మీరు భలే తమాషాగా మాట్లాడుతున్నారు."

"తమాషా కాదు సీరియస్‌గానే చెప్తున్నా. నేను ఈ జన్మలో సాయం చేస్తే ఎప్పుడో వచ్చే జన్మలో తీరుస్తానంటే నేనెందుకొప్పుకుంటాను."

"ఈ జన్మలోనే తీర్చాలని ఆశపడ్డా అది సాధ్యం కాదు కదా మేడమ్. మీరెక్కడ? నేనెక్కడ? మీవంటివారు మాకు సాయం చెయ్యగలరు కాబట్టి చేస్తారు. మేము బదులు తీర్చుకోగలమా! కాకపోతే కృతజ్ఞతతో వుంటాం జీవితాంతం" అన్నాడు వినయంగా.

అంతలోనే ఏదో గుర్తొచ్చింది. "మేడమ్! నేను వెళ్ళాలి. అర్జెంట్‌పనుంది. మళ్ళీ వస్తా" అనేసి వెళ్ళిపోయాడు.

తల పట్టుకుంది సరోజ. ఓరి నీ మొహం సంతకెళ్లా! చచ్చీచెడీ ఇంత సాయంచేస్తే దానికి బదులుగా కృతజ్ఞతా నువ్వు చూపించేది? కృతజ్ఞత కోసమా ఇదంతా చేసింది? కృతజ్ఞత కోసమే అయితే నాన్నగారిలాగా ఎవరికో పూచి వుండి అప్పిప్పిస్తే చాలదా? లేకపోతే దుర్గలాగా టౌన్‌నుండి ఏ సరుకులో తెచ్చిపెడితే చాలదా! ఈ రిసార్టు ఎందుకు? ఈ తలనొప్పి ఎందుకు?

తన కోరిక తీరగానే 'సరోజా ఇదంతా నీ వల్లనే జరిగింది. నువ్వు నాకంటి దీపానివి. జీవితంలో ఆశాజ్యోతివి' అంటాడేమో అని ఆశపడితే ఇదీ జరిగింది. ఎలా ఈ వెర్రిమేళాన్ని దార్లోకి తెచ్చుకోడం? ఆలోచనలతో పిచ్చెక్కిపోతోంది సరోజకి.

రవి మాత్రం హుషారుగా రిసార్ట్ ఏర్పాటుకి కావలసిన వివరాలు సేకరించటంలో బిజీ బిజీగా వున్నాడు. ఏదైనా మంచి జరిగినా చెడు జరిగినా శ్యామలతో పంచుకోడం అలవాటు. అలా చెప్పకపోతే తోచదు. వెంటనే ఫోన్ చేద్దామనుకున్నాడు కానీ వీలవలేదు.

నరసింహం ఈసారి చాలా కట్టడి చేశాడు. రవి అక్కడికి వెళ్లి మళ్ళీ బుర్ర తిరిగిపోయి అమ్మకి ఫోన్ చేసి "అమ్మా! నాకిక్కడ బాగోలేదు" అంటే లక్ష్మి "బావుండని చోట వుండే ఖర్మ నీకేవిట్రా నా తండ్రీ, వెంటనే వచ్చేయ్" అనేస్తుందేమోనని భయపడి రవి సెల్‌ఫోన్ లాగేసుకున్నాడు.

వాళ్ళింట్లో ల్యాండ్‌లైన్ లేదు. సెల్‌ఫోనే. అదికూడా భార్యచేతికి దక్కనీయ కుండా తనదగ్గరే వుంచుకుంటున్నాడు. మామూలుగా అయితే అంతగా పట్టించుకోడుగానీ శ్యామలమీద కూడా నిఘావేసి వుంచాడు. కాబట్టి రవికీ, లక్ష్మి, శ్యామలకీ సంబంధాలు తెగిపోయాయి తాత్కాలికంగా.

ఒకటి రెండుసార్లు రవి ఫోన్‌చేసినా తండ్రే మాట్లాడాడు. అమ్మకిస్తారా ఫోను అంటే ఇవ్వను అని ఖచ్చితంగా చెప్పేశాడు. ఈ వార్తను తండ్రికి చెప్పడం రవికిష్టంలేదు. మళ్ళీ మొదలుపెట్టావా పిచ్చి ఆలోచనలూ అని తిట్టిపోస్తాడు. అంతటితో ఆగితే ఫర్వాలేదు. గోపీగారికి ఫోన్‌చేసి మావాడుత్తి వెధవ. వాడన్నీ వెధవ పన్లే చేస్తాడు. వాడిని ఏమాత్రం ఎంకరేజ్ చెయ్యకండి. ఓ గుమాస్తా ఉద్యోగం ఇవ్వండి చాలు అని చెప్పినా చెప్పగల సమర్థుడు. అందుకే తండ్రికి తెలియకుండా శ్యామలకి చేరవెయ్యాలి ఈ విషయం.

ఓ ప్లాన్ వేశాడు. శ్యామల దగ్గరికి ట్యూషన్‌కి వెళ్ళే ఓ పిల్లాడి ఇంటికి ఫోన్‌చేసి ఆ పిల్లాడికి బోలెడన్ని జాగ్రత్తలు చెప్పి శ్యామలని ఒక కిరాణాకొట్టు దగ్గరికి రప్పించాడు. అక్కడికి ఫోన్‌చేసి అన్ని విషయాలూ చెప్పాడు. శ్యామలకి చెప్పలేనంత సంతోషం వేసింది. అయినా బయటికి మాత్రం "ఓ.కె. ఐ విల్ టాక్ టు యూ లేటర్" అని ఇంగ్లీషులోనే సమాధానం చెప్పింది. అంతేకాదు. నీ కాంటాక్ట్ నెంబర్ ఏదైనా వుంటే ఇవ్వు అని కూడా చెప్పింది ఇంగ్లీషులో. అంత డ్రామా ఎందుకంటే అది చిన్న ఊరు. అన్నయ్యా అన్నయ్యా అని తను సంబరంగా మాట్లాడేస్తే ఆ కబురు అందరికీ తెలిసిపోతుంది. ఎవరో వెళ్లి నాన్నగారి చెవులు కొరికేస్తారు. ఆయన తన ప్రాణాలు తోడేస్తారు. అందుకే ఆ మాత్రం జాగర్త.

కిరాణాకొట్టతను అడగనే అడిగాడు. "ఎవరమ్మా శ్యామలా!" అంటే...

"పక్కూరినుండి. ఉద్యోగం కోసం ప్రయత్నిస్తున్నాను కదా! మా ఫోన్ నెంబరుతోపాటు ఇదీ ఇచ్చాను. ఎందుకైనా మంచిదని వాళ్లీ ఫోన్‌కి చేశారు..." అని చెప్పేసింది. అమిత సంతోషంగా గాల్లో తేలిపోతూ ఇంటి కొచ్చింది. వరండాలో వున్న తండ్రిని చూసి మామూలుగా లోపలికెళ్ళింది. కూతురిని చూస్తే అనుమానం వేసింది నరసింహానికి.

మెల్లిగా లేచి లోపలికెళ్లాడు. శ్యామల వంటింట్లోంచి తల్లిని తీసుకుని దొడ్లో బావి దగ్గరికెళ్ళింది. అక్కడ ఇద్దరూ గుసగుసలాడుకున్నారు. లక్ష్మి చాలా సంతోషించింది. నాకు తెలుసు. నా చిట్టి చాలా గొప్పవాడైపోతాడు అంది సంబరంగా. అలా సంతోషంగా వెనక్కి తిరిగి గతుక్కుమంది.

ఎదురుగా దొడ్డిగుమ్మంలో నిలబడి వున్నాడు భర్త. "ఏవిటీ అక్కడ నిలబడ్డారు. కాఫీ కావాలా?" అంది ఆదరంగా.

"కాఫీ వద్దుగానీ ఏమిటీ మీరిద్దరూ గుసగుస లాడుకుంటున్నారు?" అడిగాడు.

"ఏంలేదు. వూరికే" అంది లక్ష్మి నవ్వుతూ.

"ఊరికే అయితే ఇంట్లోనే మాట్లాడుకోవచ్చుగా. వెళ్లి వెళ్లి నూతి దగ్గరెందుకూ మాట్లాడుకోడం" అనుమానంగానే వుందాయనకి.

"ఇంట్లో వేడిగా వుంది. అందుకే చల్లగాలికి అక్కడికెళ్ళాం తప్పా!"

"మరి ఇదేవిటో అన్నయ్య అన్నయ్య అంటోంది?"

"అదీ! నిన్నరాత్రి అన్నయ్య కల్లోకొచ్చాడు" గోడకట్టినట్లు అబద్ధం చెప్పింది శ్యామల.

"నాకు పగలే కల్లోకొస్తున్నాడు వాడు. నీకు రాత్రి కల్లోకొస్తే వింతేం కాదులే. అంతేనా ఇంకేమైనా వుందా? నా దగ్గరేం దాచడం లేదు కదా మీరు?" నిలదీశాడు.

లక్ష్మికి కోపం వచ్చింది. "ఈ మధ్య మీ వ్యవహారం నాకేం నచ్చడంలేదు. వి.ఐ.పీ. వెనకాల నిలబడ్డ కమెండోలాగా మావంక అనుమానంగా చూస్తున్నారు. ఇలా అయితే నేనిక్కడుండను. మా ఊరెల్లిపోతాను" అని బెదిరించింది.

"ఇంట్లోంచి కదిలావంటే కాళ్లిరగ్గొడతాను. మీ ఊరెళ్ళి అక్కడినుంచీ ఆ వెధవకి ఫోన్లపీ చేసి వాడిని పెడదోవ పట్టించాలనేగా నీ ప్లాను! వాడెక్కడో ఓ దగ్గర స్థిరంగా ఆర్నెల్లు ఉద్యోగం చేసేదాకా నిన్ను ఓ కంట కనిపెట్టుండాలి. పద లోపలికి" అని కోప్పడ్డాడు.

తలొంచుకు వెళ్ళిపోయింది లక్ష్మి. 'ఇలానే అంటూ వుండండి. రేపు రవి ఎంతో గొప్పవాడైపోతాడు. అప్పుడు చెప్తా మీ పని' అనుకుంది కసిగా.

శ్యామల కూడా చల్లగా లోపలికెళ్ళిపోయింది. వాళ్ళిద్దర్నీ చూసి అనుమానంగానే లోపలికెళ్ళాడు నరసింహం. కండువా భుజాన వేసుకుని రాజశేఖరం గారింటికి వెళ్ళాడు.

రాజశేఖరం వాకిట్లోనే వున్నాడు. ఈయన్ని చూడగానే ఆయన మొహం వెలిగిపోయింది. "ఏవిట్రా నీ దర్శనమే అపురూపం అయిపోతోంది" నిష్ఠూరం ఆడాడు. ఆ మాట నిజమే. రవీ వాళ్ళు ఊరెళ్ళాక ఇల్లొదిలి రావడానికి జంకుతున్నాడాయన. భార్యాబిడ్డలు ఎక్కడ గూడుపుఠాణీ చేసేస్తారో అని భయంతో వాళ్ళమీద ఓ కన్నేసి వుంచాడు.

ఆ విషయం చెప్పాడు రాజశేఖరంతో. "ఇదీ బావా సంగతి. మామూలుగా అందరి సంసారంలా నా సంసారమూ వుండుంటే నాకీ బాధలుండకపోనూ. మరి నాదేమో వింత సంసారమాయెనూ! వాళ్ళు ముగ్గురూ ఒక పక్షం. నేనొక్కడినీ ఒక పక్షం. ఏంచెయ్యనూ" అన్నాడు దీనంగా.

"అవున్లేరా! నేను నీ బాధ అర్థం చేసుకోగలను. కాపోతే రాజా, నీతో కబుర్లు చెప్పకపోతే నాకు వెలితిగా వుంటుంది. అందులోనూ చంద్రం కూడా ఊరెళ్ళాడేమో మరీ తోచడంలేదు" అన్నాడు రాజశేఖరం.

"బావా, ఎలా వున్నారు వాళ్ళిద్దరూ!" అడిగాడు నరసింహం.

"బానే వున్నార్రా. నేనూ ఎక్కువగా మాట్లాడడంలేదు. వాడే ఫోన్ చేశాడు. ఏదో ఉద్యోగంలో జేరాడుట" ఆ గొంతులో సంతోషం, ఉత్సాహం స్పష్టంగా తెలిసిపోతున్నాయి.

"ఉద్యోగమా! చంద్రానికి ఉద్యోగం ఏమిటి? పెళ్ళికదా! మావాడి విషయం ఏమైనా చెప్పాడా?"

"అంత వివరంగా మాట్లాడలేదురా. అంతా ఆ గోపీయే చూస్తున్నాడు. మరాయన ఏం చెప్పాడో? అంతా గుట్టుచప్పుడు వ్యవహారంగా వుందికదా! ఆయనోటి చెప్పి మనం మరోమాట అనేస్తే మొదటికే మోసం. అందుకే

నేనేం అడగడంలేదు. వాళ్లు చెప్పింది విని వూరుకుంటున్నాను. అదీగాక ఒకటికి పదిసార్లు ఫోన్‌చేస్తే కొడుకుమీద దిగులుపడిపోయి ఈవిడగారు తట్టాబుట్టా కట్టుకుని బయలుదేరుతుందేమో అని అదో భయం. అందుకే ఎప్పుడో ఓసారి ఫోన్ చేస్తున్నా. అంతే! మొత్తానికి ఇద్దరూ బాగానే వున్నారుట" చెప్పాడు.

"ఆ! మాట్లాడ్డానికేముందిలే బావా! ఆ దేవుడు దయతలచి పుత్రుల విషయంలో నీ సమస్యా నా సమస్యా తీరిపోతే అంతేచాలు. మిగిలిన జీవితం మనశ్శాంతిగా గడిపేద్దాం" అన్నాడు నరసింహం. మరికాసేపు కూర్చుని "వెళ్లొస్తా బావా" అని లేచాడు.

"డబ్బు లేమైనా కావాలిరా" అలవాటు ప్రకారం అడిగాడు రాజశేఖరం.

"వద్దుబావా! గున్న ఏనుగులాటి ఆ రవిగాడు ఊరెళ్ళాక నాకు ఖర్చు బాగా తగ్గిపోయింది" అన్నాడు నరసింహం.

"పోన్లేరా! ఇదో శుభసూచకం. ముందు ముందు ఇంకా అంతా మంచే జరుగుతుందేమోలే వెళ్లిరా. వాళ్ల గురించి నేను కనుక్కుంటూనే వుంటాలే" అన్నాడు రాజశేఖరం.

నరసింహం వెళ్లిపోయాడు. రాజశేఖరం కొడుక్కి ఫోన్ చేశాడు.

"నాన్నగారూ! చెప్పండి! ఎలా వున్నారు?"

"నేను బాగానే వున్నాను. నువ్వు చెప్పు, ఎలా వున్నావ్?" అంటూ అడిగిన ప్రశ్నకి పదినిముషాలు సమాధానం చెప్పాడు చంద్రం. చాలా ఉత్సాహంగా వున్నాడు. ఉద్యోగంగురించి చెప్పాడు. మాటలమధ్య గోపీగారి అన్నగారమ్మాయి ప్రసక్తి అరడజనుసార్లొచ్చింది. ఈ మధ్య చాలా ఏళ్ళుగా పలకరిస్తే 'అవును, కాదు' అని సమాధానం చెప్పే కొడుకు అంతసేపు సరదాగా మాట్లాడేసరికి ఆయనకీ ఎంతో ఆనందం, తృప్తీ కలిగాయి. భార్యాబిడ్డలే ఆయన సర్వస్వం. ఇద్దరూ రెండుకళ్ళలాటివారు. ఎవరికి కాల్లో ముల్లు గుచ్చు కున్నా ఆయన ప్రాణం విలవిల్లాడుతుంది. చంద్రం జీవితం ఒకదారిన పడి వాడు సుఖంగా వుంటే చాలు నాకు. ఆ గోపీ గట్టివాడే. ఏదో ప్లాన్ వేసి పని నడుపుతున్నాడు.

వాళ్ల సంబంధం రావటం, గోపీతో సంప్రదింపులూ, చంద్రం అక్కడికి వెళ్ళడం, అంతా ఓ పథకం ప్రకారం జరుగుతున్నాయి. ఎవరో పైనుండి నడిపిస్తున్నట్లుగా వుంది.

సమస్యలు తీరిపోయి అంతా మేలు జరిగేకాలం దగ్గర్లోనే వున్నట్లుగా అనిపించింది.

కళ్ళముందు పెళ్లిపీటల మీద చంద్రం కూర్చుని వున్నట్లుగా ఊహించుకుని తెగ సంతోషపడిపోయాడు రాజశేఖరం.

ఇక్కడ తండ్రి ఊహించుకుంటుంటే అక్కడ కొడుకూ అదే పన్లో వున్నాడు. తండ్రి ఊహల్లో పెళ్లికొడుకు మాత్రమే కనిపిస్తున్నాడు. కొడుకు ఊహల్లో పెళ్లికూతురి రూపం కూడా స్పష్టంగానే వుంది. ఎంతో అందంగా వుంది పెళ్లికూతురు. తలొంచుకుని తాళి కట్టించుకుంది. తలంబ్రాలు పోసింది. ఆ తర్వాత అందరూ అక్షింతలు వేసి ఆశీర్వదించడానికొస్తున్నారు. వాళ్ళతో వ్యవహారాలు మాట్లాడుతోంది. భవిష్యత్తు ప్రణాళికల గురించి చర్చిస్తోంది. అలా కాదు ఇలాచేస్తే బావుంటుందని సలహాలు చెప్తోంది. కొందరిని దొరక బుచ్చుకుని ఏవిటీ తలతిక్కపన్లు అని మందలిస్తోంది. ఏవండీ అంతేకదూ అని మధ్య మధ్యలో తనని అడుగుతోంది, పక్కకి తిరిగి.

"మీకున్న అనుభవం ముందు నేనెంతటివాడిని దుర్గగారూ! మీరు అనుకున్నట్లు కానివ్వండి" అంటున్నాడు తను.

"అదేం మాట! చూడ్డానికి ఏమీ తెలీనట్లు వుంటారుగానీ అన్నీ తెలుసు మీకు. కాపోతే అనుభవం అంతగా లేకపోబట్టి ఎక్కువ మాట్లాడరు, అంతే. అలాకాదు. ఆ మొహమాటం వదిలించుకుని ధైర్యంగా ముందుకెళ్ళండి. నా మాట విని పై చదువులు చదువుకోండి" అని క్లాస్ తీసుకుంటోంది.

నవ్వొచ్చింది చంద్రానికి. ఆవేళ పొద్దున దుర్గ తన దగ్గరకొచ్చింది.

"మీకు రెండువేలు జీతం పెంచుతున్నాం. మీ పనితీరు అద్భుతంగా వుంది. స్టూడెంట్స్ చాలా హేపీగా వున్నారు" అంది.

చాలా చాలా థాంక్స్ అని చెప్పాడు. మధ్యాహ్నం త్వరగా వెళ్దాం అని బయలుదేరతీసింది. షాపింగ్ చేసింది. తిరిగి ఊరికొచ్చేస్తూ వుంటే దార్లో రోడ్డుపక్కన హోటల్లో కాఫీ తాగుదామా అంటే సరే అంది.

కాఫీ తాగుతూ మాటల మధ్యలో "మరి మీకిన్ని ఆశయాలూ అవీ వున్నాయి కదా! భవిష్యత్తు గురించి ఆలోచనలేమీ లేవా?" అని అడిగితే చాలా విషయాలు చెప్పుకొచ్చింది.

ఎన్నిసార్లు పెద్దవాళ్ళు తన పెళ్ళివిషయం ఎత్తినా ఎలా దాటవేసిందీ చెప్పింది. అంతా శ్రద్ధగా, ఆసక్తిగా విన్నాడు చంద్రం.

"అన్నిసార్లు మంచి మంచి సంబంధాలు వచ్చినా మీరెందుకు కాదన్నారు? మీకు పెళ్ళంటే ఇష్టంలేదా?" అడిగాడు.

"ఇష్టం లేదని కాదు. ఇప్పుడే పెళ్లి చేసుకోవడం ఇష్టంలేదు."

"ఎందుకని?"

"నేను లైఫ్‌లో బాగా సెటిల్ అవ్వాలి. అప్పుడు పెళ్లి గురించి ఆలోచిస్తాను."

"సెటిల్ అవడం అంటే ఏమిటి?"

"నా కాళ్ళమీద నేను నిలబడాలి."

"మీ ఆలోచన క్లియర్‌గా లేదు. ఒక గోల్ పెట్టుకుని అది సాధించాక అప్పుడు పెళ్లిచేసుకుంటాను అంటే అదోరకం. అలా కాకుండా కాళ్ళమీద నిలబడాలి, సెటిల్ అవాలి అని పెళ్ళి వాయిదా వెయ్యటం అంత మంచిపని కాదు. పుణ్యకాలం కాస్తా దాటిపోతుంది. జాగ్రత్తమరి."

"అంటే ఏమిటి మీ ఉద్దేశ్యం?" ఇంకెవరైనా తన పెళ్లిగురించి అడిగితే చిరాకుపడేదేమో కానీ చంద్రం అడిగితే కోపంరాలేదు. అతనంటే గౌరవం, బోలెడంత జాలికదా మరి! అందుకే సౌమ్యంగానే అడిగింది.

"ఏంలేదు. ఇప్పుడు మనం ఓ కారు కొందాం అనుకున్నామనుకోండి. ఫస్ట్ సర్వీసింగ్ ఫ్రీ అంటాడు. నెలరోజుల తర్వాత లేదా అయిదొందల కిలోమీటర్లు నడిచాక ఈ రెండింటిలో ఏది ముందైతే అప్పుడు తీసుకొచ్చి ఫ్రీ సర్వీసింగ్ చేయించండి అంటారు కదా!" అడిగాడు.

"అవును."

"మీరూ అలాగే ఒక క్లియర్ పాయింట్ అనుకోండి. అసలు ఏం చెయ్యాలనుకుంటున్నారు మీరు?" మళ్లీ అడిగాడు.

"ఇప్పుడు కంప్యూటర్ ట్రెయినింగ్ సెంటర్ మిగతా పార్ట్‌నర్స్‌తో కలిసి నడుపుతున్నాకదా! అంతకన్నా పెద్దసెంటర్ నేను స్వంతంగా నడపాలి" చెప్పింది దుర్గ.

"ఓ పనిచెయ్యండి. ఇవ్వాల్టినుంచి ఓ ఆర్నెల్లు గడువు పెట్టుకోండి. ఆలోగా మీ ఆశయం నెరవేరితే సరే. కాదనుకోండి, చక్కగా పెళ్లి చేసుకుని అప్పుడు సెంటర్ పెట్టుకోండి" సలహా ఇచ్చాడు.

"హఠాత్తుగా నా పెళ్లిగురించి ఇన్ని వివరాలడుగుతున్నారు. ఎందుకు?" అనుమానం వచ్చింది దుర్గకి.

"అబ్బే ఏంలేదు. మా దగ్గర చుట్టాల్లో మీలాగే ఓ అమ్మాయి పాపం డాక్టరయ్యాక పెళ్ళి చేసుకుంటా అని మళ్లీ మళ్ళీ ఎమ్‌సెట్ రాస్తూ అయిదేళ్ళు గడిపేసింది. ఆ తర్వాత మెడిసిన్‌లో సీటొచ్చింది. మొదటి ఏడే మూడేళ్ళు చదివింది. రెండో ఏడాది కూడా రెండేళ్ళు చదివాక అప్పుడు జ్ఞానోదయం కలిగిందా అమ్మాయికి. పోన్లే పెళ్లిచేసుకుని చదువు పూర్తిచేద్దాం అనుకుంది. కానీ అప్పటికే వయసు మీదపడిపోయింది. ఎవరూ ముందుకి రాలేదు. ఆ అమ్మాయిని చూశాక అయ్యో పాపం అనిపించింది. అందుకే ఎవరైనా సెటిలయ్యాక పెళ్లిచేసుకుంటాం అంటే అలా కాదు ఆ టైమ్ లిమిట్ పెట్టుకోండి అని సలహా చెప్తా" అన్నాడు.

"సరే... సలహాలు చెప్తున్నారు బావుంది. మరి మీ సంగతేమిటి? మీరెప్పుడు చేసుకుంటారు పెళ్లి?" అడిగింది.

"సరిపోయింది. అడక్క అడక్క నన్నే అడిగారూ! నాదో విషాధగాథ" అన్నాడు.

"ఏం జరిగింది? ఎవర్నైనా లవ్‌చేసి ఫెయిలై మనసు పాడైపోయిందా? పెళ్ళంటే ఇష్టంలేదా మీకు?" అడిగింది మళ్ళీ.

"రామ రామ ఎంతమాట? పెళ్ళంటే నాకు బోలెడంత ఇష్టం. ఇకపోతే లవ్వూ గివ్వూ ఏం లేదు."

"మరైతే మీరుకూడా జీవితంలో ఏమైనా సాధించాక పెళ్లి చేసుకుందామని అనుకున్నారా?" మళ్ళీ అడిగింది.

"నా కాళ్లమీద నిలబడితే బావుంటుందని ఆలోచన వుందనుకోండి. కానీ దానికీ పెళ్ళికీ లింకు పెట్టదల్చుకోలేదు నేను. సంబంధం కుదిరితే పెళ్లి చేసుకుందామనే అనుకున్నా అప్పట్లో. కానీ అమ్మాయిలే ఒప్పుకోలేదు. వద్దు పొమ్మన్నారు" సిన్సియర్‌గా చెప్పాడు.

"మిమ్మల్నా? మిమ్మల్నొద్దన్నారా?" ఆశ్చర్యపోయింది దుర్గ.

"అవును. ఏవిటంత ఆశ్చర్యం?" సూటిగా చూశాడు.

"వద్దనటానికైనా కారణాలుండాలి కదా? మీరు మంచి ఇంటెలిజెంట్, చూడ్డానికి చక్కగా వుంటారు. మరి ఎందుకొద్దన్నారో"

"ఏమో మరి! ఆ మాట వాళ్ళనే అడగాలి. అయినా ఈమధ్య అమ్మాయిలే రిజెక్ట్ చేస్తున్నారు పెళ్లి సంబంధాలు. ఎవరిదాకానో ఎందుకూ? మీరే ఎంతమంది వచ్చి అడిగినా వద్దుపొమ్మన్నానని చెప్పారు కదా!" గుర్తుచేశాడు.

"సర్లెండి. ఇక ఈ పిచ్చిటాపిక్ వదిలేద్దాం" అని మాట మార్చింది. మరో కప్పు కాఫీ తాగి బయలుదేరారు ఇద్దరూ. వీళ్ల ఊరికొచ్చాక కూడా తిన్నగా ఇంటికి రాలేదు. అయిదారిళ్ళు తిరిగి వాళ్లు తెమ్మన్న వస్తువులు వాళ్లకిచ్చింది దుర్గ. అప్పుడు ఇంటిదారి పట్టారు.

"అందరూ మీ గురించి అడుగుతున్నారు. ఎవరమ్మా ఆ బాబు? ఎంత వినయంగా వున్నారో! అని మెచ్చుకున్నారు" అంది దుర్గ.

"ఏదోలెండి వారి అభిమానం" అన్నాడు చంద్రం.

"చూడండి. ఇన్ని మంచి లక్షణాలున్న మీరు ఇలా చిన్నాచితకా ఉద్యోగం చేసుకుంటూ వుండిపోకూడదు. నామాట విని మీరు ఇంకా పై చదువులు చదవండి. నేను ఫుల్ సపోర్ట్ ఇస్తాను. మా బాబాయ్ ఎవరికైనా సాయం చేస్తారు. నేనూ మా బాబాయ్ దగ్గర అప్పు తీసుకుని ఈ సెంటర్ స్టార్ట్

చేశాను. మెల్లిగా తీర్చేశాను. మీరూ అలా చెయ్యచ్చు" అంటూ గతంలో చెప్పిందే చెప్పి చాలాసేపు హితబోధ చేసింది. శ్రద్ధగా విన్నాడు చంద్రం. అప్పుడు వింటానికి బాగానే వుందిగానీ తర్వాత తల్చుకుంటే నవ్వొస్తోంది చంద్రానికి. రాత్రి పడుకున్నాక ఒకటే నవ్వు.

"ఏమిటి బాస్! ఏమిటంత నవ్వుతున్నావ్?" అని అడిగాడు రవి.

"ఏం లేదులే! ఏదో జోక్ గుర్తొచ్చింది" అన్నాడు చంద్రం.

"ఏం జోక్ అని అడగనులే బాస్. అడిగినా నువ్వేదో చెప్పి దాటవేస్తావ్. ఒక్కమాట మాత్రం చెప్తాను. ఈ ఊరొచ్చాక డెఫినెట్‌గా నీలో చాలా ఛేంజ్ వచ్చింది. చాలా హేపీగా వున్నావ్. ఇలాగే వుండు బాస్" అన్నాడు రవి నవ్వేస్తూ. ఆ తర్వాత మళ్ళీ తన పనులలో మునిగిపోయాడు.

❖ ❖ ❖

సరోజ, దుర్గ మేడమీద గదిలో చేరి కబుర్లు చెప్పుకుంటున్నారు.

"ఒసే దుర్గా, నా మూడేం బాగాలేదు. కాసేపు నాతో కబుర్లు చెప్పవే" అని సరోజ అనేసరికి "అలాగా! అయ్యో!" అని సరోజ పక్కకి జేరింది దుర్గ.

బోలెడన్ని కబుర్లు చెప్పింది. అందులో చాలా భాగం చంద్రం గురించి చెప్పింది. ఆవేళ తామిద్దరూ కాఫీ తాగుతూ మాట్లాడుకున్న విషయాలన్నీ చెప్పింది. "చాలా ఇంటెలిజెంట్ సరోజా!" అంది ఆఖరుగా.

"అవునే, ఆ విషయం నీ మాటల ద్వారానే తెలిసిపోతోంది. ముఖ్యంగా జీవితంలో సెటిలవడానికీ పెళ్ళికీ లింకు పెట్టద్దన్నాడు చూడు ఆ పాయింట్ నాకు బాగా నచ్చింది. ఆ మాత్రం తెలివితేటలు మా మొద్దురాచిప్పకి వుండుంటే ఎంత బావుండేది" అని నిట్టూర్చింది సరోజ.

"ఏవిటసలు విషయం? నా హడావిడిలోపడి నీ గురించే పట్టించుకోలేదు. ఎంతవరకూ వచ్చింది మీ వ్యవహారం" అడిగింది దుర్గ.

"సేమ్ కండీషన్. పరిచయం అయిన నాడు ఎలా వుందో, ఇప్పుడూ అలానే వుంది. అరంగుళం కూడా ముందుకి సాగలేదు. అసలతను మనిషో బండరాయో అర్థంకావడంలేదు నాకు" దీనంగా చెప్పింది.

"అదికాదే సరోజ, అతను మొహమాటస్తుడేమో."

"ఏం కాదు. అన్ని విషయాలూ చక్కగా వివరంగా మాట్లాడుతాడు. కాపోతే అసలు విషయంలోనే అమిత అయోమయం."

"అయితే ఓ పనిచెయ్. మాటల్లో పెట్టి నువ్వే అడిగెయ్. ఎందుకు పెళ్ళొద్దనుకుంటున్నారు అని అడిగేస్తే అసలు విషయం ఏమిటో తెలిసిపోతుంది. అప్పుడు నువ్వు నీ భవిష్యత్తు గురించి నిర్ణయం తీసుకోవచ్చు. అతను మరీ స్ట్రాంగ్‌గా పెళ్ళొద్దనుకుంటుంటే నువ్వూ వద్దనుకుని వేరే సంబంధం చూసుకోవచ్చు" సలహా చెప్పింది.

"అలా అనకే, నేను భరించలేను. ఈ శాస్త్రీ ఎందుకో చాలా నచ్చేశాడు నాకు" ఆక్రోశించింది సరోజ.

"ఏమిటోనే సరోజా... నీ కోసం ప్రాణాలొదిలేస్తాం అన్నవాళ్ళందర్నీ వెళ్ళగొట్టి, పెళ్లొద్దో అనేవాడిని కావాలనుకోడం ఏమిటే నీ ఖర్మ కాకపోతేనూ" అంది దుర్గ.

"ఏంచేస్తాం? తలరాతని తప్పించగలరా ఎవరైనా?" సరోజ కూడా బాధపడింది.

"ఏం ఫర్వాలేదులే. అసలతను పెళ్ళొద్దని ఎందుకంటున్నాడో అడిగి తెలుసుకో. ఆ తర్వాత ఏంచెయ్యాలో నిదానంగా ఆలోచిద్దాం. అవసరం అయితే వాళ్ల ఫ్రెండ్‌చేత బ్రెయిన్ వాష్ చేయిద్దాం. అప్పటికీ కాకపోతే నేను రంగంలో దిగుతాను" ధైర్యం చెప్పింది దుర్గ.

"సరే అయితే. వీలు చూసుకుని అతన్నే అడిగేస్తాను" అంది సరోజ.

అన్నదేగాని ఆ తర్వాత ఓ వారంరోజులు గడిచినా కుదర్లేదు. అదివరకు లాగా రవి గంటల తరబడి కబుర్లు చెప్పటంలేదు. ఇలా వచ్చి అలా వెళ్లిపోతున్నాడు. వున్న కాసేపు ఈ రిసార్ట్ వ్యవహారాలే మాట్లాడుతున్నాడు. రేపు రేపు అని వాయిదాలు వేసిన సరోజకి విసుగొచ్చేసింది. సముద్రం ఒడ్డున నిలబడి కెరటాలు తగ్గగానే స్నానం చేద్దాం అనుకున్నట్లుగా వుంది ఈ వ్యవహారం అంతా. ఇలా లాభంలేదు. మంచిరోజు చూసి నేనే అడిగెయ్యాలి అనుకొంది. మర్నాడే మంచిరోజని సీతపిన్ని ద్వారా తెలిసింది. పొద్దున్నే లేచి

స్నానంచేసి పూజ చేసుకుని వచ్చి హాల్లో కూర్చుంది. అలవాటు ప్రకారం తొమ్మిదింటికి వచ్చాడు. చేతుల్లో బోలెడు కాయితాలు, గాల్లో తేలిపోతున్నట్లు తెగ హడావిడిగా వున్నాడు. "మేడమ్! ఎలా వున్నారు? ఇదుగో ఇవి చూడండి" అన్నాడు నిలబడే.

"నేను చూడను! ఏవిటంత హడావిడి? కూర్చోండి. మీతో అర్జెంట్‌గా మాట్లాడాలి" అంది శాంతంగా.

"ఈ పన్లన్నీ పూర్తయ్యాక అప్పుడు మాట్లాడుకుందాం. ఇప్పుడు అర్జెంట్‌గా వెళ్ళాలి" అని హడావిడి పడిపోయాడు రవి.

"అలా వీల్లేదు. ఇవ్వాళే ఇప్పుడే మాట్లాడాలి. కూర్చోండి" అంది.

ఇక తప్పదన్నట్లు కూర్చున్నాడు. "చెప్పండి" అన్నాడు.

కాఫీ తెప్పించింది సరోజ. "చూడండి! చేసేపనిమీద శ్రద్ధ వుండాల్సిందే, కాదనను. కానీ పక్కమనిషి బాధ అర్థం చేసుకోకుండా పనిచేసుకుపోవడం అన్యాయమేగా?" అడిగింది.

"అన్యాయమే, కాస్తాకూస్తా కాదు చాలా అన్యాయం" వెంటనే ఒప్పేసుకున్నాడు.

"మరి మీరు చేస్తోంది ఏమిటి? ఈ ప్రాజెక్ట్ ఓకే అనుకున్నాక అసలు మీరు నా గురించి పట్టించుకున్నారా?" నిలదీసింది.

"నేనా? మీ గురించా? ఎందుకూ? మీరు నాకు ఉద్యోగం ఇస్తానన్నారు. ఇదుగో ఈ పని అప్పజెప్పారు. ఇది శ్రద్ధగా చేస్తున్నాను. ప్రతి విషయం మీకు చెప్తున్నాను. మీ బాబాయ్‌గారి సలహా తీసుకుంటున్నాను. ఇంకేం చెయ్యాలి?" అయోమయంగా అడిగాడు.

ఒక్కసారిగా నీరసం వచ్చేసింది సరోజకి. నిజమేగా మరి! తనేదో వూహించుకుని టెన్షన్ పడిపోతోంది గానీ అతనికేం బాధ? చీమకుట్టినట్లు కూడా లేదు. "చూడు మహానుభావా, నేను నిన్ను మనస్ఫూర్తిగా ఇష్టపడు తున్నాను. కాబట్టి నువ్వు నా ఖర్మానికి నన్నొదిలేసి నీ ప్రాజెక్టు పనిమీద తిరగడం నాకు నచ్చడంలేదు" అని చెప్పెయ్యాలనిపించింది. కానీ అందులో

ఇంకో చిక్కుంది. “మా అబ్బాయికి పెళ్ళంటే ఇష్టంలేదు. వాడిముందు పెళ్ళి మాటెత్తకండి” అని మరీ మరీ హెచ్చరించారుట వీళ్ల నాన్నగారు, బాబాయ్ చెప్పాడు. మరెలా! పెళ్లి కుదిరితే గానీ పిచ్చికుదరదు, పిచ్చి కుదిరితే గానీ పెళ్ళి కుదరదు అన్నట్లు వుంది.

“మేడమ్, నేను వెళ్ళనా మరి!” సరోజ ఏదో దీర్ఘాలోచనలో వుండటం చూసి అడిగాడు రవి. అవతల బోలెడు పన్లున్నాయి మరి.

ఉలిక్కిపడింది సరోజ. “ఉండండుండండి. మీతో ఓ ముఖ్యమైన విషయం మాట్లాడాలి” అంది.

“అలాగా! అయితే చెప్పండి” అన్నాడు.

ఎంతైనా ఆడపిల్ల... నువ్వంటే నాకిష్టం, పెళ్ళి చేసుకుంటావా ఛస్తావా అని బొత్తిగా తెలుగు సినిమా హీరోయిన్‌లాగా సిగ్గు లేకుండా ఎలా అడిగేస్తుంది? ముందు ఇతనికి పెళ్ళంటే ఎందుకిష్టంలేదో కనుక్కుందాం అనుకుంది. అందుకే “మీకు పెళ్ళంటే ఇష్టం లేదుట కదా! ఎందుకని?” అడిగేసింది.

ఆశ్చర్యపోయాడు రవి. “మేడమ్! హఠాత్తుగా ఇప్పుడు పెళ్లి మాటలెందు కండీ? అవతల బోలెడన్ని పన్లు పెట్టుకుని” అడిగాడు.

“పనుంది. అందుకే అడిగాను. పన్లకేం ఎప్పుడూ వుంటూనే వుంటాయి. ముందీమాట చెప్పండి. పెళ్ళంటే ఎందుకిష్టంలేదు మీకు?” అడిగింది.

నవ్వేశాడు రవి. “భలేవారే! ఎవరు చెప్పారు నాకు పెళ్ళంటే ఇష్టం లేదనీ?” అన్నాడు.

అదిరిపడింది సరోజ. “అదేవిటీ! మీకు పెళ్ళంటే ఇష్టం లేదన్నారే...”

“ఎవరన్నారు మేడమ్?”

“మీ నాన్నగారన్నారుట.”

“మా నాన్నగారా! సర్లెండి. ఆయనకీ నాకూ ఎప్పుడూ ఏ విషయంలోనూ ఏకాభిప్రాయం కుదరదు. నేను అవునంటే ఆయన కాదంటారు. ఆయన అవునంటే నేను కాదంటాను. ఆ మాటలేం పట్టించుకోకండి” అన్నాడు.

"అంటే మీకు పెళ్ళంటే అయిష్టం లేదా!"

"పొండి మేడమ్ మీరు మరీనూ. నాకు పెళ్ళంటే బోలెడంత ఇష్టం" అన్నాడు సిగ్గుగా.

"మరింతకాలం పెళ్ళెందుకు చేసుకోలేదు" కుతూహలంగా అడిగింది.

"ఏదీ నేనింకా సెటిల్ అవలేదే! పెళ్లి విషయంలో నాకు కొన్ని అభిప్రాయాలున్నాయి. నన్ను పెళ్ళి చేసుకున్న అమ్మాయి అన్నివిధాలా సుఖపడాలి. ఆనందంగా వుండాలి. ఇతన్ని పెళ్లి చేసుకోవడం నా అదృష్టం అనుకోవాలేగానీ నా ఖర్మకొద్దీ దొరికాడు వీడు అనుకోకూడదు. నేను నా భార్యని అలా పువ్వుల్లో పెట్టి చూసుకోవాలనుకుంటాను" తన మనసులోని మాట చెప్పేశాడు రవి.

సరోజకి ఒంటిమీద స్పృహలేదు.

"మేడమ్! మీరు ఇవ్వాళ ఎందుకో అదోరకంగా వున్నారు. నేను వెళ్తా. మీకు ఆరోగ్యం బాగాలేదేమో, రెస్ట్ తీసుకోండి. మళ్ళీ కలుద్దాం" అనేసి వెళ్లిపోయాడు.

ఆ తర్వాత ఎప్పటికో తేరుకుంది సరోజ. అయినా అలాగే మొద్దులా కూర్చుంది. పనివాళ్ళు పలకరించినా పొడిగా సమాధానం చెప్పేసింది. మరి కాసేపటికే గోపీ భోజనానికొచ్చాడు. బాబాయ్ అంటూ అతన్ని పట్టుకొని ఏడిచేసింది సరోజ.

"ఏమైందే అమ్మలూ! అమ్మ గుర్తొచ్చిందా?" అన్నాడు గోపీ.

"కాదు. మరేమో ఆ రవికి అదేలే ఆ చంద్రానికి పెళ్లిష్టం లేదనుకున్నాం కదా! తీరా చూస్తే అతనికేమో పెళ్ళంటే బోలెడంత ఇష్టంట. తనే చెప్పాడు" అంది.

"అలాగా! మరి వాళ్ళ నాన్నగారలా చెప్పారేం?" ఆశ్చర్యపోయాడు గోపీ.

"ఆ మాటే నేనూ అడిగాను. వాళ్ళ నాన్నకీ అతనికీ పడదుట" అంది.

"ఓహో! నాకూ మా నాన్నకీలాగా అన్నమాట. మేమూ అంతే కదే. నేనేం చెప్పినా నచ్చదు మా నాన్నగారికి. మరైతే ఇంకేమిటాలస్యం? మీరంటే నాకిష్టం అని చెప్పేశావా" అడిగాడు గోపీ.

"ఛ...పో... బాబాయ్. ఎలా చెప్తాను? అతనికి పెళ్లంటే ఇష్టంలేదు అంటే నయానో భయానో చెప్పాలనుకున్నా. ఇష్టమేనుట. భార్యని పువ్వుల్లో పెట్టి చూసుకుంటాడుట. సమయం చూసి నువ్వే అడిగేయ్ బాబాయ్" అంది సిగ్గుగా.

"ఓ! దానికేం భాగ్యం. అలాగేలే" హామీ ఇచ్చాడు గోపీ.

'ఎంతోమందికి పెళ్ళిళ్ళు కుదిర్చిన తను ఇంతదాకా వచ్చాక కూతురిపెళ్లి కుదర్చలేనా అనుకున్నాడు. మెల్లిగా అతన్ని అడగాలి. వెంటనే ఒప్పుకోకపోతే పెద్దవాడుగా నచ్చచెప్పాలి' అని ఎన్నో ఆలోచనలు చేశాడు.

కానీ అతనికా అవసరం రాలేదు. సాయంత్రం అయిదింటికి తమ ఇంట్లో ఏవో సర్దుకుంటూ వుండగా సెల్‌ఫోన్ మోగింది. నెంబరు చూస్తే రాజశేఖరం. బటన్ నొక్కగానే...

"హలో గోపీగారూ! యు ఆర్ గ్రేట్. మీరు చెప్తుంటే ఏమో అనుకున్నాను. సాధించి చూపించారు. ఇంతకాలం మేమంతా ఎంత ప్రయత్నించినా కాని పనిని అవలీలగా చేసేశారు. మీ తెలివితేటలు అమోఘం. మీకెలా థాంక్స్ చెప్పాలో అర్థంకావడం లేదు" చాలా ఉద్వేగంతో చెప్పుకుపోతుంటే గోపీకేం అర్థం కాలేదు.

"ఏమిటండీ! ఏమైంది? నాకేం అర్థంకావడంలేదు" అన్నాడు.

"అదేవిటీ? మీకు తెలీదా? ఇప్పుడే మా చంద్రం ఫోన్ చేశాడు. పెళ్లిచేసుకుంటానన్నాడు. నా చెవులను నేనే నమ్మలేకపోయాను" ఇంకా చాలా ఎగ్జైటెడ్‌గా వున్నాడాయన.

గోపీ తన చెవులను తానే నమ్మలేకపోయాడు. "నిజమా? నిజంగానా?"

"అవునండీ నిజమే. వాడే స్వయంగా చెప్పాడు. 'వీలు చూసుకుని ఇక్కడికి రండి నాన్నగారూ, అన్ని విషయాలూ మాట్లాడుకుందాం. ప్రస్తుతానికి ఈ విషయం రహస్యంగా వుంచండి' అన్నాడు" చెప్పాడు రాజశేఖరం.

"పొద్దుట అతనూ మా అమ్మాయి పెళ్ళిగురించి ఏదో మాట్లాడుకొన్నారుట. సమయం చూసి అతన్తో మాట్లాడదామనుకున్నా. ఈలోగా అతనే మీకు ఫోన్ చేశాడా! చాలా ఆనందంగా వుంది నాకు" సంబరపడిపోయాడు గోపీ.

"మరి ముందేం జరగాలో మీరే కథ నడిపించండి" అన్నాడు రాజశేఖరం.

"అబ్బాయీ అమ్మాయీ సరే అనుకోకముందు మన మాటసాయం కావాలి గానీ వాళ్లే ఓకే అనుకున్న తర్వాత మనమెందుకు కథ నడిపించటం? వాళ్లే నడిపిస్తారు. మనం చూస్తూ వూరుకుంటే చాలు. ఏంచెయ్యాలో వాళ్ళే చేస్తారు" అన్నాడు గోపీ.

మరోసారి అతన్ని పొగిడి "వాడికై వాడు చెప్పేదాకా ఈ విషయం తెలియనట్లే వుండండి. వాడితో మరోసారి మాట్లాడి ఎప్పుడు రమ్మంటే అప్పుడే వస్తాం. ఈ విషయం మా ఆవిడకీ ఇంకా చెప్పలేదు. అసలే ఆవిడ ఆరోగ్యం అంతంతమాత్రం. హఠాత్తుగా చెప్తే తట్టుకోలేదేమో అని భయంగా వుంది. నిదానంగా చెప్తాను" అన్నాడు రాజశేఖరం.

ఆయన్తో మాట్లాడిన గోపీ గాల్లో తేలిపోయాడు. జరిగినదంతా మరోమారు నెమరువేసుకున్నాడు. ఈ సంబంధం గురించి చెప్పడం, తను వెంటబడి ఆ అబ్బాయిని ఈ ఊరు రప్పించటం, సరోజ చంద్రం ఇష్టపడటం అంతా గమ్మత్తుగా ఎవరో పైనుండి పకడ్బందీగా ఆడించిన నాటకంలా అనిపించింది. అదంతా తన ప్రయోజకత్వంవల్ల జరగడంతో గర్వంగా అనిపించింది.

వెంటనే వెళ్లి సరోజకి ఈ శుభవార్త చెప్పేద్దాం అనుకుని కూడా అదంత మంచిదికాదని ఆగిపోయాడు గోపీ. సరోజ అమాయకురాలు. ఏదొచ్చినా పట్టలేం. ఇప్పుడీ విషయం చెప్పగానే అందరికీ టాంటాం చేస్తే ఎబ్బెట్టుగా వుంటుంది. అబ్బాయి అమ్మానాన్నగారూ రావాలి. అమ్మాయిని చూడాలి. ఇటు అన్నయ్యలూ, నాన్నగారూ, అమ్మా, వదినలూ, పెద్దవాళ్ళు అంతమంది వుండగా ఈ విషయం సరోజ ద్వారా బయటికి రావడం మంచిపద్ధతి కాదు. మర్యాద అంతకంటే కాదు. అందుకే మాట్లాడకుండా వూరుకున్నాడు. మరీ ఎవరికీ చెప్పకుండా దాచుకోవాలన్నా ఇబ్బందిగానే వుంది. అందుకే సత్యంగారిట్లో వున్న సీతను పిలిపించాడు. రాగానే ఈ శుభవార్త చెప్పాడు. సీత చాలా సంతోషించింది. "మీరీ పని తలపెట్టినప్పుడు ఇదెక్కడ బెడిసి కొడుతుందో, మీరు అందరిచేతా మాటలు పడాల్సి వస్తుందని భయపడ్డాను. ఆ దేవుడి దయవల్ల అంతా బాగానే జరిగింది" అంది.

ఇద్దరూ ఆ విషయమే మాట్లాడుకున్నారు. "ఇతనేమో వాళ్ళ తల్లిదండ్రులను ఇక్కడికి రమ్మన్నాడుట. మనవాళ్ళంతా ఇప్పుడే కట్టకట్టుకుని యాత్రలకెళ్ళారు. ఆ యాత్రకూడా అనుకున్న ప్రకారం జరగడంలేదు. ఇంకా అన్నవరం దగ్గరే వున్నారు యాత్రీకులు. వాళ్ళు కాశీ ఎప్పుడు వెళ్తారు? ఎప్పుడు తిరిగొస్తారు? ఈలోగా రాజశేఖరంగారు వస్తానంటే వాయిదా వెయ్యాలి. అసలే కుదరక కుదరక కుదిరింది ఈ సంబంధం. మళ్లీ వాయిదాలూ గట్రా అంటే ఇది కాస్త చేజారిపోతుందేమో! ఇప్పటికే సవాలక్ష మడత పేచీలున్నాయి. ఇంకా కొత్త సమస్యలు కొనితెచ్చుకోవడం తెలివితక్కువ. కాబట్టి సత్యంతో ఈ విషయం చెప్పి వాళ్ళని వెనక్కి రప్పించటం మంచిది. సత్యం, శాంత వస్తే చాలు. మిగిలినవాళ్లు యాత్రలు పూర్తి చేసుకునే వస్తారు" ఆ నిర్ణయానికి వచ్చాక సత్యానికి ఫోన్ చేశాడు గోపీ. ఆయన సెల్‌ఫోన్ స్విచ్చాఫ్ చేసి వుంది.

❖ ❖ ❖

చంద్రం ఊరి బయటికి నడుచుకుంటూ వెళ్ళాడు. ఒకచోట వంటరిగా కూర్చున్నాడు. పొద్దుటినుండీ ఎన్నో సంఘటనలు చకచకా జరిగిపోయాయి. అవన్నీ గుర్తు చేసుకున్నాడు.

పొద్దున సెంటర్‌కి వెళ్ళారు దుర్గా, చంద్రం. దారంతా అతన్ని పై చదువులు చదవమనీ, ఇంకెంతో పైకి రావాలనీ హితబోధ చేస్తూనే వుంది దుర్గ.

సెంటర్‌కి వెళ్ళాక కాసేపటికి ఆ ఇంటి ఓనర్ చంద్రానికి కబురుపెట్టాడు. వెళ్ళాడు చంద్రం. "ఈ పూట మా ఇంట్లోనే మీకు భోజనం" అని బలవంతపెట్టాడు. అనుకోని ఈ ఆహ్వానానికి ఆశ్చర్యం వేసింది చంద్రానికి.

"మీతో ఒక ముఖ్యమైన విషయం మాట్లాడాలి" అన్నాడు ఆయన .

"ఏవిటో చెప్పండి" అన్నాడు చంద్రం.

"ఈమధ్య నేనో విషయం గమనించాను. దుర్గ మీరంటే చాలా అభిమానంగా వుంటోంది. మీరంటే ఎంతో గౌరవం వుందా అమ్మాయికి. ఇలా ఎవరితోనూ ఆప్యాయంగా వుండటం చూడలేదు నేను. అందుకే మీమీద నమ్మకంతో మిమ్మల్ని రమ్మన్నాను. మీరో సాయం చెయ్యాలి" అన్నాడు.

ఆయనేం చెప్పబోతున్నాడో అర్థంకాలేదు చంద్రానికి.

"ఏంచెయ్యాలి చెప్పండి" అని ఆయన్నే అడిగేశాడు.

ఆయన వివరంగా చెప్పుకొచ్చాడు. ఆయనకో తమ్ముడున్నాడు. పేరు చైతన్య. అమెరికాలో మూడేళ్ళనుండి ఉద్యోగం చేస్తున్నాడు. నెలకి ఎనిమిది వేల డాలర్లు జీతం. ఇల్లదీ కొనేసుకున్నాడు. దర్జాగా వున్నాడు. అతనికి సంబంధాలు వెతుకుతున్నారు. మొదట్లో ఈ సెంటర్‌కోసం మేడమీది భాగం అద్దెకి తీసుకున్నప్పుడే దుర్గమీద పడింది వీళ్ళ కన్ను. అడిగారు, లేదనిపించు కున్నారు. తర్వాత ఏవో సంబంధాలు చూస్తూనే వున్నారు. ఏదీ నచ్చడంలేదు. ఆమధ్య శెలవులకి వచ్చినప్పుడు చైతన్య, దుర్గని చూసి చాలా ఇంప్రెస్ అయ్యాడు. గట్టిగా ప్రయత్నించండి అన్నాడు. "ఇదీ విషయం. వాడికే దురలవాట్లూ లేవు. బోలెడంత డబ్బు. మరి దుర్గ ఎందుకు వద్దంటోందో అర్థంకావడంలేదు. ఒకసారి వద్దన్నాక మళ్ళీ మాకై మేము అడగడం బావుండదు కదా! కాబట్టి మీరు సాయం చెయ్యాలి. మీరు వాళ్ళకి బంధువులనీ, స్నేహంకూడా వుందని చెప్పింది దుర్గ. మీరిద్దరూ స్నేహంగా వుండటం కూడా గమనించాను నేను. మీరు ఈ విషయం దుర్గతో మాట్లాడండి. ఇటువంటి అవకాశం జారవిడుచుకోవడం తెలివితక్కువ అని చెప్పండి. ఎలాగైనా మీరు నచ్చచెప్పి దుర్గని ఒప్పిస్తే మీ రుణం వుంచుకోం.

మీరు డబ్బురూపంలో కావాలంటే డబ్బిస్తాం. కాదూ అమెరికా వెళ్తానంటే దానికి అవసరమైన కోర్సులు చేయించి అక్కడ ఉద్యోగం వచ్చేలా చూస్తాడు మా తమ్ముడు" అన్నాడాయన.

అంతా విన్నాడు చంద్రం. అతని మనస్సు కలుక్కుమంది.

"మీ తమ్ముడు అన్ని అర్హతలూ వున్నవాడు. మరి ఈవిడ విషయంలో ఎందుకింత పట్టుదల! మీరు కావాలంటే ఎంతోమంది పెళ్లికూతుళ్లున్నారు కదా! వద్దన్న దుర్గగారినే ఎందుకు ఎంచుకుంటున్నారు?" అడిగాడు.

"ఎన్నో సంబంధాలు చూశాం. వాళ్ళని చూస్తుంటేనే భయం వేస్తోంది. దుర్గలాటి అమ్మాయిలు చాలా అరుదుగా వుంటున్నారు. ఈ రోజుల్లో ఆ మంచితనం, మర్యాద, ఆ తెలివితేటలు. ఆ అమ్మాయి ఎవరింట కాలుపెట్టినా

ఆ ఇంటిని స్వర్గంలా మారుస్తుంది. అందుకే ఆశపడుతున్నాం. ఎలాగైనా చెప్పి చూడండి" అన్నాడు.

జీవితంలో ఎంతో ఆశపెట్టుకుని బోలెడంత ఆనందపడి ఆ తర్వాత ఆ ఉత్సాహం మీద నీళ్లు జల్లినట్లు అయి, ఆ ఆనందం అంతా ఆవిరైపోవడం ఎన్నోసార్లు అనుభవం అయి అప్పుడు ఎంతో బాధపడి, నరకయాతన అనుభవించాడు చంద్రం.

కానీ యిప్పుడు ఈ ఇంటి ఓనరుగారితో మాట్లాడాక వాటన్నింటినీ మించిన బాధ కలిగింది. మనసంతా బరువెక్కిపోయింది. ఏదో దిగులు, చెప్పలేని ఆవేదన. కళ్లనీళ్ళు తిరిగాయి. నిజానికి ఆ ఓనరుగారు మాట్లాడింది పెళ్లి గురించి. పెళ్ళంటే శుభకార్యం. ఆనందం కలగాలిగానీ ఏడుపెందు కొస్తోంది? వెంటనే దొరికింది సమాధానం.

దుర్గంటే తనకు తెలియకుండా తనలో కలిగిన ప్రేమకు పర్యవసానం ఇది. అందుకే ఆ అమ్మాయికి పెళ్ళంటే తన మనసు దహించుకుపోతోంది. ఇంటి ఓనరుతో మాట్లాడి సెంటర్‌కి వెళ్ళాడు. పని చేద్దామనుకున్నాడుగానీ మనసు కుదరడం లేదు.

దుర్గ కూడా ఏదో పనిమీద బయటికెళ్ళింది. తిరిగొచ్చాక మామూలుగా చంద్రం దగ్గరికే వచ్చింది. అతను ఉద్యోగంలో జేరాక ఏం జరిగినా అతన్తోనే చెప్తోంది. సలహాలు సంప్రదింపులూ అన్నీ అతనితోనే. అలాగే వచ్చింది. అతన్ని చూడగానే తెల్లబోయింది. "ఏవిటండీ, అలా వున్నారేం? ఒంట్లో బాగాలేదా?" అని కంగారుపడిపోయింది.

నవ్వాలని వ్యర్థప్రయత్నం చేశాడు చంద్రం. "ఏంలేదండీ. నేను బాగానే వున్నాను" అన్నాడు.

"ఏమిటీ బావుండేది? ఓసారి అద్దంలో చూసుకోండి. ఆరు లంఖణాలు చేసినట్లు వున్నారు. పదండి డాక్టరు దగ్గరికి వెళ్దాం" అంది.

"వద్దండీ, నేను బాగానే వున్నా" అన్నాడు.

దుర్గ నమ్మలేదు. ఏదో జరిగింది. ఎందుకో బాధపడుతున్నాడు. పైకి చెప్పలేకపోతున్నాడు. అందులోనూ పాపం అయినవాళ్ళెవరూ లేరు.

ఎవరితోనూ పంచుకోలేదు. ఏదైనా బాధ కలిగినప్పుడు అది ఎవరితోనూ పంచుకోలేకపోవడం అంటే నరకం కదా! దుర్గ ప్రాణం విలవిల్లాడింది. అతని బాధేవిటో తెలుసుకోవాలని ఎంతో ప్రయత్నించింది.

అయితే ఇంటికెళ్ళిపోదాం. మీరు రెస్ట్ తీసుకుందురుగాని అని వద్దంటున్నా బలవంతాన బయలుదేరదీసింది. మూడింటికల్లా వచ్చేశారు ఇంటికి. "రండి, మా ఇంట్లో కాసేపు కూర్చుని కబుర్లు చెప్పుకుందాం" అంది.

"వద్దు. నేను వెళ్లి కాసేపు పడుకుంటాను" అని వచ్చేశాడు. ఆ తర్వాత పదినిముషాలకే మంచి కాఫీ పంపించింది. ఆరుసార్లు అయ్యగారెలా వున్నారో చూసి రమ్మని పనివాళ్ళని తరిమింది. ఆ ఆరాటం చూసిన చంద్రానికి విషయం అర్థం అయిపోయింది. తనెలా దుర్గని అభిమానిస్తున్నాడో ఆవిడా తనని అలాగే అభిమానిస్తోంది. అది చాలు. ప్రేమ అంటూ వేరే ఏం వుండక్కరేదు.

అన్ని అర్హతలూ వుండి తనకోసం అనుక్షణం ఆరాటపడుతూ తనని అభిమానిస్తున్న ఆ అమ్మాయంటే తనకూ వల్లమాలిన అభిమానం వున్నప్పుడు ఇంకా మీనమేషాలు లెక్కపెట్టడం అనవసరం. అందుకే తండ్రికి ఫోన్ చేసేశాడు. పచ్చజెండా వూపేశాడు. తండ్రితో మాట్లాడాక చాలా సీరియస్‌గా ఈ విషయం ఆలోచించాడు. నాన్నగారితో ఏ సమస్యాలేదు. అమ్మనే ఒప్పించాలి. కష్టమేకానీ తప్పదు. ఏ సెంటిమెంట్‌తో ఆవిడ ఇన్నాళ్ళూ తనని ఉద్యోగానికి వెళ్ళకుండా ఆపిందో ఆ సెంటిమెంట్ అనే ఆయుధాన్నే ప్రయోగించి అమ్మను లొంగదియ్యాలి.

❖ ❖ ❖

గోపీ ఈ విషయం రహస్యంగానే వుంచాలనుకున్నాడు. కానీ రవిని చూడాలనే కుతూహలాన్ని మాత్రం ఆపుకోలేకపోయాడు. ఉత్సాహంతో నోరు జారేస్తానేమో అని కాసేపు తటపటాయించి ఇక ఆగలేక అక్కడికి వెళ్ళాడు. "చంద్రంగారున్నారా?" అని అడిగాడు.

"ఉన్నారు" అంటూ లోపలికెళ్లి చంద్రాన్ని పిల్చుకొచ్చాడు పనివాడు.

చంద్రాన్ని చూసి మొదటిసారి చిరాకేసేసింది గోపీకి.

"మీరా! ఆయనేరి?" అడిగాడు.

"అవును నేనే! ఆయనింకా రాలేదు" అన్నాడు చంద్రం. అతనికి గోపీని కూర్చోబెట్టి మెల్లిమెల్లిగా అసలు విషయం చెప్తే బావుంటుందనిపించింది. "సార్! మీతో కొంచెం మాట్లాడాలి. నేనే వద్దామనుకుంటున్నా. ఇంతలో మీరే వచ్చారు" అన్నాడు.

"నాకు వేరే పనుంది. నేను అసలు చంద్రంకోసం వచ్చా. అతను రాగానే నా దగ్గరికి రమ్మని చెప్పండి" అనేసి గిర్రున వెనక్కి తిరిగాడు గోపీ.

చంద్రం పిలుస్తున్నా వినిపించుకోలేదు. కోపం వచ్చింది చంద్రానికి.

"ఇదుగో మేష్టారూ! ఇట్రండి. అసలేమనుకుంటున్నారు నా గురించి? నేను తల్చుకుంటే నీలాంటివాళ్ళను నలుగుర్ని నిలబెట్టి కొనగలను" అందామనుకున్నాడు. కానీ అంతలోనే గుర్తొచ్చింది. ఆయన దృష్టిలో తనో మామూలు మనిషి. వాళ్ళమ్మాయి ఉద్యోగం ఇప్పించగా జీవనం సాగిస్తున్న బడుగుజీవి. నవ్వేసుకుని లోపలికెళ్ళిపోయాడు.

గోపీ కాసేపు ఊరంతా తిరిగి ఊళ్ళోకొచ్చే దార్లో రోడ్డుపక్కనే ఓ గట్టుమీద కూర్చున్నాడు.

రవి బస్ దిగి ఊళ్ళోకొస్తున్నాడు. దార్లోనే పట్టుకుని పలకరించాడు గోపీ.

రవి చాలా సంతోషించాడు ఆయన్ని చూసి. "సార్! ఇవ్వాళంతా చాలామందిని కలిసి బోలెడంత ఇన్ఫర్మేషన్ పోగుచేశాను" అన్నాడు.

"ఎందుకండీ మీకాశ్రమ? మీరింట్లో కూర్చుని ఎవరితో మాట్లాడాలో చెప్పండి. వాళ్ళనిక్కడికే పిలిపిస్తాను. మనం రమ్మంటే మినిష్టర్‌గారైనా సరే వచ్చేస్తారు. మీరూరికే తిరక్కండి" అన్నాడు గోపీ.

ఆ తర్వాత కూడా చాలా ఆదరంగా మాట్లాడాడు. ఇద్దరూ నడుచుకుంటూ ఇళ్ళకొచ్చేశారు. రవి ఆలోచనలో పడ్డాడు. గోపీగారు మొదట్నించీ ఎంతో ఆదరంగానే వుంటున్నారు. ప్రేమగానే చూసుకుంటున్నారు. కానీ ఇవ్వాళ ఆయన ప్రవర్తనలో ఏదో మార్పు. వీపు నిమరడం, తల నిమరడం, తనవంక చూసి ఒకటే మురిసిపోవడం అంతా కొత్తగా, వింతగా వుంది.

'ఏముందిలే! ఈ ప్రాజెక్ట్ బాగా నడిచేలా వుందని సంతోషంతో అలా చేసివుంటారు' అనుకున్నాడు.

ఇంట్లోకి వెళ్లగానే చంద్రం "రవీ! నిన్ను గోపీగారు రమ్మన్నారు" అని చెప్పాడు.

"దార్లో కలిశారు. ఇద్దరం కలిసే వచ్చాం" అని చెప్పాడు రవి.

స్నానం చేసి భోజనం చేసి పగలంతా తిరిగి తిరిగి అలిసిపోయి వున్నాడేమో వెంటనే నిద్రపోయాడు. చంద్రం మాత్రం ఆలోచించి ఆలోచించి ఎప్పటికో పడుకున్నాడు.

❖ ❖ ❖

గోపీ విసుగూ విరామం లేకుండా ఫోన్లు ట్రైచేస్తూనే వున్నాడు. ఇద్దరన్నయ్యల ఫోన్లు స్విచ్ ఆఫ్. వేణుకి చేశాడు. వేణు తీశాడుగానీ అటునుంచీ ఒకటే హోరు. సిక్సర్ కొట్టినప్పుడు క్రికెట్ స్టేడియంలోలాగా వుంది ఆ సందడి. ఇతనడిగినదానికి ఏదో సమాధానం చెప్పాడు వేణు. కానీ వినిపించ లేదు. సత్యం అన్నయ్యని మాట్లాడమని చెప్పు అని మెసేజ్ ఇచ్చాడు వేణు నెంబర్‌కి.

యాత్రికుల బస్సు అన్నవరంలో వుంది. వాళ్ళంతా సాయంత్రం స్వామిని దర్శించుకున్నారు. ఆవేళ అక్కడే నైట్‌హాల్ట్. మర్నాడు పొద్దున వ్రతం చేసుకుని బయలుదేరతారు. అన్నవరం చాలా రద్దీగానే వుంది.

పెళ్ళిళ్ళ సీజన్. పెళ్ళిళ్ళ సీజన్‌లో అన్నవరంలో సందడి కళ్లారా చూడాల్సిందేగానీ వర్ణించడం కష్టం. వందలకొద్దీ పెళ్ళిళ్ళు జరుగుతూ వుంటాయి. ఆలయం ఆవరణలో పక్క పక్కనే చిన్నచిన్న మంటపాలు వుంటాయి. వాటిల్లో మధ్యతరగతి వాళ్ల పెళ్ళిళ్ళు జరుగుతూ వుంటాయి. చోటు తక్కువ జనం ఎక్కువ. ఇసకేస్తే రాలదు.

ఆలయం పక్కనున్న విశాలమైన ఆవరణలో ఆరుబయట అతి సామాన్యులు పెళ్ళిళ్ళు చేసేసుకుంటూ వుంటారు. పెళ్ళికూతురూ పెళ్ళికొడుకూ వెంట ఓ పదిమంది బంధువులు, రెండు చాపలు, నాలుగు సంచీలు, రెండు పెద్దస్టీలు

కేన్లు, గుంపుగా వచ్చి ఖాళీ స్థలం చూసుకుని సెటిలైపోతారు. చాపలు పరిచి అటు పెళ్ళికూతుర్ని కూర్చోపెట్టి తలదువ్వి జడేసి వెంట తెచ్చిన పూలదండలు చుట్టేసి పూలజడ వేసేస్తారు. బొట్టూ, బుగ్గనచుక్కా పెట్టేస్తారు. ఇటువైపు పెళ్లికొడుకునీ ముస్తాబు చేస్తారు. ఆ పిల్లాడు అక్కడే కొత్తపంచీ, చొక్కా వేసుకుని సిద్ధమైపోతాడు. పెళ్ళికూతురు మాత్రం చాటుకెళ్లి కొత్త పాలియస్టర్ పట్టుచీర కట్టుకొస్తుంది. ఇద్దర్నీ పక్క పక్కన కూర్చోపెట్టి పెళ్లితంతు జరిపేస్తారు.

ఈ రద్దీలో మంత్రాలు చదివే బ్రాహ్మడు దొరికితే సరే లేకపోయినా పెద్దగా పట్టించుకోరు. చేతులెత్తి ఆ దేవుడికి దణ్ణాలు పెడుతూ బెల్లం జీలకర్రా పెట్టించి, తాళి కట్టించి, తలంబ్రాలు పోయించి, కొంగులు ముడేస్తారు. పెళ్లి అయిపోతుంది. ఆ తర్వాత ఆ స్టీలుకేన్లు తీసి దాన్లోంచి పులిహోరా, పెరుగన్నం తినేస్తారు. విందు కూడా అయిపోయింది కాబట్టి సామాన్లు సర్దేసుకుని చాపలు చుట్టేసుకుని పొలోమంటూ దర్శనానికి వెళ్లిపోతారు.

వాళ్ళు ఖాళీ చేసిన స్థలంలో మరో పెళ్ళివారు వచ్చి చాపలు పరిచేసుకుంటారు. తెల్లవార్లూ నిర్విరామంగా జరుగుతూనే వుంటుందీ కార్యక్రమం. కనులపండుగగా వున్న ఆ సంబరాన్ని చూస్తూ పక్కనేవున్న మెట్లమీద కూర్చున్నారు సీతాపురం యాత్రికులు. అర్థరాత్రి దాటాక ఎప్పుడో వెళ్లి పడుకున్నారు.

మర్నాడు ఏకాదశి. కిటకిటలాడిపోతోంది. అందరికీ ఒక్కసారే వ్రతాలకి టికెట్లు దొరకలేదు. మోహన్, సత్యం, పెద్దాయనా వారి బంధువులు మరికొంత మంది దేవుడి ఎదురుగా ప్రత్యేకంగా జరిపించే వ్రతం కోసం టిక్కెట్లు కొనుక్కున్నారు. మిగిలినవాళ్ళు వాళ్ళకు అనువైన టిక్కెట్లు తీసుకున్నారు. మొత్తానికి అటూ ఇటూగా అందరూ వ్రతం చేసుకున్నారు. ఆఖరున దర్శనం చేసుకున్నవాళ్ళు వచ్చేసరికి ఒంటిగంట దాటింది. భోజనాలు చేసేశారు. ఆవేళ వంటవారుకూడా వ్రతం చేసుకుందామనుకోవడం వల్ల పులిహోర దద్ధోజనం మాత్రం చేయించింది సుబ్బమ్మగారు. సత్యనారాయణస్వామి ప్రసాదం వుండనే వుంది. భోజనాలు చెయ్యగానే బస్సెక్కారు.

బస్ బయలుదేరింది. పొద్దుటినుంచీ హడావుడిగా అందరూ ఎవరి దారిన వాళ్ళు తిరుగుతున్నారు. అప్పుడు గుర్తొచ్చింది వేణుకి గోపీ మేష్టారి మెసేజ్ గురించి. వెంటనే సత్యంతో చెప్పాడు. ఆయన వెంటనే గోపీకి ఫోన్‌చేశాడు.

"నిన్నరాత్రి నుండి ట్రై చేస్తున్నా. అందరూ ఫోన్లు స్విచ్చాఫ్ చేసుకుని కూర్చుంటే ఎట్లా అన్నయ్యా" అని విసుక్కున్నాడు గోపీ.

"గుళ్ళో బిజీగా వున్నాంరా. అందుకే ఆఫ్ చేశాం. చెప్పు ఏమిటి విశేషాలు" అన్నాడు సత్యం.

"జాగ్రత్తగా విను. చాలా ఇంపార్టెంట్ మేటర్" అన్నాడు గోపీ.

ఆ ట్రాఫిక్, చీటికీ మాటికీ చెవులు చిల్లులు పడేలా బస్సు హారను. ఏమీ వినిపించడంలేదు సత్యానికి. "వేణూ, ఏం వినిపించడంలేదు. బస్సు పక్కకి తీసి ఆపించరా" అన్నాడు.

డ్రైవర్‌తో చెప్తే "చూస్తున్నారుగా ఎంత రష్‌గా వుందో, ఘాట్‌రోడ్ దిగాక ఆపుతా" అన్నాడు. ఆ మాటే గోపీకి చెప్పాడు సత్యం.

కొండ దిగాక పక్కకి తీసి ఆపాడు. గోపీ చెప్తున్నదంతా వింటూ అప్రయత్నంగా బస్‌లోంచి దిగిపోయాడు సత్యం. "ఏవిట్రా నువ్వు చెప్పేది?" అన్నాడు. గోపీకూడా పూర్తిగా అంతా జరిగింది జరిగినట్లు చెప్పలేదు.

వాళ్ళ అబ్బాయి వచ్చాడనీ, సరోజా అతనూ ఒకరినొకరు ఇష్టపడ్డారనీ పిల్లవాడి తల్లిదండ్రులు కూడా రావాలనుకుంటున్నారనీ ముఖ్యమైన విషయాలు మాత్రమే చెప్పాడు.

"పెద్దయ్యగారూ... ఎంతసేపీ ఫోను? మనకి ఆలస్యం అవటం లేదూ!" అప్పటికి అరగంట ఓపిగ్గా వేచిచూసిన వేణు మెల్లిగా పెద్దాయన దగ్గరకెళ్లి మొరపెట్టుకున్నాడు. పక్కసీట్లో కునికిపాట్లు పడుతున్న మోహన్ లేచాడు. "ఒరే సత్యం! ఎంతసేపురా ఆ ఫోను? ఇహ చాల్లే, పెట్టేసి బస్సెక్కు" అన్నాడు.

ఫోన్ ఆఫ్‌చేసి "అన్నయ్యా! ఓ చిన్న సమస్య వచ్చింది" అంటూ బస్సెక్కాడు సత్యం. గోపీ చెప్పిన వివరాలన్నీ చెప్పాడు. పెద్దాయనా మోహన్ మిగిలిన ఆడవాళ్ళు శ్రద్ధగా విన్నారు.

బస్ స్టార్ట్ చెయ్యమంటారా అన్నాడు డ్రైవరు. "కాస్తాగు నాయనా! మాట్లాడుకుంటున్నాం" అన్నాడు సత్యం. దాంతో డ్రైవరు కూడా బస్సు దిగి పక్కకెళ్లి ధూమపానం మొదలుపెట్టాడు.

"విన్నావుగా అన్నయ్యా! వాళ్ళొస్తామన్నప్పుడు మనం వాయిదా వెయ్యటం బావుండదు కదా. ఓ పనిచేద్దాం, నేనూ శాంతా ఇక్కడినుంచి టాక్సీ తీసుకుని ఊరెళ్లిపోతాం. మీరంతా యాత్రలు పూర్తిచేసుకుని రండి" అన్నాడు సత్యం.

"అదికాదురా, ఈ సంబంధం ప్రస్తావించింది నేను కదా! నేను లేకుండా వుంటే ఏం బావుంటుంది? నేనూ మీ అమ్మకూడా మీతో వస్తాం. మిగిలిన వాళ్ళంతా వెళ్తారు యాత్రలకి" అన్నాడు పెద్దాయన.

"మరి ఇంట్లో అంత సందడిగా వుంటే ఓ సలహాకైనా సంప్రదింపులకైనా నేను వుంటే బావుంటుంది కదా! నేను, కమలా కూడా ఇంటికొచ్చేస్తాం. మిగిలినవాళ్ళంతా వెళ్తారు."

ఇక అందరూ ఏకమై చర్చించడం మొదలుపెట్టారు. "ఇదీ విషయం... మా అమ్మాయిని చూసుకుందుకు వస్తారుట. అబ్బాయి చూసి సరేనన్నాడు. కాబట్టి దాదాపు కుదిరినట్లే. మేం ఊరికెళ్తాం. మీరు యాత్రల కెళ్ళండి" అన్నాడు సత్యం.

"అయ్యో అదేవిటీ? మీ అండ చూసుకునే కదా మేము బయలుదేరింది. మీరులేకుండా ఏం వెళ్తాం" అన్నారు అందరూ.

"ఆ భయం మీకేమీ వద్దు. నేను మధ్యలో వెళ్ళిపోయినా యాత్ర పూర్తిగా జరిగేలా చూసే బాధ్యత నాది" హామీ ఇచ్చాడు సత్యం.

"ఎంతమాట! ఆర్థికపరంగా కాదు మేము మాట్లాడుతోంది. మీరే వెళ్లిపోతే ఇక సందడేముంటుంది?" అన్నారు వాళ్ళు.

అదీగాక మరి ఇంతదాకా వచ్చిందంటే త్వరలోనే ముహూర్తాలు పెట్టేస్తారు. సత్యంగారమ్మాయి పెళ్ళంటే మాటలా! అంతకాలం వారిద్వారా సహాయాలు పొంది తీరా వారింట శుభకార్యం వేళ్టికి అండగా నిలబడటం మానేసి ఊళ్ళు తిరగడం భావ్యం కాదు అని ఊరి వాళ్ళంతా సంకోచించారు.

ఆడవాళ్ళూ అదే అన్నారు. కాశీ ప్రయాగా వెళ్ళలేదుగానీ బోలెడు పుణ్యక్షేత్రాలు దర్శించుకున్నాం. ఇల్లొదిలి పదిహేను రోజులు దాటింది. అందరం వెనక్కి వెళ్లిపోదాం. పెళ్ళయ్యాక కావలిస్తే అప్పుడెళదాం కాశీయాత్రకి. మన వేణు, మన బస్సు అనుకున్నారు. చివరికదే ఖాయం అయింది.

“ఏరా వేణూ! ఇలా మనం అర్థాంతరంగా యాత్ర ఆపేసి వెనక్కెళ్ళిపోతే నీకేమైనా పూడ్చుకోలేనంత నష్టం వస్తుందా?” అని అడిగాడు పెద్దాయన.

“నాకేం నష్టంలేదు. కాపోతే మరి మీ అందరి దగ్గర కాశీయాత్రని వసూలు చేసిన చార్జీల్లో ఈ యాత్రకెంతైందో లెక్కగట్టి మీకే ఇవ్వాల్సి వుంటుందను కుంటా” అన్నాడు వేణు.

“అవన్నీ నాకొదిలెయ్యరా! నేను చూసుకుంటాగా” అనేశాడు సత్యం. అవును మరి. ఆయనదంతా అఖండ గోదావరిలాటి వ్యవహారం. అందులోంచీ బిందెడునీళ్ళు తీస్తే ఎంత? పోస్తే ఎంత?

అప్పటిదాకా ఓం ప్రథమంగా మొదలెట్టిన యాత్రలోనే యాత్రీకులకు రిఫండ్ చెయ్యాల్సి వస్తోందే అని చిన్నబుచ్చుకున్న వేణు మొహం విప్పారింది.

సుబ్బమ్మగారు కూడా చాలా సంతోషించింది.

“భేషైన నిర్ణయం తీసుకున్నారు. కాకపోతే ఇంతకాలం వారి ఉప్పు తిని బతికినదాన్ని. తీరా వారింట అవసరానికుండకుండా యాత్రలకి ఎలా పోతాన్రా భగవంతుడా అని బాధపడుతున్నా. ఇప్పుడు నా మనసు తేలికపడింది” అంది.

“ఆ బాధతోనేనా తల్లీ, కాఫీ కాస్తా పానకం చేసి తగలెట్టావు? మళ్ళీ బాగా కాఫీ కాచి మా మొహాన పొయ్యి” అంది కమల.

ఇదుగో క్షణంలో పెడతా అంటూ బస్సు దిగిపోయిందావిడ. అందరూ ఉత్సాహంగానే వున్నారు. ప్రయాణం సగంలో ఆగిపోయిందనే దిగులు ఎవరికీ లేదు.

అందరి దృష్టీ రాబోయే శుభకార్యం మీదనే.

సత్యం వెంటనే తమ్ముడికి ఫోన్ చేసేశాడు.

అంతా విన్న గోపీకి మతిపోయింది. "ఏవిటన్నయ్యా ఇది! నిన్నూ, వదిన్నీ రమ్మంటే... అందరికీ టముకు వేసి బస్సు జనాన్నీ తీసుకొస్తున్నావా?", అన్నాడు.

"ఇది మరీ బావుందిరా. ప్రయాణంలో వున్నవాళ్ళం ఎవరికీ చెప్పకుండా ఎలా జారుకుని వచ్చేస్తాం? ఇదీ విషయం అంటే నాన్నగారొస్తానన్నారు. తర్వాత అన్నయ్య తనూ వస్తానన్నాడు. ఆ తర్వాత అందరూ వచ్చేస్తాం అన్నారు. వచ్చేస్తున్నాం. ఇంతకీ మేము వస్తే నీకేవిటీ నష్టం?" అడిగాడు సత్యం.

ఏం చెప్తాడు? ఎక్కడినుంచీ మొదలెడతాడు? అందుకే "నాకేం నష్టం మధ్యలో? సరే రండి" అనేసి ఫోన్ కట్ చేశాడు.

వెంటనే రాజశేఖరంగారికి ఫోన్ చేశాడు. ఇదంతా చెప్పకుండా "మావాళ్ళకి ఇంటిమీద గాలి మళ్ళిందిట, వచ్చేస్తున్నారు. మరి మీ వీలు చూసుకుని మీరూ రండి" అని చెప్పాడు గోపీ.

"అలాగే. మా అబ్బాయితో ఓసారి మాట్లాడి మీకు చెప్తా" అన్నాడు రాజశేఖరం. వెంటనే చంద్రానికి ఫోన్ చేశాడు.

ఆ సమయంలో దుర్గతో లంచ్ చేస్తున్నాడు చంద్రం. "మరి మమ్మల్ని ఎప్పుడు రమ్మంటావురా అక్కడికి" అని అడిగాడు. గోపీ ప్రస్తావన మాత్రం తేలేదు. అంతా గుట్టుచప్పుడు వ్యవహారంగా వుంది మరి.

"బిజీగా వున్నా. మళ్ళీ ఫోన్ చేస్తా నాన్నగారూ" అనేశాడు చంద్రం.

"మాట్లాడకపోయారా?" అంది దుర్గ.

తలొంచుకుని ఆలోచించాడు చంద్రం. నాన్నగారికి చెప్పేశాడు సరే. తనకూ ఇష్టమే. బాగానే వుంది. మరి అసలువ్యక్తికి ఇష్టమో కాదో తెలుసుకోలేదింకా!

"ఏమిటంత సీరియస్‌గా ఆలోచిస్తున్నారు? ఎనీ ప్రాబ్లమ్?" అడిగింది దుర్గ.

"ఏం లేదులెండి. మా నాన్నగారు ఏదో పెళ్లి సంబంధం చూశారుట నాకు" పరీక్షగా దుర్గవంక చూస్తూ చెప్పాడు.

దుర్గ మొహం కళతప్పింది. అది గమనించి చెప్పుకుపోయాడు చంద్రం.

"ఏమిటో ఈ పెళ్ళిగోల. నాన్నగారేమో పెళ్ళి పెళ్లని సంబంధాలు చూస్తారు. పెళ్ళైతే నా జీవితం మారిపోతుందని పండితులు చెప్పారుట. ఆ పెళ్లికూతురు నన్ను చూసి వద్దు పొమ్మంటోంది. ఈసారి ముందే ఫోటోగ్రాఫ్ చూపించి నాది చాలా చిన్న ఉద్యోగం అని చెప్పి ఒప్పుకుంటే అప్పుడు పెళ్లిచూపులు చూద్దామని ఖచ్చితంగా చెప్తాను నాన్నగారికి" అన్నాడు.

"అంటే, అన్నీ కుదిరితే వాళ్ళొప్పుకుంటే పెళ్ళి చేసేసుకుంటారా మీరు?" దీనంగా అడిగింది.

"చేసుకోవాలిగా మరి. అదేవిటో మీలాగా జీవితంలో అది సాధించాలీ ఇది సాధించాలీ అని గోల్స్ ఏమీ లేవు నాకు. ప్రస్తుతానికి పెళ్లే పరమార్థం నాకు. అవునూ, నా పెళ్లి అంటే మీరెందుకలా ఫీలైపోతున్నారు?" అడిగాడు.

తడబడింది దుర్గ. "పెళ్ళయితే మా దగ్గర ఉద్యోగం మానేసి వెళ్ళిపోతారేమో, మీ బోటి మంచి కేండిడేట్ మాకు దొరకదేమోనని టెన్షన్‌గా వుంది" అనేసింది.

"భలేవారేనండీ మీరు. పెళ్ళవగానే ఉద్యోగం మానేసేందుకు నేనేమైనా ఆడపిల్లనా? ఇక్కడే వుంటా. మిమ్మల్ని బ్రతిమాలుకుంటే మరికాస్త జీతం పెంచకపోరు. పెళ్ళయ్యాక మా ఆవిడనీ మీ సెంటరుకి లాక్కొస్తా. ఏదో చిన్నఉద్యోగం ఆవిడకీ ఇప్పిస్తే ఇద్దరం మీ కళ్ళెదురుగా ఇక్కడే పడుంటాం" అన్నాడు వినయంగా.

"సర్లెండి. అవన్నీ తర్వాత చూద్దాం. నాకు తలనెప్పిగా వుంది. ఇంటికెళ్తా" అనేసి లేచింది దుర్గ.

"ఇదేవిటీ హఠాత్తుగా! ఇప్పటిదాకా బానే వున్నారుగా!" అడిగాడు.

"ఏమోమరి! ఇప్పుడే తలనెప్పిగా వుంది."

"నేనూ రానా?"

"మీరొస్తే పనెవరు చేస్తారు? ఇదేం ఉద్యోగమా? లేకపోతే ఆషామాషీ వ్యవహారమా? నేవెళ్తా. మీరుండండి" అనేసి విసురుగానే వెళ్ళిపోయింది.

తృప్తిగా నిట్టూర్చాడు చంద్రం. 'చాలు బంగారం! నిన్న నీ పెళ్ళిమాట వినగానే నాకొచ్చిన తలనెప్పి, ఇవ్వాళ నా పెళ్ళిమాట వినగానే నీకూ వచ్చింది. ఈ రియాక్షన్ చాలు నాకు. ఇకముందు కథ నేను నడిపిస్తా' అనుకున్నాడు.

తండ్రికి ఫోన్ చేశాడు. "నాన్నగారూ! పెళ్ళివరకూ ఓ.కె. కానీ పెళ్ళికి ముందు మీతో చాలా విషయాలు మాట్లాడాలి" అని చెప్పాడు.

"చూడు నాన్నా! నువ్వు పెళ్లి చేసుకుంటానన్నావు. అదే పదివేలు. నీ ఆనందంకంటే కావలసిందేం లేదు. నువ్వేం చెప్పినా సరే అంటాను."

"చాలు నాన్నగారు. ఆ సపోర్ట్ చాలు నాకు. మరి మంచిరోజు చూసుకుని రండి. ఇక్కడికొచ్చాక అన్నీ వివరంగా మాట్లాడుకుందాం" అన్నాడు.

ఇక రాజశేఖరానికి కాలూ చెయ్యీ ఆడలేదు. వెంటనే ఓ పనివాడిని కేకేసి నరసింహాన్ని పిలుచుకు రమ్మన్నాడు. కబురందుకుని వచ్చేశాడు నరసింహం. విషయం విని చాలా ఆనందించాడు. "మరింక ఆలస్యం ఎందుకు బావా! వెంటనే ఆ శుభకార్యం జరిపించేద్దాం" అన్నాడు.

"సరేరా. మనం అక్కడికి వెళ్దాం. వాడు రమ్మన్నాడు కానీ పెళ్ళికి ముందు ఏవిటో మాట్లాడాలిట. మరేం మాట్లాడతాడో ఏమో! నాకు కంగారుగా వుంది. క్రిష్ణవేణికి చెప్పాలా? వద్దా? నువ్వూ నావెంట రారా!" అన్నాడు రాజశేఖరం.

"అలాగేలే, క్రిష్ణవేణిని తీసుకునే వెళ్దాం. అయితే ఆవిడకి ఇవన్నీ చెప్పద్దు. వూరికే చుట్టపుచూపుగా వెళ్దాం అని చెప్పు" అన్నాడు నరసింహం.

"సరే అయితే. ఆ గోపీగారికి ఫోన్ చేస్తాను" అని వెంటనే ఫోన్ చేశాడు. "మా అబ్బాయి మళ్ళీ ఫోన్‌చేశాడు. మేము వద్దామనుకుంటున్నాం మీ ఊరికి" అన్నాడు.

"చాలా సంతోషం. మావాళ్ళు వచ్చేస్తున్నారు. మీరూ రండి. అన్ని విషయలూ మాట్లాడుకుని ముహూర్తాలు పెట్టేసుకుందాం" అన్నాడు గోపీ.

"మంచిరోజు చూసుకుని ఫోన్ చేస్తాను" అన్నాడు రాజశేఖరం. పురోహితుడికి కబురు చేసి అడిగితే "రేపు దివ్యంగా వుంది. ఏ పని తలపెట్టినా దిగ్విజయంగా నెరవేరుతుంది" అన్నాడాయన.

“రేపు కాకపోతే ఇంకెప్పుడుంది?” అన్నాడాయన.

“వుండడానికి చాలా వున్నాయి. కానీ ఇంత దివ్యమైన రోజు ఇప్పట్లో మళ్ళీ లేదు” అన్నాడాయన.

చాలా ముఖ్యమైన పని కాబట్టి దివ్యమైన రోజే శ్రేయస్కరం అనిపించింది నరసింహానికి కూడా. అదే అన్నాడు. “ఏముంది ఊరెళ్ళడమేగా! ప్రయత్నం ఏంచెయ్యాలి? రేపే వెళ్దాం” అన్నాడు. వెంటనే గోపీకి ఫోన్‌చేసి చెప్పేశాడు. చంద్రానికి చెప్పేశాడు.

గోపీ కంగారుపడిపోయాడు. ‘మరీ రేపేనా!’ అనుకున్నాడు. వెంటనే సత్యానికి ఫోన్ చేశాడు.

“వస్తున్నాంరా. వచ్చేస్తున్నాం. తెల్లారేసరికి అక్కడుంటాం” అన్నాడు సత్యం.

ఇక ఏర్పాట్లు మొదలుపెట్టాడు గోపీ. వాళ్ల రెండిళ్లమధ్య ఓ పెంకుటిల్లుంది. వాళ్లదే. ఖాళీగానే వుంటుంది. దాన్ని చక్కగా సర్దించి అన్ని సదుపాయాలూ అమర్చాడు. సీతకి చెప్పాడు. సరోజని పిలిచి “అమ్మలూ! చంద్రం తల్లిదండ్రులు వస్తున్నారు. వాళ్ళదగ్గర చాలా మర్యాదగా వుండాలి, సరేనా!” అని చెప్పాడు.

“అలాగే బాబాయ్! వాళ్లు పాడమంటే పాడతా! ఆడమంటే ఆడతా” అంది సరోజ.

“అవేమీ వద్దు. మామూలుగా వుండు” అని చెప్పాడు గోపీ.

దుర్గకి చెప్పాడుగానీ అసలే పాపం తన మనసు బావుండలేదు. అందుకే “మీరంతా వున్నారుగా బాబాయ్. నాకు సెంటర్లో చాలా పనుంది. ఏదైనా పనుంటే చెప్పు. చేస్తా” అనేసింది. పెద్దగా ఇంట్రస్ట్ చూపించలేదు. చంద్రం మాత్రం బుర్ర వేడెక్కిపోయేలా ఆలోచిస్తున్నాడు.

❖ ❖ ❖

అక్కడ రాజశేఖరంగారింట్లోనూ సందడిగానే వుంది. భార్యని దగ్గర కూర్చోబెట్టుకున్నాడాయన. “క్రిష్ణవేణీ, మనం ఊరెళ్తున్నాం” అన్నాడు.

“ఏ వూరు?” అడిగింది.

"సీతాపురం! మన చంద్రం దగ్గరికి."

"కన్నయ్య దగ్గరికా? ఎప్పుడెళ్తాం?" ఆవిడ ప్రాణం లేచి వచ్చింది.

"రేపే!"

"రేపే! ఎందుకింత హఠాత్తుగా ప్రయాణం పెట్టారు? కన్నయ్యకేమైనా అయిందా? వాడెలా వున్నాడు?" ఆవిడ మొహం పాలిపోయింది.

"ఏం కాలేదు క్రిష్ణా! వాడిని చూడాలనిపించింది."

"కాదండీ మీరేదో దాస్తున్నారు" ఆవిడకి చెమటలు పట్టేస్తున్నాయి.

ఆయన కంగారుపడ్డాడు.

"నా మాట విను. అబ్బాయి పెళ్లి చేసుకుంటాడుట" చెప్పేశాడు.

ఆవిడ మొహం క్షణంలో మారిపోయింది. "నిజంగా? నిజంగానా? ఎవరు చెప్పారు?"

"ఇంకెవరో చెప్తే నేనెందుకింత కంగారుగా బయలుదేరతాను? వాడే చెప్పాడు" మెల్లిగా చెప్పాడు.

"ఎప్పుడు చెప్పాడు? నాకు చెప్పలేదేం? ఫోన్ చెయ్యండి, నేను మాట్లాడాలి" మళ్ళీ ఆవేశపడిపోయింది.

"అలాగే! నువ్వు ముందు కాస్త స్థిమితంగా వుండు. మనం ఊరువెళ్దాం. వాడేదో మాట్లాడాలిట. వూరికే కంగారుపడిపోకు. నిదానంగా మాట్లాడదాం" అన్నాడేగానీ ఆవిడకి కాస్త తేడా చేసింది.

ఏవిటో ఈవిడకి ఆనందం వచ్చినా కష్టమే. ఆవేశం వచ్చినా కష్టమే అనుకుని టాబ్లెట్ మింగించాడు. ఆవిడ పడుకుంది. మళ్ళీ నరసింహానికి కబురు పెట్టాడు. ఆయనా వచ్చేశాడు. "ఇదిరా పరిస్థితి. నువ్వో పనిచెయ్. లక్ష్మిని కూడా రమ్మను. తనుంటే కాస్త సాయంగా వుంటుంది" అన్నాడు.

"అలాగే బావా! శ్యామలని కూడా తీసుకువస్తా. అందరం వెళ్దాం" అన్నాడు నరసింహం.

పొద్దున పదింటికి బయలుదేరదాం అనుకున్నారు.

"పొద్దున్నే వచ్చెయ్యండి మీరు ముగ్గురూ" అన్నాడు రాజశేఖరం.

ఇంటికెళ్లి భార్యతో ప్రయాణం గురించి చెప్పాడు. అయితే చంద్రం పెళ్ళి విషయం చెప్పలేదు. 'వాళ్ళు వెళ్తున్నారుట, మననీ రమ్మన్నారు' అన్నాడు. లక్ష్మి, శ్యామల తెగ సరదా పడిపోయారు. రవిని చూడొచ్చని ఆ సంబరం. వాళ్ళిద్దరూ ఎప్పుడూ రవిని చూడకుండా అన్నిరోజులుండలేదు. వాళ్ళ సరదా చూసి నరసింహం "ఇదుగో చూడండి. రవిగాడిప్పుడే కాస్త దార్లో పడుతున్నాడు. మీరేదో పిచ్చిమాటలు చెప్పి వాడిని పెడదారిన పట్టించారో మీ భరతం పడతాను" అని హెచ్చరించాడు.

తెల్లవారాక భార్యకి హితబోధ చేశాడు రాజశేఖరం. "నువ్వూరికే కంగారు పడిపోయి అందరికీ చాటింపు వెయ్యద్దు. అక్కడికి వెళ్ళి వాడితో మాట్లాడాక అప్పుడు చెబ్దాం అందరికీ" అన్నాడు.

"అలాగే! అలాగే చేద్దాం" అందావిడ. పెట్టెలో అడుగున తను ఎప్పటి నుంచో కోడలికోసం చేయించి వుంచిన నగలు, కొన్న పట్టుచీరల్లో నుంచి కొన్ని తీసి పెట్టింది.

నరసింహం కుటుంబం పెందలాడే వచ్చేశారు. అనుకున్న ప్రకారం పదింటికి ఇన్నోవా కార్లో మంచిశకునం చూసుకుని బయలుదేరారు రాజశేఖరం బృందం.

❖ ❖ ❖

అక్కడ యాత్రీకుల బస్సు పన్నెండింటికి ఊళ్లోకొచ్చింది. పొద్దున్నే రావాల్సింది కానీ కొంతమంది బంధువులు వాళ్ల ఊళ్ళకెళ్ళిపోతాం అనడంతో వాళ్లని దించుకుంటూ వచ్చేసరికి ఆలస్యం అయిపోయింది.

రవి పొద్దున్నే ఏదో పనిమీద వెళ్ళిపోయాడు. చంద్రం మాత్రం వుండి పోయాడు. ముందు చాలా క్లిష్టమైన సమస్య వుంది మరి.

ఇంకాసేపట్లో ఊళ్లోకి వెళ్తారనగా సత్యం ఫోన్ చేశాడు గోపీకి.

"ఇంకో అరగంటలో వచ్చేస్తున్నాంరా" అన్నాడు.

"వాళ్లు వచ్చేస్తారింకాసేపట్లో" అన్నాడు గోపీ.

బస్సు సత్యం ఇంటికే వచ్చేసింది. యాత్రలకెళ్లిన ఊరివాళ్ళంతా కూడా రాబోయే పెళ్ళివారిని చూస్తాం అని సరదాపడ్డారుగానీ గోపీ నచ్చచెప్పి వాళ్లని వాళ్ళ ఇళ్ళకు పంపేశాడు.

వీళ్ల కుటుంబం మాత్రం లోపలికొచ్చారు.

"అసలేమైందిరా? వాళ్ళేమన్నారు? అసలిదంతా ఎలా జరిగింది? అబ్బాయెలా వున్నాడు" అంటూ ప్రశ్నలవర్షం కురిపిస్తుంటే గోపీ విసుక్కున్నాడు. "అవన్నీ తీరిగ్గా మాట్లాడుకుందాం. ముందు స్నానాలవీ కానీండి. వాళ్ళొచ్చే టైముకి మీరు ఇంట్లో జిడ్డోడుతూ వుంటే బావుండదు" అని తరిమేశాడు.

తల్లిని చూడగానే వచ్చి కావలించేసుకుంది సరోజ. బంగారంరంగు పట్టుచీరె కట్టుకుని, చక్కగా నగలు పెట్టుకుంది. మొహంలో సంతోషం. బంగారుబొమ్మలా వుంది. కూతుర్ని తనివితీరా చూసుకుంది శాంత. బుగ్గలు పుణికి ముద్దుపెట్టుకుంది.

"సరోజా, అబ్బాయెలా వున్నాడే! నీకు నచ్చాడా!" అంది.

సరోజ మొహం ఎర్రబడిపోయింది. "ఛో అమ్మా" అంది సిగ్గుగా.

అప్పటిదాకా అసంఖ్యాకంగా జరిగిన పెళ్ళిచూపుల తర్వాత అబ్బాయెలా వున్నాడే అంటే మొద్దావతారంలా వున్నాడు, ఏబ్రాసిలా వున్నాడు అని మొహం మాడ్చుకునే సరోజ మొహంలో కనిపిస్తున్న సంతోషం చూసి శాంత మనసు తేలికపడింది. ఎంతో సంతోషం కలిగింది. ఇదంతా యాత్రలకెళ్ళిన ఫలితం. ఆ దేవుళ్ళంతా కరుణించారు అనుకుంది.

ఆ తర్వాత అందరూ హడావుడిగా స్నానాలవీ చేసేశారు.

గోపీ రాజశేఖరంగారికోసం ఏర్పాటు చేసిన విడిదికి వచ్చి ఏర్పాట్లన్నీ సరిగా వున్నాయో లేదో చూసుకుంటూ వుంటే చంద్రం అక్కడికి వచ్చాడు.

"మీరివ్వాళ ఆఫీసుకెళ్ళలేదా?" అడిగాడు గోపీ.

"నాన్నగారు వాళ్లు వస్తున్నారుగా. అందుకే వుండిపోయాను" అన్నాడు.

"అవునట. మీ నాన్నగారుకూడా వస్తున్నారుట. రాజశేఖరంగారు చెప్పారు. ఇంతకీ ఈ రవిగారు అదేలెండి చంద్రంగారు ఏరి?" అడిగాడు గోపీ.

"ఏదో పనిమీద వెళ్ళారు. వస్తారు" అన్నాడు చంద్రం.

"దుర్గని కూడా వుండమన్నా వుండలేదు. దానికీ ఏదో పనిట" అన్నాడు గోపీ.

"సార్! నాదో సందేహం. మీకు దుర్గగారంటే ఇష్టమేనా?" అడిగాడు చంద్రం.

"భలేవారే! ఏమిటా ప్రశ్న? అసలెందుకొచ్చిందా అనుమానం?"

"ఊరికే అడిగాలెండి. ఇంతకీ నా సందేహం తీర్చలేదు మీరు."

"దుర్గ అంటే నాకు ప్రాణంతో సమానం" చెప్పాడు గోపీ.

"మరి మిగిలిన వాళ్ళందరికీ?" మరోప్రశ్న.

"మా అందరికీ దుర్గా, సరోజా రెండు కళ్ళు. మా ప్రాణాలన్నీ వాళ్ళమీదే పెట్టుకుని బతుకుతున్నాం. సరేనా" చెప్పేసి వెళ్ళబోయిన గోపీని పిలిచాడు చంద్రం.

"మళ్ళీ ఏమిటి? నాకవతల బోలెడు పన్లున్నాయి. నాన్నగారూ వాళ్ళందర్నీ ఇక్కడికి తీసుకురావాలి. మీ వాళ్ళొచ్చేసరికి ఇక్కడ మా వాళ్ళంతా రెడీగా వుండాలిగా రిసీవ్ చేసుకోడానికి" అన్నాడు గోపీ కాస్త అసహనంగా.

"అదంతా ఏం వద్దు. వాళ్ళు రాగానే వాళ్ళతో నేను చాలా అర్జెంట్‌గా కొన్ని విషయాలు మాట్లాడాలి. ఇక్కడ జరిగినదంతా చెప్పాలి కదా! కాబట్టి మీరు తర్వాత నిదానంగా రండి. కాఫీ అవీ పనివాళ్ళచేతనే పంపించండి" అని చెప్పాడు చంద్రం.

"అంటే వాళ్ళొచ్చేసరికి రిసీవ్ చేసుకోకపోతే మర్యాదగా వుంటుందా" సందేహించాడు గోపీ.

"మర్యాదలవీ తర్వాత. ముందు పని సానుకూలం అయ్యాక ఎన్ని మర్యాదలైనా చెయ్యచ్చు. నేనెందుకు చెప్తున్నానో అర్థం చేసుకోండి" అన్నాడు చంద్రం.

ఎగాదిగా చూశాడతనివంక. "అవున్లెండి. ఊళ్ళో కాలుపెట్టిన దగ్గరనుండీ మీరే చూసుకుంటున్నారు అన్ని విషయాలూ, మీ ఇష్టం. మీరు చెప్పినట్లే

చేద్దాం" అన్నాడు గోపీ. గుండెనిండా ఊపిరి పీల్చుకున్నాడు చంద్రం. గోపీ వెళ్ళిపోయాడు.

బుర్ర వేడెక్కిపోయేలా ఆలోచిస్తూ పచార్లు చేస్తున్నాడు చంద్రం. దూరంగా కారుహారన్. పనివాళ్ళంతా చివాల్న లేచారు. ఎంత వద్దని చెప్పినా మిగిలిన వాళ్ళను ఇంటిదగ్గరే ఆపేసి గోపీ మాత్రం పరుగున వచ్చేశాడు.

కారు తలుపు తీశాడు. రాజశేఖరం దిగాడు. శ్యామల దూకేసింది, అన్నయ్యా అంటూ చంద్రం దగ్గరికి పరిగెట్టింది. మిగిలిన వాళ్ళూ దిగారు. కాళ్లకి నీళ్ళిచ్చారు పనివాళ్ళు. తనని పరిచయం చేసుకున్నాడు గోపీ. కుశల ప్రశ్నలు అయ్యాక "మీరు కాసేపు రెస్ట్ తీసుకోండి" అనేసి జారుకున్నాడు.

లోపలికొచ్చారు అందరూ. కొడుకుని కావలించుకుంది క్రిష్ణవేణి. తలా, చెంపలూ నిమురుతూ వుండిపోయింది. ఆనందంతో మాట రాలేదావిడకి. కొడుకుని విడిచి ఇన్నాళ్ళు ఎప్పుడూ వుండలేదు. రాజశేఖరం కొడుకువంక పరవశంగా చూస్తూ వుండిపోయాడు. ఇప్పుడు గడ్డంలేదు చంద్రానికి. మొహం కళగా వుంది. సన్నబడ్డాడు. చక్కగా చూడముచ్చటగా వున్నాడు.

నరసింహం, లక్ష్మికూడా చంద్రాన్ని చూసి ముచ్చటపడ్డారు. "రవెలా వున్నాడు చంద్రం" అడిగింది లక్ష్మి.

"బ్రహ్మాండంగా వున్నాడత్తయ్యా" చెప్పాడు.

"అన్నయ్యేడీ?" అడిగింది శ్యామల.

"పనిమీద వెళ్ళాడు. వస్తాడు"' చెప్పాడు చంద్రం.

పనివాళ్ళు కాఫీ పట్టుకొచ్చారు. కాఫీ తాగారందరూ. "మామయ్యా, మీరు కాసేపు విశ్రాంతి తీసుకోండి" అన్నాడు చంద్రం.

"నాన్నగారూ, మీరూ కాసేపు పడుకోండి. ప్రయాణం చేసొచ్చారు కదా" అన్నాడు.

ఎవరి సామాను వాళ్ళ గదిలో పెట్టారు పనివాళ్ళు.

డబల్‌కాట్‌మీద పడుకున్నాడు రాజశేఖరం. పక్కనే కూర్చుంది క్రిష్ణవేణి.

అమ్మవడిలో తలపెట్టుకుని పడుకున్నాడు చంద్రం. ఆప్యాయంగా అతని తల నిమురుతోంది క్రిష్ణవేణి. పక్కకు తిరిగి కొడుకుమీద చెయ్యివేశాడు తండ్రి. కాసేపలా వుండిపోయారు ముగ్గురూ.

"చెప్పరా! ఏమిటి విశేషాలు?" అడిగాడు రాజశేఖరం.

"చాలా వున్నాయి నాన్నగారూ! ఎక్కడ్నించి మొదలుపెట్టాలో అర్థం కావడంలేదు" అన్నాడు చంద్రం.

చివాల్న లేచి కూర్చున్నాడు రాజశేఖరం. "ఏవిట్రా? ఏదైనా ప్రాబ్లమా?"

"అవును. ప్రాబ్లమే."

"ఏమిటది?"

"చెప్తాను. అమ్మా ఒక్క మాటడగనా?" తల్లిని అడిగాడు.

"అడుగు కన్నయ్యా" అందావిడ.

"నీకు నామీద చాలా ప్రేమకదమ్మా."

"ఏవిట్రా ఆ మాటలు? నీకు తెలీదా?"

"అమ్మా! చిన్నప్పటినుంచీ నాతోనే నీ జీవితం. నామీదే ప్రాణాలు పెట్టుకు బతికావు. నీ ఇష్టప్రకారమే నేను ఉద్యోగం మానేసి ఇంట్లో కూర్చున్నా. మరి ఇప్పుడు నా సంతోషం కోసం నేను ఏమైనా అడిగితే సరే అంటావా?"

ఆవిడకి ఏడుపొచ్చేసింది. "ఏవిట్రా అలా అంటావ్? నువ్వు అడిగితే నేనేం కాదన్నానురా!"

"గతం సంగతి వదిలెయ్. ఇప్పుడు చెప్పు. ఈ ఒక్కసారికీ నా సంతోషం ఏమిటో నన్ను నిర్ణయించుకోనిస్తావా?" మళ్ళీ అడిగాడు.

"చూశావా వాడెలా అంటున్నాడో? ఉద్యోగం వద్దంటే అది నాకోసం అన్నానా, వాడికోసమే కదా! అప్పటికీ పూలతోటలు పెంచుకోమన్నాను. వాడే మానేశాడు" ఆక్రోశించింది.

"ఆ పూలతోటలు సరే, నా కాలక్షేపం సరే. అప్పట్లోనే కదా అలా ఒళ్ళొచ్చిన నన్ను చూసి నాన్నగారనుకున్నారు అందరూ" అన్నాడు చంద్రం.

"ఎప్పటి విషయాలో ఇప్పుడెందుకురా! వదిలెయ్యండి. ఇంతకీ నీ నిర్ణయం ఏమిటి అది చెప్పు" కల్పించుకున్నాడు రాజశేఖరం.

"నా ఉద్యోగం అటక ఎక్కాక పెళ్లి ప్రయత్నాలు మొదలుపెట్టారు. పోన్లే పెళ్ళిచేసుకుని హాయిగా లైఫ్ ఎంజాయ్ చేద్దామని ఆశపడ్డా. పెళ్లీ కుదర్లేదు. హోమాలు చేశా. దానాలు చేశా. సిద్ధాంతిగారిని వెంటేసుకుని తీర్థయాత్రలు చేశాను. అయినా ఫలితం లేదు. ఏదో, ఇక నా ఖర్మ ఇంతే అనుకుంటూ వుండగా అమ్మ ఆ సుస్మిత అనే పెళ్లికూతుర్ని తీసుకొచ్చింది. ఆ పిల్లేమో నన్ను పట్టుకుని నానా మాటలూ అంది" అంటూ జరిగిందంతా చెప్పి కళ్ళనీళ్ళ పర్యంతం అయ్యాడు చంద్రం.

క్రిష్ణవేణికి చాలా కోపం వచ్చింది. "ఎంత పొగర్రా దానికి! నిన్ను పట్టుకుని అంతలేసి మాటలంటుందా? అప్పుడే నాతో చెప్పుంటే దాని కాళ్ళూ, వాళ్ళమ్మ కళ్యాణి కాళ్ళూ కూడా విరగ్గొట్టి పంపించేదాన్ని" అంది.

"ఎందుకూ! ఆ అమ్మాయి నిష్ఠూరంగానే అయినా నిజమే చెప్పింది. అందుకే ఇక పెళ్ళొద్దనుకున్నాను. మీ దగ్గర మాటకూడా తీసుకున్నాను. కానీ నాన్నగారు నా వెనకాల కథ నడిపి ఈ ఊరు ఉద్యోగం వంకన పెళ్లికోసం పంపించారు" కష్టంగా అంటూ తండ్రివంక చూశాడు.

ఆయన తలవంచుకున్నాడు. "మరేం చెయ్యనురా! ఒక్కగానొక్క కొడుకువి. పెళ్ళొద్దని భీష్మించుకు కూర్చుంటే ఏంచెయ్యను? సరిగ్గా అప్పుడే ఈ సంబంధం వచ్చింది. అందుకే అలా అబద్ధం ఆడి పంపించా."

"అవున్రా కన్నయ్యా! వెయ్యి అబద్ధాలాడి ఒక్క పెళ్ళి చెయ్యమని సామెత కూడా వుంది కదా" భర్తని సమర్థించింది.

"అలాగా అమ్మా. అయితే ఇక నాకు ఏ భయమూ లేదు. మీరాడినవీ నేనాడినవీ అన్ని అబద్ధాలూ కలిపినా పాతిక దాటవు" అన్నాడు చంద్రం సంతోషంగా.

"నువ్వా! నువ్వేం అబద్ధాలాడావురా?" అడిగాడు రాజశేఖరం.

"చెప్తా వినండి. ఆ వేళ ఊళ్ళోకి రాకముందే మీరు పెళ్లిప్లాను వేసి ఉద్యోగం వంకన పంపించారని తెలిసిపోయింది. నాకు కోపం బాధా కలిగాయి. నేనూ

మీ ఎత్తుకు పై ఎత్తు వేస్తాననుకుంటూ ఓ నాటకం ఆడాను" అంటూ అంతా చెప్పాడు. దుర్గతో పరిచయం, ఆవిడ ఉద్యోగం ఇప్పించటం, వారిద్దరిమధ్యా స్నేహం పెరగడం, ఆ స్నేహం అభిమానంగా మారడం అంతా చెప్పాడు.

"ఇదీ నాన్నగారూ అసలు విషయం. జీవితంలో నేను ఏదీ అడక్కుండానే అన్నీ అమర్చారు. కాదనను. కానీ ఇంతవరకూ నేను కోరుకున్న జీవితం నాకు దక్కలేదనే చేదునిజం మీరూ ఒప్పుకోవాలి. ఇప్పుడీ అమ్మాయి మీద నాకు ప్రేమ కలిగినది. దుర్గని పెళ్లి చేసుకోవాలని నా కోరిక" చెప్పేశాడు.

నోరావలించుకుని వింటూ వుండిపోయారు వాళ్ళిద్దరూ.

"అయితే పెళ్ళికూతురు సత్యంగారమ్మాయి కాదా?" అడిగాడు రాజశేఖరం.

"కాదు. వారి అన్నగారమ్మాయి."

"మరి, వారికి ఆస్థిపాస్తులు అవీ" అడిగింది క్రిష్ణవేణి.

"ఎక్కువేం లేవు."

"మరి నీకు ముద్దుముచ్చట్లు జరగవద్దా?" మళ్ళీ అడిగింది.

"నువ్వు చేసే ముద్దు చాలమ్మా. మామగారింట్లో జరక్కపోయినా ఫర్వాలేదు."

"ఒక్కతే అమ్మాయంటున్నావు మరీ!"

"అమ్మా! ఇక ఆ పాయింట్లన్నీ వదిలెయ్. నాకు దుర్గ నచ్చింది. తనని పెళ్లిచేసుకుని ఆనందంగా జీవితం సాగించాలని నా ఆశ. నువ్వు కాదంటే ఇప్పటికే ఎన్నోసార్లు నిరాశతో విసిగిపోయిన నాకు పిచ్చెక్కుతుంది. లేదా నా గుండె ఆగిపోతుంది. నిన్ను నేను బలవంతపెట్టను. ఆవేళ నువ్వు నా చేత ఒట్టు వేయించుకున్నావు చూడు. అలా ఒట్టుకూడా వేయించుకోను. నీ ఇష్టం. సరే అని నన్ను సుఖంగా బతకమంటావో కాదని మళ్ళీ నా జీవితం ఎడారిగా మారుస్తావో నీ ఇష్టం" అనేసి లేచి వెళ్లి ఎదురుగా వున్న కుర్చీలో కూర్చున్నాడు.

క్రిష్ణవేణికి ఏడుపొచ్చేసింది. అది చూసి కంగారుపడ్డాడు రాజశేఖరం.

"నువ్వు ఆవేశపడకు. మళ్ళీ నీ ఆరోగ్యం పాడైతే ఇక్కడ మన డాక్టరుకూడా లేడు. శాంతంగా వుండు, నిదానంగా ఆలోచించు" అన్నాడు.

"ఇంకేం వుంది ఆలోచించేందుకు? వాడిష్టమే నా ఇష్టం. వాడు సుఖంగా వుంటే అంతకంటే నాకేం కావాలి? అసలు వాడింత బాధపడుతున్నాడని తెలిస్తే, నేనే మనసు గట్టిచేసుకుని ఉద్యోగానికే పంపేదాన్ని" అంది ఏడుస్తూనే.

చంద్రం మొహం వెలిగిపోయింది. "అమ్మా" అంటూ వచ్చి మళ్లీ ఒడిలో తలదాచుకున్నాడు.

రాజశేఖరం మాత్రం గంభీరంగానే వున్నారు.

"చంద్రం... ఇలా నాటకం ఆడటం నువ్వు చేసిన పెద్ద తప్పు. పెద్ద మనుషులతో వ్యవహారం. వాళ్ళు తమ్ముడి కూతుర్ని ఇస్తామంటే కాదు మావాడికి అన్నగారమ్మాయి నచ్చిందని చెప్పడం ఎలారా?" అన్నాడు.

"ఏమో నాన్నగారూ! ఇవన్నీ నేనప్పుడు ఊహించలేదుగా. మీరు నన్ను మోసం చేశారని ఉక్రోషంతో అలా చేశాను. ఆ తర్వాత అన్ని సంఘటనలూ వాటంతట అవే జరిగిపోయాయి. అయినా ఎన్నో వ్యవహారాలు చక్కబెడతారు మీరు. ఎంతోమంది సమస్యలు తీరుస్తారు. మీ కొడుకు జీవితం కోసం ఆ మాత్రం చెయ్యలేరా?" ముందరి కాళ్లకు బంధం వేశాడు.

తల పట్టుకున్నాడాయన. పనివాడొచ్చాడు మళ్ళీ కాఫీ తీసుకుని. "ఫలహారాలు పంపించమంటారా అని అడిగారు మా అయ్యగారు" అని అడిగాడు.

"ఇప్పుడేం వద్దులే. నువ్వెళ్ళి గోపీగారిని ఓసారి రమ్మన్నానని చెప్పు" అన్నాడాయన.

ఆ కబురందుకోగానే అందుకోసమే వేయికళ్ళతో ఎదురు చూస్తున్న గోపీ, సత్యం, పెద్దాయన, మోహన్, మధ్యవర్తిగా ఈ సంబంధం గురించి చెప్పిన గోపాలం అందరూ కట్టకట్టుకుని వచ్చేశారు. అందర్నీ చూసి కంగారుపడ్డాడు రాజశేఖరం.

అందరూ రాగానే రాజశేఖరంగారికి వినయంగా నమస్కారాలు చేశారు. తమని తాము పరిచయం చేసుకున్నారు. మీలాటి గొప్పవారు చాలా అరుదుగా వుంటారన్నారు. మీవంటివారు మా ఇంట కాలుపెట్టడమే మహాద్భాగ్యం

అన్నారు. వాళ్ళలా కూర్చోబెట్టి పొగుడుతుంటే చాలా మొహమాటంగా అనిపించింది ఆయనకి. చంద్రాన్ని పిల్చి మామయ్యని పిలవరా అని చెప్పాడు.

అంతమంది అటువైపు, తనొక్కడే ఇటువైపు ఎందుకో పిరికితనం ఆవహించింది. నరసింహం వుంటే బావుంటుందనిపించింది.

నరసింహం మంచినిద్రలో వున్నాడు. చంద్రం లేపగానే ఆదరాబాదరాగా చన్నీళ్ళతో మొహం కడుక్కుని వచ్చేసి కూర్చున్నాడు.

వాళ్ళింకా పొగుడుతూనే వుంటే చెయ్యి జాపి వారించాడు రాజశేఖరం. చేతులు జోడించాడు. "మీరంతా సావకాశంగా వినండి. విన్నతర్వాత ఆవేశపడ కుండా నిదానంగా శాంతంగా ఆలోచించండి. మీరింతగా పొగిడాక ఇలాటి విషయం మాట్లాడాల్సి వచ్చినందుకు నాకు చాలా మొహమాటంగా వుంది. నావల్లా, మా అబ్బాయివల్లా ఓ పొరపాటు జరిగింది" అంటూ మొదలుపెట్టి జరిగిందంతా చెప్పుకొచ్చాడు. శ్రోతలంతా నిర్ఘాంతపోయారు. అసలు జరిగిందేమిటో అర్థం కావడానికే చాలా సమయం పట్టింది వాళ్ళకి. నరసింహం పరిస్థితి అంతకంటే దారుణంగా వుంది. నిద్రమత్తునించీ ఇంకా తేరుకోలేదేమో అసలు పూర్వాపరాలు అంతుపట్టడం లేదు ఆయనకి. అయోమయంగా వుంది.

"అంటే మీ అబ్బాయి దుర్గని వివాహం చేసుకోవాలనుకుంటున్నాడా?" అన్నాడు గోపాలం. ఇరువైపువారికీ ఈ సంబంధం గురించి చెప్పింది ఆయనే కాబట్టి అడిగాడు.

"అవునండీ! మీరంతా మావాడిని క్షమించి సరే అంటే ఆనందంగా ఆ అమ్మాయిని మా ఇంటికోడల్ని చేసుకుంటాం" అన్నాడు రాజశేఖరం వినయంగా చేతులు జోడించి.

సత్యంగారి వెంటే టిఫెన్లు తీసుకుని వంటమ్మాయీ, మరో పనమ్మాయీ వచ్చారు.

వాళ్లు ఈ తతంగం అంతా చూస్తూనే వున్నారు. విషయం అర్థం కాగానే పరుగున ఇంటికి వెళ్ళి బాంబు పేల్చేశారు ఈ వార్తని. అందరూ అదిరిపడ్డారు.

"ఏవిటీ, ఈ పెళ్ళికొడుకు దుర్గనే చేసుకుంటానంటున్నాడా? అన్యాయం, ఇదేం ఖర్మ" అంటూ గోలపెట్టేసింది సుందరమ్మ.

సరోజ నిర్ఘాంతపోయింది. మరుక్షణం ఆగ్రహావేశాలతో వూగిపోయింది. చివాల్న కుర్చీలోంచి లేచింది. "ఏం తమాషాగా వుందా? ఆ ప్రబుద్ధుడిని కాలరు పుచ్చుకుని అడుగుతాను" అంటూ. "వద్దు సరోజా, ఆగు. అక్కడ నాన్నగారూ వాళ్ళూ వున్నారుగా" అని వారిస్తున్నా వినకుండా విసవిస నడుచుకుంటూ వెళ్తుంటే అందరూ వెంటబడ్డారు.

ఆ ఇంట్లోకి వచ్చేసింది. "ఏడి! ఏడి ఆ పెద్దమనిషి? ఇటు రమ్మనండి, నేను నాలుగూ అడిగేస్తాను. దుర్గని చేసుకోడం ఏమిటి?" అంటూ దూకుడుగా అడిగేసింది.

"నేనే ఆ పెద్దమనిషిని. అడగండీ ఏం అడగాలో?" అన్నాడు చంద్రం.

తెల్లబోయింది సరోజ. "మీరా? మీరా దుర్గని పెళ్ళి చేసుకుంటానన్నది?"

"అవును. నేనే!"

"థాంక్ గాడ్! నేనింకేవిటో ఊహించుకుని భయపడ్డాను. ఈ సీతాలు వచ్చి రాజశేఖరంగారి అబ్బాయిగారు దుర్గమ్మని పెళ్ళి చేసుకుంటారు అనేసరికి కోపం వచ్చేసింది. సారీ, ఏమీ అనుకోకండి" అంది తలొంచుకుని.

"ఉండమ్మా, నువ్వు విన్నది నిజమే. ఇతనే రాజశేఖరంగారి అబ్బాయి చంద్రం" అన్నాడు గోపాలం.

"మరి అసలు చంద్రంగారో?" అయోమయంగా వుంది సరోజకి.

"అతను రవి. ఈ నరసింహంగారి అబ్బాయి" చెప్పారు వివరంగా.

"అతనేడీ?" ఇంకా అర్థంకావడం లేదు సరోజకి.

"బయటికెళ్ళాడు. వస్తాడు."

అప్పటికి అందరికీ మెల్లిమెల్లిగా అసలు విషయం అర్థం అయింది.

సరిగ్గా అప్పుడే ఊళ్ళోకి వచ్చింది దుర్గ. అందరూ ఇక్కడే వున్నారని తెలిసి ఇక్కడికే వచ్చింది.

"అదుగో వచ్చింది మహాతల్లి. రామ్మా రా!" అంటూ గొంతేసుకుని అరవటం మొదలుపెట్టింది సుందరమ్మగారు.

"అమ్మో! ఎంత నాటకం? ఎంత నాటకం? మనల్ని యాత్రల నెపం పెట్టి ఊర్నించి పంపించారు. డబ్బున్న ఈ అబ్బాయిని రప్పించారు. ఆ దుర్గని ఎరవేశారు. ఒసే శాంతా, నీకెన్నిసార్లు చెప్పినా బుద్ధి రాలేదు. ఇప్పుడు ఏడుస్తూ కూర్చో. ఇదంతా నీ మామగారూ, నీ బావా, నీ మరిది ఆడిన నాటకం. నీ మొగుడూ, నువ్వూ వుత్త అమాయకులు. నీ కూతురు వెర్రిబాగులది. అదుగో ఆ వయ్యారిభామ దుర్గ. అందరూ ఏకమై నీ ఇంటికే ఎసరు పెట్టారు. సరోజ కోసం చూసిన సంబంధం ఆ దుర్గకి కట్టబెడుతున్నారు. ఇదెక్కడి అన్యాయమే తల్లీ! ఓ దుర్గా, సరోజ కొంప ముంచావు కదే!" అంటూ శాపనార్థాలు పెట్టేస్తోంది. ఆవిడ నిందలకి అందరూ తలొంచుకున్నారు.

దుర్గకి ఏమీ అర్థం కావడంలేదు. బలిపశువులా నిలబడిపోయింది దుర్గ. ఆ అమ్మాయిని చూసి జాలిపడ్డాడు గోపాలం. జరిగిందంతా చెప్పాడు.

"ఏమిటిదంతా? అంతా వారిష్టమేనా? నాకసలీ పెళ్ళే ఒద్దు. నాకిష్టంలేదు" విసురుగా చెప్పింది.

"చాల్లే వెధవ వేషాలూ నువ్వూనూ. నువ్వూ, ఆ గోపీ కలిసి చేసేది అంతా చేసేసి ఇప్పుడు మళ్లీ ఇదో కొత్తనాటకమా! సిగ్గులేకపోతే సరి" ఈసడించింది సుందరమ్మ. దుర్గ తాతయ్య దగ్గరికెళ్ళి ఏడిచింది. గోపీ మొహంలో కత్తివేటుకి నెత్తురుచుక్క లేదు.

సీతకి ఏడుపొచ్చేసింది. "ఈ గొడవలన్నీ మీకెందుకండీ అంటే విన్నారు కాదు. ఇప్పుడు చూడండి ఏమైందో. మంచికి పోతే చెడు ఎదురైంది" అంది.

తాతగారి ఒడిలో తల దాచుకుని ఏడుస్తున్న దుర్గని చూస్తుంటే మనసు కరిగిపోయింది చంద్రానికి.

సుందరమ్మగారు చంద్రం దగ్గరకొచ్చింది. "చూడు నాయనా! ఆ దుర్గ వల్లో పడకు. మా సరోజ బంగారుతల్లి" అంటూ చెప్పబోతే మండిపడ్డాడు చంద్రం.

"ఇందాకటినుంచి చూస్తున్నా అందరినీ తిట్టిపోస్తున్నారు. మీకు నిజం తెలియకపోతే అడిగి తెలుసుకోవాలి. అంతేకానీ అందరిమీదా దండయాత్ర చేస్తే ఎట్లా? ఇందులో ఎవరి తప్పూ లేదు. తప్పంటూ వుంటే అది నాది" అన్నాడు.

"అదికాదు నాయనా! ఆ దుర్గసంగతి నీకు తెలీదు. అందర్నీ ఇలానే బుట్టలో వేస్తుంది" అంది సుందరమ్మ.

"బుట్టలో పడడానికి నేనేమైనా కోడినా! ఇక చాలు ఆపండి" అంటూ అందరివంకా చూశాడు. "మీరంతా పెద్దవాళ్ళు. నాకూ, దుర్గకీ ఆప్తులు. అందరిముందూ అడుగుతున్నాను. నేను దుర్గని పెళ్ళి చేసుకుందామను కుంటున్నాను. మీకెవరికైనా ఏమైనా అభ్యంతరం వుంటే చెప్పండి" అన్నాడు.

పెద్దాయన సమాధానం చెప్పాడు. "చూడు నాయనా! నీది ఉడుకురక్తం. ఆవేశం ఎక్కువ. ఈ పెళ్ళి జరగదు. మీతో మేము ఏ విధంగానూ తూగలేం" అన్నాడు.

మోహన్ కూడా "అవును బాబూ. మేము సామాన్యులం. అదీగాక మీతో మా సరోజ వివాహం జరిపించాలనే అనుకున్నాం" అన్నాడు.

"చూడండి. ఈ తూగటాలూ అవీ అనవసరం. ఇకపోతే మీరు నన్ను పెళ్ళి ఉద్దేశ్యంతో పిలిపించారేమో గానీ నేనుమాత్రం ఉద్యోగం కోసమే వచ్చాను. ఇలాటి సిల్లీ కారణాలు చెప్పి ఈ పెళ్లి ఆపాలని చూడద్దు. ప్లీజ్" అన్నాడు.

దుర్గ విసురుగా లేచింది. "నాకీ పెళ్ళి ఇష్టంలేదు" అంది. అంతా ఆశ్చర్యపోయారు.

"అలాగా! కారణం తెలుసుకోవచ్చా?" అడిగాడు చంద్రం.

తడబడిపోయి వెంటనే సమాధానం చెప్పింది. "నేను నాకంటే ఎక్కువ క్వాలిఫికేషన్ వున్నవాడిని పెళ్ళి చేసుకుందామనుకున్నా."

"అయితే ఏ ప్రాబ్లం లేదు. నేను ఇంజనీరింగ్ డిస్టింక్షన్‌లో పాసయ్యా. ఈ క్వాలిఫికేషన్ చాలా?" అన్నాడు చంద్రం.

"నాకు డబ్బున్న వాళ్ళంటే భయం" మరో సాకు చెప్పింది.

"మరి మీ బాబాయ్‌గారంటే కూడా భయమేనా?" అడిగాడు.

ఇంకేం చెప్పాలో తెలియక "ఇన్ని మాటలు అనవసరం, నాకీ పెళ్ళొద్దు. ఇదే కాదు అసలు పెళ్ళే వద్దు" అనేసి లోపలికి పారిపోయింది.

"మీరావిడ మాటలు పట్టించుకోకండి. ఆవిడగారి సంగతి నేను చూసుకుంటాగా! మీరు మిగిలిన విషయాలు మాట్లాడుకోండి" అనేసి దుర్గ వెళ్ళిన గదిలోకి వెళ్ళాడు చంద్రం.

నేలమీద కూలబడి మంచంమీద తలవాల్చుకుని ఏడుస్తోంది దుర్గ. దగ్గరికెళ్ళి మంచంమీద కూర్చున్నాడు చంద్రం. "ఎందుకేడుస్తున్నారు? ఇప్పుడు ఏడవాల్సినంత కష్టం ఏమొచ్చింది? చెప్తే నేనూ ఏడుస్తా" అన్నాడు.

"మీకంతా తమాషాగా వుంది. నా బాధ మీకేం తెలుస్తుంది? ఎందుకింత నాటకం? మీరెవరో దాచడం ఎందుకు? అందర్నీ ఇలా మోసం చెయ్యడం అన్యాయం కదూ!"

"ఏడిసినట్లుంది. ప్రేమించి చెప్పా పెట్టకుండా పారిపోతే మోసం చేసినట్లు అవుతుందిగానీ అందర్నీ ఒప్పించి పెళ్ళిచేసుకుందామని ట్రై చేస్తుంటే ఇది మోసమా?"

"నాకసలు పెళ్ళంటే ఇష్టంలేదు. నా కాళ్ళమీద నేను నిలబడాలి."

"అలాగే నిలబడండి. ఎవరొద్దన్నారు? పెళ్ళయ్యాక కూడా చెయ్యొచ్చు ఆ పని. పెళ్ళయినంత మాత్రాన నేనేం భుజాన వేసుకుని తిరగను కదా మిమ్మల్ని."

"ఇవన్నీ కాదు. నాకు మీరంటే ఇష్టంలేదు" చెప్పింది.

మంచంమీద నుంచి లేచి భుజాలు పట్టుకుని లేవదీశాడు సున్నితంగా. ప్రేమగా దగ్గరికి తీసుకున్నాడు. "నీకు నా మీద ఇష్టంలేకపోతే పోన్లే. నాకు నువ్వంటే చాలా ఇష్టం. బోలెడంత ప్రేమ. నా ఒక్కడి ప్రేమా చాలు మనం సుఖంగా బతకడానికి."

అతన్ని విడిపించుకుని ఏదో చెప్పబోయింది.

చంద్రం వదల్లేదు. మాట్లాడనివ్వలేదు. "ఇప్పటికీ అల్లరి చాలు. జీవితం అంతా ముందే వుంది. అప్పుడు మిగతా విషయలు మాట్లాడుకుందాం" అన్నాడు. ఇక నటించడం చాతకాలేదు దుర్గకి.

"వదలండి. బయట అందరూ వున్నారు. బావుండదు" అంది మెల్లిగా.

"నువ్వే వదలాలి నన్ను" అన్నాడు చంద్రం నవ్వుతూ. ఉలిక్కిపడి అతన్ని వదిలేసి బయటికి పారిపోయింది.

చంద్రంకూడా వచ్చి హాల్లో అందరి దగ్గర కూర్చున్నాడు.

ఎవరూ ఏమీ మాట్లాడుకోడం లేదు. అందరూ మౌనంగానే వున్నారు.

జరిగింది మంచిదే అయినా ఆ మంచి ఇలా జరక్కుండా వుంటే బాగుండేది అనిపిస్తోంది అందరికీ.

గోపీ పూర్తిగా డీలాపడిపోయాడు. నోటమాట రావడంలేదు. తల రెండు చేతులతో పట్టుకుని కూర్చున్నాడు. పెళ్ళయ్యాక ఇన్నేళ్లలోనూ భర్తను ఎప్పుడూ అంత దీనస్థితిలో చూసి ఎరగదు సీత. కళ్ళనీళ్ళు పెట్టుకుంది. శాంతకి ఏమీ అర్థం కావడంలేదు. కమల మొహాన కత్తివేటుకి నెత్తురుచుక్క లేదు. తప్పు చేసినట్లు తలొంచేసుకుంది. పెద్దాయనా, పెద్దావిడా ఎటూ మాట్లాడలేకపోతున్నారు. చాలా బాధాకరంగా వుంది పరిస్థితి.

సత్యానికి గుండె పిండేసినట్లుగా వుంది. ఏం చెయ్యాలో పాలుపోవడంలేదు. సరోజ వంక చూశాడు. మామూలుగానే వుంది సరోజ. జడ ముందుకి వేసుకుని కొసలు విప్పుతూ అల్లుతూ కూర్చుంది. ఆయనకి దుఃఖం వచ్చేసింది.

"మరి సరోజ ఇష్టపడ్డ అబ్బాయి ఎవరు?" అడిగాడు.

నిశ్శబ్దంగా వున్న ఆ వాతావరణంలో భాంబు పడినట్లు అయింది.

అందరి బుర్రలూ మళ్ళీ పనిచెయ్యడం మొదలుపెట్టాయి. "వాడు మా రవి" అన్నాడు రాజశేఖరం.

"వివరంగా చెప్పండి" అన్నాడు సత్యం.

నరసింహానికి కాళ్ళు గడగడ వణికాయి. నోరెండిపోయింది.

రాజశేఖరానికీ చాలా సంకోచంగానే వుంది. మెల్లిగా రవి వివరాలు చెప్పాడు.

గుండెలు బాదుకుంది సుందరమ్మ. "ఎంత అన్యాయం గోపీ! చిన్నతనం నుండీ నిన్ను ప్రాణంతో సమంగా ఆదరించిన అన్నావదినలకు ఇంత ద్రోహం చెయ్యడానికి నీ మనసెలా ఒప్పిందయ్యా! ఆ దుర్గని అందలం ఎక్కించాలనుకున్నావు బానే వుంది. మరి సరోజని ఓ అనామకుడికి కట్టబెడదామనుకున్నావా? అదేం చేసిందని దానిమీద నీకు అంత కక్ష? బాబాయ్ బాబాయంటూ వెంట తిరిగే ఆ వెర్రితల్లికి అన్యాయం చెయ్యడానికి నీది గుండే బండరాయా?!"

ఆవిడ మాటలకు తట్టుకోలేక బావురుమని ఏడ్చేశాడు గోపీ. సీతకూడా ఏడవడం మొదలుపెట్టింది.

"చేసేదంతా చేసి ఇప్పుడీ దొంగ ఏడుపు ఎందుకయ్యా! నీకు బుద్ధిలేదు సరే. ఆ అబ్బాయికేం మాయరోగం? తన అర్హత ఏమిటో చూసుకోవాలికదా! అవన్నీ ఎందుకు చూసుకుంటాడులే ఏదో పెద్దప్లానే వేసుంటాడు ఆ ప్రబుద్ధుడు. పిల్చి దేహశుద్ధి చెయ్యండి" అంది సుందరమ్మ.

లక్ష్మికి, శ్యామలకి భయం వేసింది. శ్యామల ముందుకొచ్చింది.

"మా అన్నయ్య అలాటివాడు కాదు. జీవితంలో పైకి రావాలనే ఆశ తప్ప అత్యాశలేం లేవు. అన్నయ్యని అడుగుదాం. వాడి తప్పుంటే మీరంతా పెద్దవాళ్ళు. ఏదైనా శిక్ష వెయ్యండి" అంది గబగబా.

నరసింహం మెల్లిగా లేచాడు. "బాబూ! ఇదంతా నావల్లే జరిగింది. గాలికి తిరుగుతున్నాడు కదా పొరుగూరికి పంపిస్తే బాగుపడతాడేమో అనే ఆశతో చంద్రంబాబు వెంట మావాడిని పంపించాను. అదే నా బుద్ధితక్కువ. వాడిని కాదు నన్ను చెప్పుపెట్టి కొట్టండి. ఏదో ఉద్యోగం చేసుకుని బాగుపడతాడనుకున్నాను గానీ ఇక్కడకూడా వెర్రివేషాలు వేస్తాడనుకోలేదు. ఇంత ద్రోహం చేస్తాడనుకోలేదు" అన్నాడు.

"అదికాదండీ. రవి తప్పేముంది? ఇదంతా ఇలా జరగడానికి కారణం చంద్రంబాబు కదా!" అంది లక్ష్మి. మరి తల్లి మనసుకదా! కొడుక్కేమైనా అవుతుందేమో అని కొట్టుకుంది.

"నువ్వు నోరుమూసుకో. ఇలా వెనకేసుకొచ్చి వాడిని భ్రష్టు పట్టించావు. అవునూ ఇదంతా నువ్వు వాడికి నూరిపొయ్యలేదు కదా!" హఠాత్తుగా అనుమానం వచ్చిందాయనకి.

"ఏవిటండీ ఆ మాటలు?" అంది లక్ష్మి.

"ఆహోహో! ఎవరికి వారు ఎంత చక్కగా నాటకాలు ఆడుతున్నారు నాయనా! చూడముచ్చటగా వుంది. నిజమేమో అనిపించేసేలా వేస్తున్నారు వేషాలు. మిమ్మల్నిలా వదిలేస్తే లాభంలేదు. పోలీసులకి పట్టించాలి" అంది సుందరమ్మ.

"బామ్మా! ఏమిటి నీ గొడవ? ఏమైందని ఇంత గోల చేస్తున్నావు?" ఇందాకటినుంచీ చూస్తున్న సరోజ నోరు విప్పింది.

"ఇంకేం జరగాలే పిచ్చితల్లీ! అందరూ కలిసి నిన్ను మోసం చేశారు. ఓ అణాకానీ వెధవను తీసుకొచ్చి నీ ఎదుట నిలబెట్టి పెళ్ళికొడుకని చెప్పారు. వాడేమో తెలివిగా నిన్ను మాయచేశాడు" అందావిడ.

"అలాటి మాటలు మాట్లాడకు బామ్మా! అన్యాయంగా ఇంకొకర్ని ఆడిపోసుకోకూడదు. ఆ రవికి డబ్బు లేకపోవచ్చు. పెద్ద పెద్ద డిగ్రీలు లేకపోవచ్చు. కానీ చాలా మంచివాడు. మర్యాదస్తుడు. ఇన్నాళ్ళ పరిచయం లోనూ ఒక్కనాడు కూడా హద్దు దాటి ఒక్కమాట మాట్లాడలేదు" అంది సరోజ.

శ్యామల సరోజ దగ్గరికొచ్చింది. "మేడమ్! థాంక్స్. మీరైనా అన్నయ్య మంచితనం గమనించారు. మాకు అంతే చాలు. దయచేసి వాడిని క్షమించమని చెప్పండి. మేము మా ఊరెళ్ళిపోతాం. వాడికేదైనా అపకారం జరిగితే మేము బతకలేం" అంది కన్నీళ్ళతో.

"ఎందుకు వెళ్లిపోవడం? వెళ్తే రవి అనుకున్న ప్రాజెక్ట్ ఎలా పూర్తవుతుంది?" అంది సరోజ.

అంతా ఆశ్చర్యపోయారు. "అంటే ఏమిటే నువ్వనేది?" అన్నాడు సత్యం.

"మీరంతా ఎందుకింత గొడవ చేస్తున్నారో నాకు అంతుపట్టడం లేదు. నాకు రవి నచ్చాడు. కాకపోతే అదివరకు రాజశేఖరంగారి అబ్బాయి అన్నారు. ఇప్పుడు కాదంటున్నారు. అయితే ఏం కొంప మునిగింది? నేను నా నిర్ణయం ఎందుకు మార్చుకోవాలి?"

అందరూ నిర్ఘాంతపోయారు.

"అంటే! అతన్నే పెళ్ళి చేసుకుంటానంటావా?" అంది శాంత.

"అవును."

"వద్దు తల్లీ వద్దు. ఇది జీవితానికి సంబంధించిన విషయం. తొందరపడి ఇలాంటి మాటలు మాట్లాడకూడదమ్మా. మీకు అనుభవంలేదు. వజ్రాన్ని తీసుకొచ్చి ఇత్తడిలో పొదగరు ఎవ్వరూ. జరిగిందంతా ఒక పీడకలగా మర్చిపోండి. మేము ఆ వెధవని తీసుకువెళ్లిపోతాం. మీకు తగిన సంబంధం చూసి పెళ్లి చేస్తారు మీ వాళ్ళు" అన్నాడు నరసింహం చేతులు జోడించి.

"అవును సరోజా! చూస్తూ చూస్తూ నిన్ను ఏమీ లేనింట్లో పడెయ్యలేం కదమ్మా" అంది శాంత.

"తాతయ్యా! మీరేం మాట్లాడరేం?" అంది సరోజ.

"ఏం మాట్లాడను తల్లీ! ఇది జరిగే విషయం కాదు. అతన్ని మర్చిపో" అన్నాడాయన.

"నాన్నా, బాబాయ్, పెద్దనాన్నా ఏమిటిది? మరిందాక ఆ చంద్రంగారు పట్టుబట్టి దుర్గను పెళ్లికి ఒప్పిస్తే సరేనన్నారు. వాళ్ళిద్దరి మధ్యాకూడా ఆర్థికంగా చాలా తేడాలున్నాయిగా. దుర్గకో రూలూ నాకో రూలూనా?" అంది.

"అది వేరమ్మా! లేనింటి ఆడపిల్లని తెచ్చుకోవచ్చుగానీ, కలిగిన ఇంటి ఆడపిల్లని కోడలిగా తెచ్చుకోకూడదు" అన్నాడు నరసింహం.

వాకిలి దగ్గర కలకలం. రవి లోపలికొచ్చాడు. వెంట చంద్రం. ఊళ్ళోకి వస్తున్న రవిని పట్టుకుని నాలుగుముక్కల్లో అంతా చెప్పేశాడు చంద్రం.

"సారీ రవీ! అప్పుడేదో కోపంలో చెప్పేశానలా! ఎంతసేపూ నీకు ఆవిడమీద అటువంటి అభిప్రాయం వుందా లేదా అని అడిగి తెలుసుకుంటూ వచ్చానుగానీ ఆవిడవైపు నుంచి ఆలోచించలేదు" అన్నాడు. కళ్ళు తిరిగాయి రవికి.

"ఇదేమిటి బాస్! నన్ను నిలువునా ముంచేశావ్. జీవితంలో ఏదో మంచి జరుగుతుందని ఆశపడ్డాను. అంతా సర్వనాశనం అయిపోయింది కదా!"

"అదంతా తర్వాత తీరిగ్గా మాట్లాడుకుందాం. నిన్ను లైఫ్‌లో సెటిల్‌చేసే పూచీ నాదీ. సరేనా! ముందు ఈ సమస్య గట్టెక్కాలి. పద వెళ్దాం. నేనూ నీ వెంటే వుంటాను" అని తీసుకొచ్చాడు.

ఇంటినిండా జనం. అందరి చూపులూ రవిమీదే. దోషిలా నిలబడి పోయాడు. వెనక్కి తిరిగి చూడకుండా పారిపోదామనిపిస్తోంది.

సత్యం రవివంక చూశాడు. అబ్బాయి బావున్నాడు. కానీ సరోజని తను ఎంత గొప్పవాడికిచ్చి వివాహం చెయ్యాలనుకున్నాడు? బొత్తిగా పొంతన కుదరడం లేదు.

చంద్రం మాట్లాడ్డం మొదలుపెట్టాడు.

"అందరూ నా మాట వినండి. జరిగిందంతా మీకు ముందే చెప్పాను. నేనేదో చెప్పేస్తే దీనికి పాపం మా రవి బలైపోయాడు" అన్నాడు.

ఎవరూ మాట్లాడలేదు. మధ్యవర్తి గోపాలం ధైర్యం చేశాడు. "సరోజమ్మా! నీకు ఈ అబ్బాయంటే ఇష్టమేనా?" అడిగాడు.

"ఆ! ఆ మాట ఎప్పుడో చెప్పేశాను బాబాయికి" అంది సరోజ.

"మరైతే ఈ విషయం మీద మీరందరూ కాస్త శాంతంగా ఆలోచిస్తే... " అంటూ వుండగానే రవి నోరు విప్పాడు.

"క్షమించండి. నాకీ పెళ్లి ఇష్టంలేదు" అన్నాడు.

తెల్లబోయింది సరోజ. "అదేవిటీ? పెళ్ళంటే చాలా ఇష్టం అన్నారు. భార్యని పువ్వుల్లో పెట్టి చూసుకుంటానన్నారు" గుర్తుచేసింది.

"అవును. అన్నాను. అది నా పెళ్ళి విషయంలో. మిమ్మల్ని ఆ దృష్టితో నేనెప్పుడూ చూడలేదు మేడమ్. ఒక యజమానురాలిగా గౌరవించాను. అంతే.

అయినా మీరెక్కడా, నేనెక్కడా? నాకిష్టంలేదు క్షమించండి" వినయంగా చేతులు జోడించాడు.

నరసింహం, లక్ష్మి, శ్యామల తేలిగ్గా ఊపిరి పీల్చుకున్నారు.

మిగిలినవాళ్ళంతా సంతోషించాలో, బాధపడాలో తెలియనట్లు వుండిపోయారు.

సరోజ కళ్ళల్లో నీళ్లు తిరిగాయి. "నాన్నా! నా పెళ్ళి ప్రయత్నాలు మొదలయ్యాక ప్రతీసారీ పెళ్ళిచూపులముందు రేపు రాబోయేవాడే నాకు కాబోయే భర్త అని చెప్తే ఎంతో ఆశగా ఎదురుచూసినా ఎవరూ నాకు నచ్చలేదు. ఇంతకాలానికి ఒక వ్యక్తి నాకు నచ్చాడనుకుని ఆనందించాను. అతనికి నాతో పెళ్లి ఇష్టం లేదుట. సర్లెండి. ఏంచేస్తాం? మళ్ళీ నాకు సంబంధాలు చూడ్డం మొదలుపెట్టండి. ముందే చెప్తున్నా. బోలెడంత డబ్బున్న వాడినే చూడండి. ఆ డబ్బూ నా డబ్బూ కలిపి నూరుకుని తాగుతాను. డబ్బులో మునిగితేలుతూ హాయిగా వుంటాను. ఈ మనిషిని తక్షణం ఇక్కడ్నించి పంపించెయ్యండి" అంటూ గిర్రున వెనక్కి తిరిగి వెళ్లిపోయింది.

"లక్ష్మి! సామాన్లు సర్దేయ్. వెళ్ళిపోదాం" అన్నాడు నరసింహం. రాజశేఖరం ఏదో చెప్పబోతే వారించాడు.

"ఒరే, నువ్వూ వెళ్ళి నీ సామాన్లు సర్దేసుకో" అన్నాడు రవితో.

రవి తలాడించి వెళ్ళిపోయాడు.

లోపలికెళ్ళి సామాన్లు సర్దుకొచ్చేసింది శ్యామల.

నరసింహం పెద్దాయనకి దణ్ణం పెట్టాడు. "అయ్యా, నన్ను క్షమించండి" అన్నాడు.

"ఇందులో నువ్వు చేసిందేముంది నాయనా!" అన్నాడు పెద్దాయన.

"వస్తా బావా!" అనేసి రాజశేఖరంతో చెప్పి అందరికీ చేతులు జోడించి బయటకి నడిచారు.

రవి తనగదికి వెళ్ళి బట్టలన్నీ పెట్లో కూరేశాడు. ప్రాజెక్ట్ కోసం తను రెడీ చేసిన పేపర్లు చూడగానే దుఃఖం వచ్చింది. 'ఛ. ఏం జాతకం నాది! చేతి

కందినది ఏదీ నోటికందదు కదా! ఇక లాభంలేదు. ఈ ప్రయోగాలకీ ఈ ఐడియాలకీ ఓ దణ్ణం పెట్టి ఏదైనా చిన్న ఉద్యోగం వెతుక్కోవాలి' అనుకున్నాడు. చించి పారెయ్యాలనుకున్నాడుగానీ చేతులు రాలేదు. సూట్‌కేస్, ఎయిర్‌బేగ్ తీసుకుని బయటికొచ్చాడు. అందరూ బయటే నిలబడి వున్నారు.

మెల్లిగా గోపీ దగ్గరికి వెళ్ళాడు. “సార్! ఇవిగో ఈ ఇన్ఫర్‌మేషన్ అంతా మీ దగ్గరుంచండి. ఫ్యూచర్‌లో ఎప్పుడైనా కావాలిస్తే వాడుకోండి” అన్నాడు.

గోపీ తలెత్తలేదు. ఆ పేపర్లుమాత్రం జాగ్రత్తగా అందుకున్నాడు. “రవీ! అయాం సారీ!” అన్నాడు.

“ఇట్స్ ఓకే సార్! నావల్ల ఏమైనా పొరబాట్లు జరిగివుంటే నన్ను క్షమించండి” అనేసి “పదండి నాన్నా, వెళదాం” అన్నాడు.

“కార్లో వెళ్ళండి” అన్నాడు రాజశేఖరం.

కారు దగ్గరికి నడుస్తుండగా సత్యంగారింటినుంచి సీతాలు పరిగెత్తు కొచ్చింది.

“అయ్యా, సరోజమ్మకేదో అయింది. మాట్లాడ్డంలేదు” అంది ఏడుస్తూ.

అంతే! ఒక్కక్షణం అందరూ షాక్‌కి గురయ్యారు. మరుక్షణం అంతా అటువైపు పరుగు పెట్టారు. అందరికంటే ముందుగా రవి, తర్వాత చంద్రం, గోపీ, పరుగు పరుగున మేడమీదికి వెళ్ళారు. మంచంమీద అడ్డంగా పడుంది సరోజ.

రవి వెళ్లి సరోజని పట్టుకుని కుదిపేశాడు. “మేడమ్, లేవండి. ఏమైంది?”

ఈ విషయం తెలిసి పరుగున వచ్చిన దుర్గ “సరోజా” అని ఏడుస్తూ కాళ్ళు రాస్తోంది.

“నిద్ర మాత్రలేమైనా మింగిందా?” అన్నారెవరో.

“మా ఇంట్లో నిద్రమాత్రలుండవ్” అంది దుర్గ.

“నిద్రమాత్రలు లేవుగానీ టాయ్‌లెట్ క్లీనర్లున్నాయి. పురుగుల మందులున్నాయి” అంది సీత ఏడుస్తూ.

కూతుర్ని ఆ స్థితిలో చూసి కళ్ళుతిరిగి పడిపోయింది శాంత. అందరూ శాంతకి పరిచర్యలు చెయ్యసాగారు.

"హాస్పిటల్‌కి తీసుకెళ్ళాలి. నూట ఎనిమిదికి ఫోన్ చెయ్యండి" అన్నాడు రవి.

"ఎందుకూ, ఇక్కడ ఓ డాక్టరున్నాడు. అక్కడికి తీసుకెళ్దాం" అంది సీత.

రవి చేతుల్లోకి తీసుకున్నాడు సరోజని. చంద్రం, గోపీ సాయంపట్టారు.

ఇన్నోవా కార్లో ఎక్కించారు. వెనకసీట్లో సరోజ తల తన ఒడిలో పెట్టుకుని కూర్చున్నాడు రవి. కాళ్ళవైపు దుర్గ. చంద్రం, గోపీ ముందుసీట్లో ఎక్కారు. హృదయవిదారకంగా ఏడుస్తున్నాడు గోపీ. ఇదంతా నావల్లే జరిగింది అని బాధపడుతున్నాడు చంద్రం.

"మేడమ్, మేడమ్ కళ్ళు తెరవండి" అని గోలపెడుతున్నాడు రవి.

కారు హాస్పిటల్‌కి చేరింది. అదో చిన్న హాస్పిటల్. నాలుగు బెడ్స్ వుంటాయి. డాక్టర్ సతీష్ వెనకాల ఇంట్లో వుంటాడు. ముందే ఓ మనిషి బైక్‌మీద వెళ్ళి కబురు చెప్పేశాడేమో అందరూ రెడీగానే వున్నారు.

సరోజని లోపలికి తీసుకెళ్ళారు. "మీరంతా ఇక్కడే వుండండి" అని తన స్టాఫ్‌తో లోపలికెళ్ళి తలుపేసేశాడు డాక్టర్.

వెనకాల మరో కార్లో రాజశేఖరం, సత్యం, పెద్దాయన అందరూ వచ్చేశారు. స్పృహలోకి వచ్చి ఏడ్చి గోలపెడుతున్న శాంతని తీసుకుని సీత, కమల, పెద్దావిడ, లక్ష్మి, శ్యామల అంతా వచ్చేశారు.

అందరూ ఎవరి మొక్కులు వారు మొక్కుకున్నారు.

కాసేపటి తర్వాత డాక్టర్ బయటికొచ్చాడు. "థాంక్‌గాడ్! ఇంకాస్త ఆలస్యం అయివుంటే ప్రమాదం జరిగిపోయేది" అన్నాడు.

"ఇప్పుడెలా వుంది సతీష్?" అడిగాడు సత్యం.

"ఫర్వాలేదు సత్యంగారూ! రవీ రవీ అని కలవరిస్తోంది. ఇలా షాక్‌లో వుంటే మరి ప్రమాదమే" అన్నాడు.

"మరి టౌన్‌కి తీసుకెళ్తాం" కంగారుపడ్డాడు రవి.

"తీసుకెళ్లినా వాళ్ళేం చేస్తారు? ఏదో జరిగింది. తట్టుకోలేకపోతోంది" అన్నాడు డాక్టర్.

"మేము చూడొచ్చా?" అన్నాడు సత్యం.

"అందరూ వద్దు. ఒకరో ఇద్దరో వెళ్ళండి" అన్నాడు.

ముందు రవి దూరిపోయాడు. వెనకే సత్యం. "రవీ రవీ" అని కలవరిస్తోంది సరోజ.

సత్యం దగ్గరికి వెళ్ళి తల నిమిరాడు. "అమ్మా సరోజా!" అన్నాడు.

"నాన్నా, నాన్నా రవి... రవీ" అంది పూర్తిగా స్పృహ లేకుండానే.

"ఇక పదండి. తనకి రెస్ట్ కావాలి" అని తరిమేశాడు డాక్టర్.

బయటికొచ్చారు వాళ్ళిద్దరూ. రాగానే రవి చేతులు పట్టుకున్నాడు సత్యం. "నాయనా, నా కూతురి సుఖంకంటే నాకేం కావాలి? నా మాట విను. సరోజని పెళ్ళి చేసుకో" అన్నాడు దీనంగా.

"సార్! మీరు ఆవేశపడుతున్నారు" అన్నాడు రవి.

"ఆవేశం కాదయ్యా! నా బిడ్డని అలా చూసి తట్టుకోలేకపోతున్నాను. శాంతా ఇట్రా, నువ్వు చెప్పు" అని భార్యని పిలిచాడు.

ఆవిడ వచ్చి కాళ్లమీద పడబోయింది. "నాయనా! సరే అను. నా కూతుర్ని బతికించు" అంది.

ఆవిడని ఆపేశాడు. "సరేనమ్మా సరే" అనేశాడు.

మళ్ళీ పరుగున వచ్చాడు డాక్టరు. "శాంతమ్మగారూ, త్వరగా రండి. సరోజ పిలుస్తోంది" అన్నాడు.

పరుగుపెట్టింది శాంత. వెంటే వెళ్ళాడు రవి.

తెలివి వుండీ లేని స్థితిలో "అమ్మా అమ్మా" అంటున్న కూతుర్ని చూసి బావురుమంది శాంత.

"ఏడవకండి. మీరు ధైర్యం తెచ్చుకుని అమ్మాయికి ధైర్యం చెప్పాలి" మందలించాడు డాక్టర్.

"అమ్మా సరోజా! నీ పెళ్ళి రవితో జరిపిస్తాం. వింటున్నావా తల్లీ, నాయనా రవీ! నువ్వు చెప్పు" అది శాంత కూతురి తల నిమురుతూ.

సరోజ చెయ్యి తనచేతుల్లోకి తీసుకున్నాడు రవి. "మేడమ్, మనం పెళ్లి చేసుకుందాం. మీ ఆరోగ్యం బాగవగానే పెళ్ళి చేసేసుకుందాం"

సరోజ మూలగటం ఆపేసింది. "ఏమైంది సతీష్" అంది శాంత.

"చూస్తా! మీరు బయటికెళ్ళండి" అని వాళ్ళని పంపించేసి తలుపులు వేసేశాడు డాక్టర్.

మరో పావుగంట తర్వాత వచ్చాడు. ఆ పావుగంటా పదియుగాలుగా గడిచింది బయట వెయిట్ చేస్తున్నవాళ్ళకి. "ఎలా వుంది?" అన్నారు.

చాలా ఇంప్రూవ్ అయింది. ఇక కోలుకుంటుంది. ఇంతమంది ఎందుకూ ఇక్కడ? ఒకళ్ళో ఇద్దరో వుండి మిగిలినవాళ్ళు ఇంటికి వెళ్ళిపొండి" అన్నాడు.

నేనుంటా అంటే నేనుంటా అన్నారు అందరూ. డాక్టరే పూనుకుని రవినీ, గోపీనీ, దుర్గనీ వుండమన్నాడు. మరోసారి దూరం నుంచే సరోజని చూశారు అందరూ. సెలైన్ నడుస్తోంది. "నిద్రపోతోంది. నిద్రకి మందిచ్చాను. ఇక మీరంతా వెళ్ళండి" అన్నాడు డాక్టరు.

అందరూ వెళ్లిపోయారు. ఇంటినుంచి భోజనాలు పంపించారు. దుర్గా, గోపీ, కాస్త ఎంగిలిపడ్డారు గానీ రవిమాత్రం ఏం తినలేదు. సరోజ చెయ్యి పట్టుకుని పక్కనే కూర్చున్నాడు. మధ్యరాత్రి దాటాక మెలకువ వచ్చింది సరోజకి.

"ఏమైంది, నేనెక్కడున్నాను?" అంది.

"ఎక్కడుండటం ఏమిటి మేడమ్, చచ్చి బతికారు. ఏం పన్లు ఇవి?" కోప్పడ్డాడు.

"మీరు లేకపోయాక ఈ జీవితం ఎందుకు రవీ?" అంది దీనంగా.

"నేనెక్కడికీ పోను. మనం పెళ్లి చేసుకుందాం" అన్నాడు. సరోజ కళ్ళు మెరిశాయి.

"నిజంగానా? మళ్లీ నాకు బాగైపోగానే మాట మార్చుకోరు కదా!" అంది కన్నీళ్ళతో.

"ఎంతమాట! ఇదుగో ప్రామిస్, సరేనా?" చేతిలో చెయ్యివేసి చెప్పాడు.

"నాకేవిటోగా వుంది, డాక్టర్ అంకుల్‌ని పిలవండి" అంది. రవి వెళ్ళి డాక్టర్ని పిల్చుకొచ్చాడు.

"నాకు నీరసంగా వుంది" అంది సరోజ.

"సరోజకి కంప్లీట్ రెస్ట్ కావాలి. మీరు ఇక్కడుండొద్దు" అని పంపించేశాడు డాక్టరు.

రాత్రి మళ్ళీ సరోజ దగ్గరికి ఎవర్నీ రానివ్వలేదు డాక్టరు. ముందుగదిలో బెంచీమీద కాసేపు నడుం వాల్చాడు రవి. పొద్దున ఎనిమిదింటికి డిశ్చార్జ్ చేశారు సరోజని. ఇంటిదగ్గరకు రాగానే కొబ్బరికాయలు, గుమ్మడికాయలు దిష్టి తీసి పగలగొట్టారు. మేడెక్కలేదని కిందగదిలో పడుకోబెట్టారు. పెద్దగండం గడిచింది అనుకున్నారందరూ.

ఆవేళ అందరూ సత్యంగారింట్లో చేరారు. భవిష్యత్తు కార్యాచరణ గురించి చర్చించారు. ముందు నిశ్చితార్థం చేసేసి ఆ తర్వాత పెళ్లిముహూర్తం పెట్టుకుందాం అనుకున్నారు. రామశాస్తుర్లు గారొచ్చారు. రేపే బావుంది నిశ్చితార్థానికి అన్నాడు. మరీ రేపేనా! ఎలా? అనుకున్నారు ఆడవాళ్ళు. "ఏం ఫర్వాలేదు. ఈ ఫంక్షన్ సింపుల్‌గా చేసేద్దాం. పెళ్ళిలాగా గ్రాండ్‌గా చేస్తాం కదా!" అన్నాడు సత్యం.

"అవును. బహుశా వచ్చే నెల్లోనే అవుతుంది కదా పెళ్ళి! ఈ ఫంక్షన్‌కి ఇంట్లో వాళ్ళు మరీ ముఖ్యులూ వస్తే చాలు" అన్నాడు రాజశేఖరం. అదే ఖాయం అయింది. ముఖ్యమైన వాళ్ళంతా ఇక్కడే వున్నారు. మరికొంతమంది దగ్గరవాళ్ళకు ఫోన్లు చేశారు. ఏర్పాట్లు ప్రారంభించారు.

ఎప్పుడూ అంతా తానే అయి తిరిగే గోపీ ఏమీ పట్టించుకోకుండా కూర్చునే సరికి సత్యానికి అనుమానం వచ్చింది. "ఏవిట్రా గోపీ! అలా డల్‌గా వున్నావేం?" అని అడిగాడు.

"నా తెలివితేటలు వుపయోగిస్తే ఎంత పనైందో చూశాక నాకు బుద్ధొచ్చింది అన్నయ్యా! ఇక నేనేం పట్టించుకోను" అన్నాడు గోపీ మొహమాటంగా.

"అదేంట్రా అలా అంటావు? నువ్వు పూనుకోబట్టే కదా ఈ శుభకార్యం జరుగుతోంది. లేకపోతే ఇంకా సంబంధం వెతుకుతూనే వుండేవాళ్ళం. దుర్గా, సరోజా ఇద్దరి జీవితాలూ ఇంత చక్కగా మలుపు తిరిగాయంటే ఆ ఘనత నీదే కదురా! వెర్రిమొర్రి ఆలోచనలు కట్టిపెట్టి రంగంలోకి దూకు" అన్నాడు సత్యం తమ్ముడి భుజం తట్టి. దాంతో గోపీ మనసులో ఆవేదన పటాపంచలై పోయింది. పాత గోపీగా మారిపోయి అమితోత్సాహంతో పనుల్లో దిగి పోయాడు.

మర్నాడు ఉదయం తొమ్మిది గంటలకి నిశ్చితార్థం జరిగింది. రాజశేఖరం ఇద్దరు ఆడపిల్లలకూ ఒకేరకంగా నగలూ, చీరెలూ పెడితే సత్యం అల్లుళ్ళిద్దరికీ ఒకే రకంగా కానుకలు ఇచ్చాడు.

సలక్షణంగా కార్యక్రమం పూర్తయింది. అందరూ హాల్లో కూర్చుని కబుర్లు చెప్పుకుంటున్నారు. భోజనాలకింకా చాలా టైముంది కాబట్టి కాఫీలు, కూల్‌డ్రింకులూ అందిస్తున్నారు పనివాళ్ళు.

సోఫాలో కూర్చున్నారు చంద్రం, దుర్గ. ఎదురుగా మరో సోఫాలో సరోజ, రవి.

"మేడమ్, ఈ ఫంక్షన్‌వల్ల చాలా అలిసిపోయారు. వెళ్లి కాసేపు రెస్ట్ తీసుకోవచ్చు కదా!" అంటూ కాబోయే భార్యని అయిదు నిముషాలకి ఓసారి బతిమాలుతున్నాడు.

"నాకేం కాలేదు. నేను బాగానే వున్నా" అంటోంది సరోజ.

"ఇంకా కోలుకోలేదు కదా. వెళ్లి కాసేపు రెస్ట్ తీసుకుంటే బావుంటుంది" అన్నాడు ఆప్యాయంగా.

"ఏం బావుండదు. నాకు అవసరం అనిపిస్తే నేనే వెళ్ళి రెస్ట్ తీసుకుంటా. ఇందాకటి నుంచీ చూస్తున్నా. రెస్ట్ తీసుకో రెస్ట్ తీసుకో అని విసిగిస్తున్నారు. ఇంకోసారి ఆ మాట ఎత్తితే వూరుకోను" అని బెదిరించింది.

పనమ్మాయి సీతాలు కూల్‌డ్రింక్స్ తీసుకొచ్చింది. రవి తీసుకున్నాడు. సరోజ వద్దంది. "చూడమ్మా! నువ్వెళ్ళి అమ్మాయిగారికి హార్లిక్స్ పట్రా. అసలే ఈవిడ ఆరోగ్యం బాగాలేదు" అన్నాడు రవి ప్రేమగా సరోజవంక చూస్తూ.

సీతాలుకి చాలా సంతోషం వేసింది. "అబ్బో, మా అల్లుడిగారికి అమ్మాయి గారంటే ఎంత ప్రేమో! సరోజమ్మా, మరి నా ముక్కుపుడక మాట మాత్రం మర్చిపోకేం" అంది పెద్దగా. సరోజ అదిరిపడింది.

"ముక్కుపుడకేమిటే!" అడిగింది శాంత.

"అదేనండీ పెద్దమ్మగారూ! మొన్న అరిచి గోల చేశాను కదండీ. అందుకే నండీ ముక్కుపుడక..." సరోజ వారిస్తున్నా వినకుండా చెప్పేసింది సీతాలు.

"అరవడం ఏమిటే సీతాలూ? సరిగ్గా చెప్పు" అని కసిరింది శాంత. అప్పటికి తను చేసిందేమిటో అర్థం అయింది సీతాలుకి. గడగడ వణికిపోతూ చేతుల్లోని ట్రే పక్కనపెట్టి శాంత కాళ్ళు పట్టేసుకుంది.

"మొన్ననండీ 'ఒసే సీతాలూ! అమ్మాయిగారు మాట్లాడ్డం లేదు అని అరిచి గొడవ చెయ్యవే. నీకు ఎర్రరాయి ముక్కుపుడక చేయిస్తా' అన్నారమ్మా చిన్నమ్మగారు. అయ్యబాబోయ్! నాచేతకాదన్నానండీ. అరవకపోతే పీక పిసికేస్తా అన్నారమ్మా. నాకు భయమేసి అరిచేశా. నా తప్పుకాయండి తల్లీ. మీ ఉప్పు తిని బతికేదాన్ని" అని బావురుమంది.

సరోజ తలబాదుకుంది. "ఓసి నీ దుంపతెగా! కొంప ముంచేశావు కదే" అంది.

అందరూ ఆశ్చర్యపోయారు. "అయితే అందంతా నాటకమా?! నిజం కాదా?" అందర్లోకీ ముందు తేరుకున్నాడు గోపీ.

"అవును. నాటకమే. మరేం చెయ్యను? అటు చంద్రంగారేమో అందర్నీ ఒప్పించి చిటికెలో దుర్గని కూడా ఒప్పించి తన పెళ్ళి ఖాయం చేసేసుకుని ఖుషీగా వున్నారు. మరి ఈ మహానుభావుడేమో బుద్ధిగా సంచీ భుజాన వేసుకుని ప్రయాణం కట్టాడు. పోనీ, మీలో ఎవరైనా పెద్దరికం వహించి నా పెళ్ళి చేస్తారేమో అనుకుంటే ఎవరూ మాట్లాడ్డం లేదు. అందుకే ఇక లాభం లేదు, నా పెళ్లి నేనే సెటిల్ చేసుకోవాలి అని ఈ నాటకం ఆడాను" అంది సరోజ.

"ఓసి... నీ అఘాయిత్యం బంగారంకానూ! కంగారుపెట్టి చంపావు కదే! ఎంతమంది దేవుళ్ళకి మొక్కానో ఆ కాసేపట్లో..." అంది శాంత.

"మొక్కులేగా! తీరిగ్గా తీర్చుకో. ఈ నాటకం ఆడ్డానికి నేనెంత శ్రమపడ్డానో మీకేం తెలుసు? నాకసలే చక్కలిగింతలు ఎక్కువ. ఈయనగారేమో మేడమ్ మేడమ్ అంటూ చెంపలూ, మెడా తడిమేశాడు. ఈ మహాతల్లి దుర్గేమో అరికాళ్ళు అరిగిపోయేలా రుద్దేస్తోంది. అదంతా భరిస్తూ కదలకుండా పడుకోవాలంటే ఎంత బాధ" అంది సరోజ.

"నువ్వు సరేలేమ్మా. నీ పెళ్ళి నాటకం ఆడావు. మరి నా సంగతేమిటి? జీవితంలో మొదటిసారి నటించాను" అన్నాడు డాక్టర్ సతీష్.

మళ్లీ ఆశ్చర్యపోయారందరూ. "అంటే ఈ నాటకంలో నీకూ భాగం వుందా?" అడిగాడు సత్యం.

"భలేవారే! మెయిన్‌రోల్ నాదేగా మరి! హాస్పిటల్‌కి రాగానే ఠంగుమని లేచి కూర్చుంది. 'అంకుల్, ఇదీ సంగతి. ఇక మీదే భారం' అంది. ఇక తప్పుతుందా? ఏక్ట్ చేసేశాను. నాకసలే నవ్వాగదు. ఎక్కడ నవ్వేస్తానోనని అదో టెన్షను" అన్నాడు.

"భలేగా నటించారుగా. అలా లోపలికీ బయటికీ పరుగులు పెడుతుంటే నిజంగా ప్రమాదం అనుకున్నాం" అన్నాడు గోపీ.

"పరుగులు సరేనయ్యా గోపీ. అర్ధరాత్రి ఏదో సైగ చేస్తే కళ్ళల్లో వత్తులు వేసుకుని కూర్చున్న ఈ రవిని బయటకు పంపించి, ఏవిటమ్మా అంటే ఆకలిట. ఈ పూట సెలైన్‌తో సర్దుకోమ్మా అని బతిమాలినా వింటేగా! అప్పటికప్పుడు మా ఇంటినుంచీ అన్నం, కందిపచ్చడీ తెప్పుకొచ్చి పెడితే అప్పుడు పడుకుంది. ఎవరైనా చూస్తే ప్రాణాపాయంలో వున్న మనిషికి కందిపచ్చడి అన్నం పెడుతున్నాడేమిటని అనుమానం వచ్చి బండారం బయట పడుతుందేమో అని అదో భయం. నా తలప్రాణం తోకకి వచ్చింది. తెల్లవారి ఈ పిల్లని ఇంటికి పంపించి అప్పుడు అమ్మయ్యా అనుకున్నా" వివరంగా చెప్పాడు డాక్టరు.

అంతా గొల్లున నవ్వేశారు.

"నేనెంత అదృష్టవంతుడినో!" అన్నాడు చంద్రం.

"అదేవిటది? హఠాత్తుగా నీ అదృష్టం ఏమిట్రా కన్నయ్యా?" అంది క్రిష్ణవేణి.

"అవునమ్మా. అదృష్టం బావుండి నేను పెళ్ళొద్దని శపథం పట్టాక ఈ సరోజగారి సంబంధం వచ్చింది. అంతకుముందే వచ్చిందనుకో. వచ్చేవాళ్ళం, పెళ్ళిచూపులు చూసేవాళ్ళం. ఎర్రగా బుర్రగా బాగానే వుంది కదా పిల్ల అని సరే అనేసేవాడిని. ఈవిడగారో సిసింద్రీ సీమటపాకాయ. నేను అమాయకుడిని. నోట్లో వేలుపెడితే కొరకలేను. పెళ్ళయ్యాక నన్ను అప్పుడంలా నమిలేసి వుండేది ఈవిడ" అన్నాడు.

అంతా గొల్లున నవ్వేశారు.

సరోజ మొహం ఎర్రబడిపోయింది. "చూశారా పెద్దనాన్నా! మీ అల్లుడు నన్నెలా ఏడిపిస్తున్నాడో" అంది ఉక్రోషంగా.

"మీ వదినా మరుదుల గొడవలో నన్ను ఇరికించకు. మీరూ మీరూ చూసుకోండి" అనేశాడు మోహన్.

"ఇందులో గొడవేముంది? వున్నమాటే అన్నాగా!" అన్నాడు చంద్రం.

"హలో! అంత సరదా పడిపోకండి. పైకి గంగిగోవులా కనిపిస్తుంది గానీ మీ దుర్గగారు మహాగడుసు. మిమ్మల్ని పిడకలా గోడకి కొట్టేస్తుంది జాగ్రత్త" అంది సరోజ ఉక్రోషంగా.

మళ్ళీ అంతా నవ్వేశారు. పెళ్ళి ముహూర్తం నిశ్చయం అయింది. రాజశేఖరంగారు పుత్రసమేతంగా ఊరికెళ్ళిపోయారు. నరసింహంగారు కూడా కుటుంబసమేతంగా వెళ్ళారు. రవిమాత్రం పన్లన్నీ మధ్యలో వున్నాయి కాబట్టి వుండిపోయాడు.

సీతాపురంలో పెళ్లి ప్రయత్నాలు మొదలయ్యాయి. అవి నాటి మిథిలా నగరంలోలాగా అంతటా పెళ్లి సంరంభం. అందరూ ఇళ్ళకి సున్నాలవీ వేయించుకున్నారు.

ముఖ్యమైన బంధువులు ముందుగానే వచ్చేశారు. గోపీ మామగారు రఘురాం పాపం ముందుగానే వచ్చాడు. "అల్లుడూ! వియ్యాలవారి మర్యాదల విషయం నాకొదిలెయ్యండి" అన్నాడు.

గోపీ గుండె ఠారుమంది. భార్య దగ్గరికెళ్ళాడు. "సీతా, ఇటు చూడవోయ్! గొప్ప చిక్కొచ్చిపడింది. మీనాన్నగారు పెళ్ళివారికి మర్యాదలు చేసే బాధ్యత స్వీకరిస్తారుట. ఈయన మర్యాదలకి తట్టుకోలేక వాళ్లు పెళ్ళిమధ్యలోనే వదిలేసి పారిపోతారు. ఎలాగైనా నువ్వే ఏదైనా దారిచూడాలి" అన్నాడు.

సీత తండ్రి దగ్గరకొచ్చింది. "నాన్నగారూ! ఆ మర్యాదలవీ మేం చూసుకుంటాం. మీరు పెద్దవారు. అనుభవజ్ఞులు. మీరు వంట దగ్గరుంటే మాకు కొండంత ధైర్యం" అంది.

"అలాగేనమ్మా. నువ్వేం చెప్తే అదే. వంటపందిట్లో వుంటాను నేను" అన్నాడు రఘురాం.

హమ్మయ్య అనుకున్నాడు గోపీ.

పెళ్ళిరోజు రానే వచ్చింది. పెళ్ళివారు తరలి వచ్చారు. పెళ్ళికొడుకుల వాహనాలు విడిదికి చేరినా ఆఖరివాహనం ఇంకా కిలోమీటరు దూరాన రోడ్డుమీదే వుంది. సీతాపురం మొత్తం ఏకమై ఘనంగా తరలి, వచ్చిన మగపెళ్ళి వారిని ఆదరించింది. ప్రతి ఇల్లూ విడిదిగా మారిపోయింది. అందరూ నడుం బిగించి పెళ్ళివారికి మర్యాదలు చేశారు.

రాత్రి ఎనిమిది గంటలకు హోరెత్తిపోతున్న మంగళవాయిద్యాల సందడిలో వేదమంత్రాల ఘోషమధ్య అంగరంగ వైభవంగా రెండు పెళ్ళిళ్ళూ జరిగాయి. సీతా కళ్యాణ వైభోగమే, శ్రీరామ కళ్యాణ వైభోగమే అని ఆహూతులంతా పరవశించిపోయారు. కనీ వినీ ఎరుగని కమ్మని విందు ఆరగించారు.

పెళ్ళైన మూడోనాడు రామాపురంలో శ్రీసత్యనారాయణ వ్రతం. పెళ్లి సరిసమానంగా మళ్ళీ మాట్లాడితే మరో చింతాకంత ఘనంగా ఆ వేడుక జరిపాడు రాజశేఖరం. సాయంత్రం రిసెప్షన్. పాట కచేరీ. ఊరివారు ఎంతోకాలంగా ఎదురుచూస్తున్న వివాహ వేడుక తిలకించి పులకించిపోయారు. 'పదికాలాలపాటు గుర్తుండిపోయేలా వున్నాయి ఈ అనుభూతులు' అని సంతోషించారు.

కొత్తకోడళ్లు మూడునిద్రలకి వచ్చారు. దుర్గ అత్తవారింట మహారాణిలా వుంది. సరోజని తమ ఇంటికి తీసుకురావడానికి నరసింహం చాలా

మొహమాటపడిపోయాడు. కలిగినవారింటి పిల్ల. ఈ మామూలు కుటుంబంలో ఈ చిన్న పెంకుటింట్లో ఎలా వుంటుందా అని చాలా భయపడ్డాడు.

కానీ సరోజకి ఆ ఇల్లు తెగ నచ్చేసింది. ఇల్లంటే ఇల్లు కాదు. ఇంటి వెనకాల వున్న ఆ చిన్నపందిరి. అదే రవి దీక్షాశిబిరం. ఎంత బాగా నచ్చిందో! అక్కడ కూర్చుని పరవశించిపోయింది. "ఎలాగైనా మీరు గ్రేట్ రవీ! మీకొచ్చిన ఐడియాస్ ఇంకెవరికీ రావు. మాకూ వుంది బోలెడంత ఆస్థి. ఎందుకూ ఏడవనా? నాకూ కోపం వచ్చేది. నేనూ ఇంట్లో వాళ్లమీద అలిగి మాట్లాడ్డం మానేసేదాన్ని. అలిగి నా రూమ్‌లోకి పోయి ఏడవడం తప్ప ఇలా ఆరుబయట ఓ చిన్నపందిరి వేసుకోవాలనే ఆలోచనైనా రాలేదు. ప్చ్..." అని బోలెడంత బాధపడింది.

"ఇప్పుడు మాత్రం ఏం మించిపోయింది మేడమ్! ఓ చిన్నపందిరి వేయించుకుని ఇకముందు కోపం వచ్చినప్పుడల్లా అక్కడుంటే సరి" అని ఓదార్చాడు రవి.

"పెళ్ళయ్యాక కూడా మేడమ్ మేడమ్ అంటే ఏం బావుంటుంది?" అంది సరోజ తాళి కట్టగానే.

"ఏమో! నాకుమాత్రం మేడమ్ అంటేనే ముద్దుగా వుంది. సరోజేవిటీ చెత్తగా" అన్నాడు రవి.

"సరే కానీండి ఏం చేస్తాను!" అంది సరోజ. ఆ పిలుపు అలాగే కంటిన్యూ అయిపోతోంది.

❖ ❖ ❖

ఆర్నెల్లు తిరిగొచ్చాయి. పెళ్ళయిన కొత్తల్లో చెట్టాపట్టాలేసుకుని తిరుగుతూ నా భార్య బంగారం, ఇలాటి భర్త దొరకడం నా పూర్వజన్మ సుకృతం అని చిలకపలుకులు పలికిన కొత్తదంపతులు కీచులాడుకోవడం మొదలుపెట్టారు. "నేరకపోయి నిన్ను కట్టుకున్నాను. నా ఖర్మకొద్దీ దొరికావు" అని బాహాటంగా దెబ్బలాడుకుంటూ వుంటే పెద్దవాళ్లు తృప్తిపడ్డారు.

హమ్మయ్య! వీళ్ళ బతుకుబండి గాడిన పడింది. ఇక జీవితం హాయిగా సాగించేస్తారు అని సంతోషించారు.

మరో ఏడాది గడిచింది.

అందరూ సెటిలైపోయారు. రవి అత్తవారింట్లో వుంటూ కొడుకు లేని కొరత తీరుస్తున్నాడు. అతని రిసార్ట్ బ్రహ్మాండంగా నడుస్తోంది. మొదట్లో నాలుగు కాటేజీలతో మొదలుపెట్టి మరో ఎనిమిది కాటేజీలు కట్టాడు. మామూలుగా అయితే కొన్ని ఖాళీలుంటాయి గానీ శని ఆదివారాల్లో ఫుల్. ముందుగా బుక్ చేసుకోవాల్సిందే. నరసింహం, లక్ష్మిల కోసం ఆ ఊళ్లో ఓ ఇల్లు కొన్నాడు. వాళ్ళు అక్కడా ఇక్కడా తిరుగుతూ వుంటారు. సరోజ అడపా దడపా మొగుడి మీద అలిగి అత్తారింటికి పోతుంది. అత్తమామలకి కోడలొస్తే పండగ.

లక్ష్మి ఆనందం వర్ణనాతీతం. అందరూ తేలిగ్గా చూసిన కొడుకు గొప్పవాడైపోయాడు. మీరూరికే వాడిని రాచి రంపాన పెట్టారుగానీ నాకెప్పుడూ నమ్మకమే వాడిమీద అని భర్తని సాధిస్తుంది.

దుర్గ కాపురానికొచ్చాక ఆ ఇంటి స్వరూపమే మారిపోయింది.

"మరీ ఇల్లు కదలకుండా ఎండ పొడ తగలకుండా వుంటే బూజు పట్టిపోతాడు మీ అబ్బాయి" అని అత్తగారికి నచ్చచెప్పింది. ఇక చంద్రం విజృంభించాడు. టౌన్లో పెట్రోల్ పంప్, సినిమా హాల్లో వాటా, ఓ పెద్ద కంప్యూటర్ ట్రైనింగ్ సెంటర్. ఒకటేమిటి బోలెడన్ని వ్యవహారాలూ, వ్యాపకాలు. పట్టిందల్లా బంగారం కావటం వారి వంశంలోనే వుంది. దిన దిన ప్రవర్ధమానంగా పెరిగిపోతున్నాయి అన్ని బిజినెస్‌లూ.

పెళ్ళయ్యాక 'నీ జీవితం బ్రహ్మాండంగా వుంటుందని' జోస్యం చెప్పిన సిద్ధాంతిగారిని పిలిపించి ఘనంగా సత్కరించాడు చంద్రం. అంతేకాదు మీకు ఎప్పుడు ఏ అవసరం వచ్చినా నా దగ్గరకు రండి అని హామీ ఇచ్చాడు.

దుర్గ మాత్రం అప్పుడప్పుడు బాధపడుతూ వుంటుంది. "కంగారుపడి పెళ్ళి చేసేసుకున్నాను. నా కాళ్లమీద నేను నిలబడాల్సింది" అంటూ వుంటుంది.

"నిన్ను ఆ భగవంతుడు కూడా బాగుచెయ్యలేదు. ఇన్ని వ్యవహారాలున్నాయి. అన్నీ ఇద్దరం కలిసే చూసుకుంటున్నాం. ఇంకా నీ కాళ్ళమీద నిలబడటం ఏమిటి నీ తలకాయ?" అని కోప్పడతాడు చంద్రం.

శ్యామలకి కూడా పెళ్ళయింది వీళ్ళ పెళ్ళయిన మూడునెలలకే. అదెలా జరిగిందంటే పెళ్ళయ్యాక సరోజా, రవీ ఇంటి వెనకాల పందింట్లో కూర్చుని కబుర్లు చెప్పుకుంటూ వుంటే 'అన్నయ్యా కాఫీ కావాలా? అన్నయ్యా మామిడి తాండ్ర తింటావా' అని వచ్చేసే శ్యామలని చూసి సరోజ దెబ్బలాట పెట్టుకుంది. "రవీ! మీ చెల్లెలి వ్యవహారం నాకేం నచ్చడం లేదు. పానకంలో పుడకలాగా ఏమిటీ గోల" అంది.

"ఏం చెయ్యమంటావు వదినా? మరి మా అన్నయ్య ఇలా ఈ పందిట్లో వున్నప్పుడు వాడి మంచీ చెడ్డ చూడ్డం నాకలవాటు" అంది శ్యామల.

"ఇప్పుడాయన మంచీ చెడ్డ చూడ్డానికి నేనొచ్చాను కదా! నిన్ను ఈ ఇంట్లోంచి అప్పగింతలు పెట్టాల్సిందే" అంది సరోజ. అంతేకాదు "రవీ, మంచి సంబంధం చూడు. ఈ పిల్లని వాళ్ళింటికి పంపించేద్దాం" అనికూడా అంది.

"ఏమిటే మరి చూడమంటావా?" అని అడిగాడు చెల్లెలిని.

"ఛీ పో అన్నయ్యా" అని పారిపోయింది శ్యామల.

"దానికిష్టం లేదేమో మేడమ్, పెళ్ళంటే" అన్నాడు రవి.

"అలా పారిపోయిందంటే ఆ ఆడపిల్లకి పెళ్ళంటే బోలెడంత ఇష్టం అని అర్థం" అంది సరోజ.

ఆ తర్వాత సమయం చూసుకుని "ఏమిటి అర్థమగడా! నీకెలాటివాడు కావాలి?" అని అడిగింది.

శ్యామల తలొంచుకుంది. "మీ పెళ్ళిలో చూశా. మీ ఊరబ్బాయి ఒకతను నాకు చాలా బాగా నచ్చాడొదినా" అని చెప్పింది.

ఎవరా ఆ అబ్బాయి అని ఆరా తీస్తే తెలిసింది. అతను వేణు.

"వాళ్లు మరీ మామూలువాళ్ళు శ్యామలా. ఇంకేదైనా మంచి సంబంధం చూస్తాం" అంది సరోజ.

"అతను మంచివాడైతే చాలొదినా" అంది శ్యామల.

మరి వేణు ఖచ్చితంగా మంచివాడే. బుద్ధిమంతుడు. వృద్ధిలోకొస్తాడు. కాబట్టి పెద్దవాళ్ళంతా సరే అన్నారు.

వేణు శ్యామలల పెళ్ళి జరిగిపోయింది. వేణుకి బాగా కలిసి వచ్చింది. మరో బస్సుకూడా కొనేసుకున్నాడు. ఒక ట్రిప్ నుంచి రాగానే మరో ట్రిప్. బావుంది వాళ్ళ పని. గోపీ తమ ఇంటిపక్కనే వేణుకోసం ఓ ఇల్లు కొన్నాడు. చీటికీ మాటికీ వాళ్ళింటికొచ్చేస్తూ దుర్గలేని లోటు తీరుస్తోంది శ్యామల.

పిల్లలంతా చక్కగా స్థిరపడ్డారు కాబట్టి పెద్దవాళ్ళు అందరూ చాలా సంతోషంగా వున్నారు.

దేవుడు కరుణించి వీళ్ళకు సంతానం కలిగితే మనవడితో ఆడుకుంటూ కాలక్షేపం చెయ్యాలని కలలు కంటున్నారు.

అయిపోయింది